റോസ്മേരിയുടെ ആകാശങ്ങൾ

rosemariyude akasangal
novel
•
p valsala
•
first published
november 1993
•
first chintha edition
october 2007
•
second chintha edition
january 2011
•
typesetting
crazy graphotechs, thiruvananthapuram
•
published
chintha publishers, thiruvananthapuram
•
printed

•
cover
ambeesh kumar

വിതരണം
ദേശാഭിമാനി ബുക്ക് ഹൗസ്
H O തിരുവനന്തപുരം–695 001

ബ്രാഞ്ചുകൾ
ഓവർബ്രിഡ്ജ് തിരുവനന്തപുരം • കെ എസ് ആർ ടി സി ബസ് സ്റ്റേഷൻ ആലപ്പുഴ • കെ എസ് ആർ ടി സി ബസ് സ്റ്റേഷൻ എറണാകുളം • കലൂർ കൊച്ചി • ഐ ജി റോഡ് കോഴിക്കോട് • മാവൂർ റോഡ് കോഴിക്കോട് • എൻ ജി ഒ യൂണിയൻ ബിൽഡിങ് കണ്ണൂർ • സെൻട്രൽ ബസ് ടെർമിനൽ കോംപ്ലക്സ് താവക്കര കണ്ണൂർ • മച്ചിങ്ങൽ ലെയ്ൻ തൃശൂർ

CR - 1060 / 2635

റോസ്മേരിയുടെ ആകാശങ്ങൾ

(നോവൽ)

പി വത്സല

ചിന്ത പബ്ലിഷേഴ്സ്
തിരുവനന്തപുരം-695 001

പി വത്സല

1938 ൽ ആഗസ്ത് 23ന് കോഴിക്കോട് ജനിച്ചു.

പിതാവ് കാനങ്ങോട്ട് ചന്തു. മാതാവ് എലിപ്പറമ്പത്ത് പത്മാവതി.

ഭർത്താവ് എം അപ്പുക്കുട്ടി.

കോഴിക്കോട് ഗവൺമെന്റ് ട്രെയിനിങ് സ്കൂളിൽ പ്രധാന അധ്യാപികയായിരുന്നു. ഇപ്പോൾ കേരള സാഹിത്യ അക്കാദമിയുടെ ഉപാധ്യക്ഷയും, സാഹിത്യപ്രവർത്തക സഹകരണ സംഘം ഡയറക്ടർ ബോർഡ് അംഗവും.

നെല്ല് എന്ന ആദ്യനോവലിന് *കുങ്കുമം* അവാർഡും *നിഴലുറങ്ങുന്ന വഴികൾക്ക്* കേരളസാഹിത്യഅക്കാദമി അവാർഡും ലഭിച്ചു.

ആഗ്നേയം, ഗൗതമൻ, പാളയം, ചാവേർ, അരക്കില്ലം, തകർച്ച, കൂമൻകൊല്ലി, നമ്പരുകൾ, വിലാപം (നോവലുകൾ), *തിരക്കിൽ അൽപ്പം സ്ഥലം, പഴയ പുതിയ നഗരം, ആനവേട്ടക്കാരൻ, അനുപമയുടെ കാവൽക്കാരൻ, ഉണിക്കോരൻ ചതോപാധ്യായ, ഉച്ചയുടെ നിഴൽ, കറുത്തമഴ പെയ്യുന്ന താഴ്വര* (കഥാസമാഹാരങ്ങൾ) തുടങ്ങിയവയാണ് ഇതരകൃതികൾ.

വിലാസം: 'അരുൺ', എ ആർ പി ക്യാമ്പ് റോഡ്
പി ഒ മേരിക്കുന്ന്
കോഴിക്കോട്-673 012

കൂടുതൽ വിവരങ്ങൾക്ക്,
www.vatsalap.com
Ph : 0495-2371464
04935-210255
9447424954 (Mob)

ഒന്ന്

വേനൽ. വരണ്ട സ്വപ്നങ്ങൾപോലെ മുൻപിൽ താഴ്വര. ചിറ തൂക്കി നിൽക്കുന്ന കമുകുകൾക്കിടയിലൂടെ അവൾ കല്പടവുകൾ ഇറങ്ങി. പാറക്കല്ലിൽ കൊത്തിയുണ്ടാക്കിയ പടവുകളിൽ നിന്ന് വേനൽ ആളിക്കത്തുന്നു. കാലാവസ്ഥയിലെ മാറ്റം അവളെ വല്ലാതെ തളർത്തി. വേണ്ടതിലധികം ഭാരമുള്ള ബാഗ് വലത്തെ ചുമലിലൂടെ പുറകിലേക്കിട്ട് ഒരു കയറ്റം കയറുന്ന സന്നാഹത്തോടെയാണ് അവൾ ബസിറങ്ങിയത്. ഇറക്കമാണ്. ബാഗ് വലതുവശത്തേക്കു നീക്കി. അതിന്റെ ഉറപ്പുള്ള വാറുകളിലൊന്ന് അവളുടെ വാരിയെല്ലിനെ നോവിച്ചു. ഇല്ല; കുറച്ചുകൂടി ഇറങ്ങണം. പിന്നെ വരമ്പിലൂടെ കുറച്ചുദൂരം. പിന്നെ ഒരു കയറ്റം. വീടെത്തി. വേനലൊഴിവിനു പൂക്കുന്ന സ്വപ്നങ്ങൾ ഇപ്പോൾ മനസിലില്ല. അവളുടെ അമ്മയ്ക്കു രോഗമാണ്. അമ്മ കിടപ്പിലാണ്. കോഴ്സ് കഴിയുന്നതുവരെ അവളെ അറിയിച്ചില്ല നല്ലവനായ പിതാവ്. അനിയനെങ്കിലും എഴുതാമായിരുന്നു! അവനും എഴുതിയില്ല. അടയ്ക്കാപ്പണി ഒഴിഞ്ഞു നേരം കിട്ടിയില്ലത്രേ! എന്നാലും കഞ്ഞി മുടങ്ങിയപ്പോഴെങ്കിലും അപ്പൻ എഴുതിയല്ലോ. അമ്മ നന്നേ അവശയായിരിക്കും. അവലംബമില്ലാത്ത ലതപോലെ ആയിരുന്നു അമ്മ. താങ്ങില്ലാതെ ഒരു കുടുംബഭാരം ചുമന്നു. ഇപ്പോൾ പട്ടുപോയി. അമ്മ ശയ്യാവലംബിയായി. താനെന്തുചെയ്യും എന്നതിനെപ്പറ്റി റോസി അപ്പോൾ ആലോചിച്ചില്ല. അവളുടെ പരീക്ഷകൾ തുടങ്ങാനിരിക്കുന്നതേയുള്ളൂ. കഴിഞ്ഞ പരീക്ഷകളെല്ലാം തുടക്കം മാത്രമായിരുന്നു. എൻറൻസിനെഴുതി ഒരു നഴ്സെങ്കിലും ആവണം. അങ്ങനെ ഈ ഇടുങ്ങിയ താഴ്വരയിൽനിന്നു രക്ഷപ്പെടണം. സ്ത്രീധനത്തെച്ചൊല്ലി കരയാറുള്ള അമ്മയുടെ കണ്ണീരു കാണാൻ വയ്യ. ഇനി അമ്മ കരയുകയില്ലായിരിക്കും. കരയാനാവാത്തവിധം അമ്മ തളർന്നിരിക്കുമോ?

അതിവേഗം പടവുകളിറങ്ങി, അവൾ വയൽവരമ്പിലെത്തി. വരണ്ട കണ്ടങ്ങൾക്കു നടുവിൽ ഇത്തിരിപ്പുഞ്ച. നട്ടത് അമ്മതന്നെയാവും.

വീടിനുമുൻപിലെ വയൽത്തുമ്പിലെത്തിയപ്പോൾ മാദകമായ ഒരു മണം. വിമ്മിട്ടമുണ്ടാക്കുന്ന ഒരു ഗന്ധം. അവൾ ഓർക്കാൻ ശ്രമിച്ചു. മീനച്ചൂടിൽ പടർന്നു വെയിൽ വാട്ടിയ സസ്യങ്ങളുടെ ഉച്ഛ്വാസം പോലെ കാറ്റിനൊത്ത് ആ ഗന്ധം അവളുടെ മൂക്കിൽ അടിച്ചു കയറി. റോസി ചേലത്തുമ്പുകൊണ്ട് മൂക്കു പിടിച്ചു. മുറ്റത്തു കയറിയപ്പോൾ അപ്പൻ. ഒരു മന്ദഹാസത്തോടെ അപ്പൻ പറഞ്ഞു:

"മഞ്ഞൾ പുഴുങ്ങിയ മണമാണ്."

അപ്പോൾ അവൾക്കു ഛർദിക്കാൻ തോന്നി. അപ്പന്റെ വായിൽ നിന്നു നിർഗളിച്ച വാറ്റുചാരായത്തിന്റെ മണമാണോ മഞ്ഞളിന്റെ വെന്ത ഗന്ധമാണോ മുന്നിട്ടു നിൽക്കുന്നതെന്ന് അവൾക്ക് പറയാനാവില്ല. അവൾ പരിസരത്തെ കണ്ണുകൊണ്ടുഴിഞ്ഞു. അതാ അമ്മച്ചി അവിടെ ഉരപ്പുരയുടെ കോലായിൽ തൂണുചാരി ഇരിപ്പുണ്ട്. പിന്നെയും ഉഴറുന്ന മിഴികൾ നാലുപാടും പരിശോധിച്ചു. കൊച്ചാപ്പു തൊഴുത്തിൽ പശുവിനെ കെട്ടുകയാണ്. കണ്ടപടി അവൻ ഓടിവന്നു. വയസു പതിനഞ്ചെങ്കിലും കൊച്ചാപ്പുവിന്റെ മനസ്സ് ഒരു കുഞ്ഞിന്റേതാണ്. അവൾ മുറ്റത്തുനിന്ന് ഉമ്മറത്തു കയറി. കോലായിലെ മേശമേൽവച്ച് ബാഗിന്റെ സിബ്ബ് ഊരി. ഒരു കൊച്ചുപൊതിയെടുത്ത് അവൾ നീട്ടി. നിനക്കിത് തരാൻ പാടില്ലാത്തതാണ്. നീയൊരു കത്തയച്ചില്ല.

അവൻ ലജ്ജയോടെ ചിരിച്ചു. ശിശുവിന്റേതുപോലെ നിഷ്കളങ്കമായ മിഴികൾ ചേച്ചിയുടെ മുഖത്തു പതിപ്പിച്ച് അവൻ പറഞ്ഞു:

"ചേച്ചി പരീക്ഷ എഴുതിയതു മതി!"

അതവൻ എന്നും പറയാറുള്ളതാണ്. എല്ലാ വർഷവും അവൾ ഏതെങ്കിലും പരീക്ഷയ്ക്കു പഠിച്ചുകൊണ്ടിരിക്കുമ്പോൾ കൊച്ചാപ്പു അവളെ കാത്ത് വേനലൊഴിവുകളെ നിരുപയോഗമാക്കി. ഏഴാം ക്ലാസിനപ്പുറം കടക്കാൻ അവനു കഴിയുമായിരുന്നില്ല. അവന്റെ തലച്ചോറിൽ എങ്ങനെയോ ഒരിരുണ്ട ദ്വാരം വീണു കഴിഞ്ഞിരുന്നു.

ജന്മനാ അവൻ ബുദ്ധിമാനായിരുന്നെന്നാണ് അമ്മച്ചി പറയുന്നത്. അല്ലെങ്കിൽ അവനെങ്ങനെയാണ് അവന്റെ അമ്മച്ചിയുടെ ഉള്ളിലുള്ള വിചാരങ്ങൾ വായിച്ചെടുക്കുന്നത്.

"ഞാൻ വലുതാകട്ടെ. ഞാൻ ഈ വീട്ടിലെ കാര്യം നോക്കിക്കോളും."

അപ്പൻ പുഴുങ്ങി ഉണക്കാനിട്ട മഞ്ഞളിനു കാവലിരിക്കുകയാണ്. വെയിലേറ്റു പ്രസരിക്കുന്ന തീക്ഷ്ണഗന്ധം ഉൾക്കൊണ്ടുകൊണ്ട് അപ്പന്റെ ഉള്ളം മദിക്കുന്നത് അവൾ കണ്ടു. ചുവന്ന മിഴികളിലെ വിജയഭാവം മറയ്ക്കാൻ ശ്രമിക്കാതെ പാപ്പച്ചൻ ആകാശത്തേക്കു നോക്കി. മഴക്കാറുകൾ ഇഴഞ്ഞെത്തും മുൻപ് മഞ്ഞൾ ചാക്കിലാക്കണം.

"എടാ കൊച്ചാപ്പൂ, മോളേ റോസീ, വരൂ. മഞ്ഞൾ ചാക്കിൽ നിറയ്ക്കൂ."

"അവളിങ്ങു കയറിവന്നില്ല......" അമ്മച്ചി ഉടനെ വാക്കുകൾ വിഴുങ്ങി. അവർ അകത്തെ മുറിയിലേക്കു മകളെ പിൻതുടർന്നു.

"നീ ഉച്ചക്ക് ആഹാരം കഴിച്ചോ?"

"ഉവ്വ്. ഹോസ്റ്റലിൽ നിന്നു പോരുമ്പോൾ ചപ്പാത്തി എടുത്തിരുന്നു."

"ഉണ്ണുന്നില്ലേ മോളേ? ചക്കക്കറി ഉണ്ട്. മീനും!"

"വേണ്ട. കുളിക്കട്ടെ ആദ്യം."

"ചിറ പാടെ വറ്റിപ്പോയി."

"വെള്ളം പമ്പു ചെയ്തിട്ടാ?"

"വേനൽച്ചൂടും!"

വേനൽ വരട്ടിയ മേട്ടിൽ നിന്നും ചുടുകാറ്റു വീശുന്നു. അവൾ വിചാരിച്ചു, എന്നാണൊരു തണുത്ത കാറ്റു വീശുക?

അറയുടെ മുൻപിലെ ഇടനാഴിയിലെത്തിയപ്പോൾ കോണിയുടെ മറവിൽ അവൾ കണ്ടു.

ചേച്ചി!

അവൾ സ്വയം കുറ്റപ്പെടുത്തി. ഇവിടെ വന്നിട്ട് ഇതുവരെ ചേച്ചിയെ ഓർത്തില്ല. അമ്മച്ചിയേക്കാൾ മുൻപ്.

ഇരുണ്ട കോണിപ്പടികൾ, സുതാര്യമായ ഒരു മെഴുകുപ്രതിമപോലെ നിന്ന ചേച്ചിയുടെ മേൽ കറുത്തു തടിച്ച വരകൾ വീഴ്ത്തി.

പടികൾക്കിടയിലൂടെ അവരുടെ മിഴികൾ ഇടഞ്ഞു. അവർ അങ്ങേ ലോകത്തു നിന്നാണു നോക്കുന്നത്. അവരുടെ മിഴികൾ നിറം മങ്ങിയ നീല സ്ഫടികം പോലെ. ആ അർധസുതാര്യതയ്ക്കപ്പുറം അഗാധമായ നീലക്കയം. കറുത്ത നിഴലുകൾ ഇളകുന്നു.

പതിവുപോലെ ചേച്ചി കുളിച്ചു വസ്ത്രം മാറിയിരിക്കുന്നു. വെള്ള വസ്ത്രങ്ങൾ. അമ്പിന്റെ മുനപോലെ നെഞ്ചിലേക്ക് ഊർന്നിറങ്ങുന്ന, കഴുത്തുള്ള ചട്ട. ശുദ്ധവെള്ള അവരെ ഈ ലോകത്തിന്റേതല്ലാതാക്കുന്നു. കോതി മിനുക്കി കെട്ടിവച്ച തലമുടിയിൽ ചായംപോയ ഒരിരുമ്പുപിന്ന് കുത്തിക്കയറ്റിയിരിക്കുന്നു. അവർക്കു കറുത്ത മുടിപ്പിന്നുകൾ വാങ്ങിക്കൊണ്ടുവരേണ്ടതായിരുന്നു. ഇവിടെ ഈ വീട്ടിൽ ചേച്ചിയുടെ ആഗ്രഹങ്ങളറിഞ്ഞു ചെയ്യാൻ ഒരാളുമില്ലെന്ന് റോസി പരിതപിച്ചു. അവർ ആകെ ഉപയോഗിക്കുന്ന ഒരലങ്കാരവസ്തു കറുത്ത കമ്പികൊണ്ടുള്ള ബോപിന്നാണ്. കട്ടികൂടിയ തലമുടിയൊതുക്കാൻ മറ്റൊരുപായവും ഇല്ല. പ്രേതലോകത്തുനിന്നെന്നപോലെ പ്രകാശമില്ലാത്ത, ആത്മാവില്ലാത്ത, ഒരു ചിരി. ആ നോട്ടം എന്നും റോസിയെ പരിഭ്രമിപ്പിച്ചു. ചേച്ചി കാണാതെ റോസി അവരെ ഉറ്റുനോക്കും. എത്ര സുന്ദരമായ ഒരു മുഖം! ഇപ്പോൾ ജീവനില്ലാത്ത ഒരു പ്രതിമ. പതിവുപോലെ ഇന്നും അവർ തമ്മിൽ വാക്കുകളാൽ സംസാരിച്ചില്ല. റോസി പരീക്ഷക്കു തയ്യാറെടുക്കാൻ വന്നതാണെന്നു ചേച്ചിക്കറിയാം. വേനലുകളിൽ ഹോസ്റ്റൽ കവാടങ്ങൾ അടയുമ്പോൾ റോസിക്കു തിരിച്ചുവരാതെ തരമില്ല. അഞ്ചാറു വർഷങ്ങൾക്കു മുൻപൊരിക്കൽ ചേച്ചി റോസിക്കെഴുതിയിരുന്നു:

"ഒഴിവുകാലത്ത് അടയ്ക്കാത്തൊരു ഹോസ്റ്റലായിരുന്നു നിനക്കു വേണ്ടിയിരുന്നത്."

വർഷത്തിൽ മുന്നൂറ്ററുപത്തഞ്ചു ദിവസവും വീടുവിട്ടിറങ്ങാത്ത ചേച്ചി ഈ വീടിനെയും ഇതിനകത്തുള്ളവരെയും കഠിനമായി വെറുക്കുന്നുവെന്ന് റോസിക്കറിയാം. ഒരിക്കലും ചേച്ചിയുടെ മനസ്സ് അവൾക്കു പിടികൊടുത്തിരുന്നില്ല.

ചേച്ചിയുടെ വിളർത്ത മുഖത്ത് വെറുപ്പിന്റെ ഒരു കണികപോലും ഇല്ല; സ്നേഹത്തിന്റെയും. വീഥികളിൽ ഒരരക്ഷണനേരം മാത്രം മിന്നിമായുന്ന ഒരു പ്രകാശം മാത്രമാണ് അവർക്കു റോസിയോടുള്ള വാത്സല്യം. റോസി അതിനുവേണ്ടി മാത്രം ഗുഹപോലെ ഇരുണ്ട ഇടനാഴിയിലൂടെ കോണിപ്പടികളുടെ മറവിൽ നിൽക്കുന്ന മുറിയുടെ നേർക്കു നടന്നു ചെല്ലും. അവർ വാതിലിന്റെ ഒരു പൊളിമാത്രമെ തുറക്കുകയുള്ളു. അതും കുളിക്കാൻ പോകുമ്പോൾ, ആഹാരം എടുക്കാൻ അടുക്കളത്തളത്തിലേക്കു ചെല്ലുമ്പോൾ......

റോസി മുതിർന്നതിനുശേഷം ഒരിക്കലെങ്കിലും ചേച്ചിയുടെ മുറിയിൽ കടന്നുചെന്നിട്ടില്ല. പാതി തുറന്ന വാതിലിനു പുറകിൽ നിന്നാണ് അവർ റോസിയുടെ നേർക്കു തിളങ്ങുന്ന മിഴികൾ നീട്ടിയത്. ഉമ്മറത്തു സന്ധ്യാദിപം കൊളുത്തിക്കാണിക്കുന്ന ഒരു വീട്ടമ്മയെപ്പോലെ പാതി മാത്രം തെളിയുന്നൊരു മുഖം. പാടലവർണത്തിന്റെ അനഭിഗമ്യത. അവർ പൗഡറിടുകയോ കണ്ണെഴുതുകയോ ചെയ്യാറില്ല. അവരുടെ മുറിക്കകത്തു നിന്നു ജീർണിച്ച മച്ചിന്റെയും അവർ തലയിൽ തേച്ചു കുളിക്കുന്ന വെളിച്ചെണ്ണയുടെയും ഗന്ധം പ്രസരിച്ചു.

ഒരു നിമിഷം കോണിയുടെ അപ്പുറവും ഇപ്പുറവും നിന്ന് അവർ മൗനമായി കുശലാന്വേഷണം നടത്തി. അകത്തെവിടെയോ ഒരു കതകു തുറക്കുന്ന ശബ്ദം.

മന്ത്രിക്കുന്ന സ്വരത്തിൽ തീർത്തും അപ്രതീക്ഷിതമായി ഒരു ചോദ്യം:

"പരീക്ഷയിൽ ജയിക്കണം എന്നുണ്ടെങ്കിൽ നിനക്ക് പട്ടണത്തിലെങ്ങാനും ഒരു പാർപ്പിടം കണ്ടെത്താമായിരുന്നു!"

"കോൺവെന്റിൽ താമസിക്കാൻ എനിക്കിഷ്ടമില്ല." അവൾ പറഞ്ഞു:

"നല്ലത്." ചേച്ചി അകത്തേക്കു വലിഞ്ഞു. വാതിൽ ഒരു കൺപോളപോലെ അടയുന്നു.

റോസിയുടെ ഉള്ളിൽ ഒരു തേങ്ങലുണർന്നു.

തോട്ടിലേക്കു നടക്കുമ്പോൾ കൊച്ചാപ്പു അവളെ അനുഗമിച്ചു. അവന് എന്തോ പറയാനുണ്ട്. പശുവിന് പുല്ലരിയാനുള്ള ഒരരിവാൾ അവന്റെ കൈയിലുണ്ട്.

"കൊച്ചാപ്പു, നീയിവിടെ എന്താണ് ചെയ്യുന്നത്?"

"ഞാൻ ചേന നട്ടിരിക്കുന്നു."

"ചേന കിളച്ചു വിൽക്കുമ്പോൾ നീയെനിക്കു കാശു തരുമോ?"

"ചേച്ചിക്കെന്തിനാണ് കാശ് എന്നാണ് അപ്പൻ ചോദിക്കുന്നത്!"

"ഒരു പ്രയാസവുമില്ലാതെ വേണ്ടതു കിട്ടുമെന്ന്! ചേച്ചിക്ക് സ്കോളർഷിപ്പുണ്ടോ?"

"ഉണ്ട്". അവൾ ഒരു കള്ളം പറഞ്ഞു. സ്വന്തം കഴുത്തിലെ ആഭരണം വിറ്റാണ് അവൾ ഹോസ്റ്റൽ ഫീസ് അടച്ചിരുന്നത്. അമ്മ വളർത്തുന്ന കോഴിമുട്ടപോലും അവരറിയാതെ അപ്പൻ ചാരായഷാപ്പിലെത്തിക്കുന്നു.

റോസിക്ക് ഇവിടംവിട്ട് ഓടിപ്പോകണമെന്നുണ്ട്. അമ്മയെയും ചേച്ചിയെയും കൊച്ചാപ്പുവിനെയും വിട്ട് തൊണ്ടയിലെ മുള്ളുപോലെ തറച്ചു കിടക്കുന്ന കൊച്ചുകൊച്ച് അനുഭവങ്ങൾ പറിച്ചുകളഞ്ഞ്. പക്ഷേ,റോസിക്ക് അതു സാധിക്കയില്ല. അനുഭവങ്ങൾ വിശക്കുന്ന ചെന്നായ്ക്കളെപ്പോലെ അവളെ വേട്ടയാടിക്കൊണ്ടിരുന്നു. നിസ്സാരങ്ങളെന്നു പുറമെ തോന്നാവുന്ന കാര്യങ്ങൾ! കഴിഞ്ഞ വേനലൊഴിവിന് അവൾ തീരുമാനിച്ചു.

—ഞാൻ വീട്ടിലേക്കു പോകുന്നില്ല!

ഹോസ്റ്റലിൽ നിന്നു ബാഗുമായി അവൾ നേരെ പോയത് ബാംഗ്ലൂർക്കാണ്. ബാംഗ്ലൂരിൽ മനശ്ശാന്തി നൽകുന്ന പല താവളങ്ങളുമുണ്ടെന്ന് അവൾ കേട്ടിരുന്നു.

സന്യാസിവര്യനെപ്പോലെ സാത്വികനായ ഒരു കർമയോഗി, സർവമതങ്ങളും ഒന്നാണെന്നു പ്രചരിപ്പിക്കുന്ന ഫാദർ ദാനിയേൽ. ഒരു മതത്തിലും വിശ്വാസമില്ലാത്ത പവിത്രൻ. പവിത്രൻ പ്രായംകൊണ്ടു ചെറുപ്പമായിരുന്നുവെങ്കിലും കത്തിക്കഴിഞ്ഞു കനൽ അടങ്ങാത്ത ചിന്തകൾകൊണ്ടു പാകത വന്നവനാണ്. ഈ മൂന്നിലൊരു വഴി തെരഞ്ഞെടുത്തു രണ്ടു മാസം കഴിക്കാം, ഡിഗ്രി മൂന്നാം വർഷം പൂർത്തിയാക്കാതെ ഒരു തൊഴിൽ തേടാം എന്നെല്ലാം അവൾ മനസ്സിൽ കണ്ടു.

എത്തിപ്പെട്ടത് സന്യാസിവര്യന്റെ ആസ്ഥാനത്ത്. വിശാലവീഥിയിലൂടെ നടന്നുചെന്നെത്തുന്ന മാർബിളിൽ നിർമിച്ച വലിയൊരു കൊട്ടാരം. ഒരു സുഖവാസകേന്ദ്രം. പക്ഷെ, സജ്ജീകരണങ്ങളെല്ലാം അതീവ ലളിതം. ചെന്നുപെടുന്ന ആർക്കും സൗജന്യആഹാരം. അവളുടെ പക്കൽ പണമില്ലായിരുന്നു. പൂന്തോട്ടം നനയ്ക്കുകയായിരുന്ന സന്യാസിനിയുടെ മുഖം. അരുണോദയത്തിലെ വിടരുന്ന താമരപ്പൂപോലൊരു മുഖം. പ്രായം അവരെ വഴിമാറിക്കടന്നുപോയതുപോലെ. അവർക്കു റോസിയുടെ അമ്മച്ചിയുടെ പ്രായമുണ്ടായിരിക്കണം. അവരുടെ സ്വരത്തിന് ഒരായുസിന്റെ പക്വത കൈവന്നിരുന്നു.

ശങ്ക വിട്ട് അവൾ മാർബിൾ പടവുകൾ കയറി. ചുവന്ന മണ്ണും വെളുത്ത മണലും കലർത്തി വിരിച്ച പാതയുടെ ഇരുവശത്തും പൂത്തു നിൽക്കുന്ന ചെടികൾ ഭൂമിയെ നമസ്കരിച്ചു പുഷ്പാർച്ചന നടത്തുന്നു. പൂവാലി വാർക്കുന്ന ജലധാരകളുടെ പേലവസ്പർശമേറ്റ് പൂക്കൾ നിർ

വൃതി നുകരുന്നു. അവർ നന അവസാനിപ്പിക്കാറായിരുന്നു. കണ്ണുകൊണ്ട് റോസിയെ ഇരിക്കാൻ ക്ഷണിച്ചു. തൊട്ടടുത്ത ആൽവൃക്ഷത്തിന്റെ തറയിലേക്ക്. ആലിൻചോട്ടിൽ ഒറ്റക്കല്ലിൽ തീർത്ത ഇരിപ്പിടങ്ങൾ. ആ ഇരിപ്പിടങ്ങളും ആൽവൃക്ഷവും പുൽത്തകിടിയും പൂന്തോപ്പും വീഥികളുമെല്ലാം ഒറ്റ ശിൽപ്പത്തിന്റെ വിവിധ അവയവങ്ങൾ പോലെ കാണപ്പെട്ടു. സന്യാസിനിയെപ്പോലും അതിൽനിന്നു മാറ്റി നിർത്താൻ കഴിയില്ല. അസാധാരണമായ ഒരു ശക്തി അദൃശ്യമായൊരു ചരടുകൊണ്ടു തന്നെ ബന്ധിക്കുന്നതുപോലെ റോസിക്കു തോന്നി. പക്ഷേ, ഏതാനും നാളുകൾക്കു ശേഷം ഭ്രമണപഥത്തിൽ നിന്ന് ഒരുൽക്കപോലെ അവൾ വലിച്ചെറിയപ്പെട്ടു. എന്താണ്, എവിടെയാണ് തെറ്റിയത്?

രണ്ട്

തോട്ടിൽ വെള്ളം കുറവ്. എങ്കിലും ഒഴുക്കു നിലച്ചിട്ടില്ല. വാടി വീണ ഇലകളുടെ തോണിയിലേറി ഉറുമ്പുകൾ ഒഴുകിപ്പോവുന്നത് അവൾ കണ്ടു.തോട്ടുവക്കത്തെ കൈതകളുടെ കൈയിൽ വന്നിരുന്നു ചക്രവാളത്തിലേക്കു നോക്കുന്ന വലിയ വെള്ളക്കൊക്കുകൾ.

മുട്ടിനു വെള്ളമേ ഉള്ളൂ. ഭാഗ്യത്തിന് ആരും കന്നിനെ കുളിപ്പിച്ചിട്ടില്ല. കടവ് തീർത്തും ശൂന്യമാണ്. അധികം പേരും താഴെ പുഞ്ച നനയ്ക്കാൻ കുഴിച്ച ചിറയിലാണ് കുളി. കെട്ടിനിൽക്കുന്ന ചിറയിൽ കുളിക്കുന്ന കാര്യം ഓർക്കാൻ വയ്യ.

അവൾ തോട്ടിലെ മണലിൽ ഒരു നീണ്ട കുഴി കുഴിക്കാനാരംഭിച്ചു. വെള്ളം കലങ്ങുകയും പെട്ടെന്നു തെളിയുകയും ചെയ്യുന്നു. അരിമണി പോലെ വലിയ പൂഴിത്തരികൾക്കുമീതെ അലസമായി മേഞ്ഞുനടക്കുന്ന മീനുകൾ. കൈതക്കാടിനടുത്ത് കഷ്ടിച്ചു മുങ്ങാം. മണലിൽ കുഴിച്ചതു കൊണ്ട് ഒരു പ്രയോജനവുമില്ല. വയൽവരമ്പുകൾ വിജനമാണ്. റോസി കുളികഴിഞ്ഞു വീട്ടിലേക്കു നടന്നു. അലക്കിയ സാരി കൈത്തണ്ടിൽ ഞാണു കിടന്നു. വഴിനീളെ നീരിറ്റു വീണു.

പെട്ടെന്നു സന്ധ്യയായി. ഇരുളാൻ തുടങ്ങി.

ഉമ്മറത്ത് ഒരു വിളക്കു കത്തുന്നുണ്ട്. അവൾക്കദ്ഭുതം. എവിടെ ഇലക്ട്രിക് ബൾബ്? കണക്ഷൻ കിട്ടീട്ട് രണ്ടുവർഷമേ ആയുള്ളൂ. മുറ്റവും തോട്ടവും ഇരുട്ടിലാണ്ടു. ഈ അരണ്ട വെളിച്ചത്തിലിരുന്ന് ഏതായാലും പഠിക്കാനൊക്കുകയില്ല. ഹോസ്റ്റലിലെ ജീവിതം അവളെ നാട്ടിൻപുറത്തു കാരിയല്ലാതാക്കുകയാണ്. എത്രയോ വർഷങ്ങൾ ഈ വിളക്കിനു മുൻപി

ലിരുന്നു പഠിച്ചു. പാസാവുകയും ചെയ്തു. അപ്പോൾ വിളക്കല്ല പ്രശ്നം. മറ്റെന്തോ ആണ്. അവളുടെ ആത്മവിശ്വാസം ചോർന്നു പോവുകയാണോ? എൻട്രൻസ് ജയിച്ചാലും പഠിക്കാൻ പണമെവിടെ? ഹോസ്റ്റൽ ധർമശാല അല്ലല്ലോ.

അപ്പനെ അവിടെയെങ്ങും കണ്ടില്ല.

"മഞ്ഞൾ കൊടുത്തു കുടിക്കാൻ പോയിരിക്കുകയാണ്." അവൾ അമ്മയുടെ വാക്കുകൾക്കു മറുപടിയൊന്നും പറഞ്ഞില്ല. മഞ്ഞൾകൊണ്ടു പോയ്ക്കഴിഞ്ഞിട്ടും വീട്ടിനകം അതു പടർത്തിയ തീക്ഷ്ണഗന്ധത്താൽ അരോചകമായിത്തോന്നി.

ഊൺതളത്തിലെ തടിമേശയുടെ ഒരു ഭാഗത്ത് അവളിരുന്നു. നടുവിൽ വിളക്ക്. പുകയുതുന്ന വിളക്ക്. കൊച്ചാപ്പു ഊണുകഴിഞ്ഞ് ഉറങ്ങാൻ വട്ടം കൂട്ടുകയാണ്. കിടക്കുന്നതിനുമുൻപ് അമ്മ അവന്റെ വായിൽ ആട്ടിൻ പാലിൽ അരച്ച ഒരു ഗുളിക പകർന്നുകൊടുക്കുന്നു. വഴിപാടുപോലെ അനേകവർഷങ്ങളായി തുടരുന്ന ചികിത്സ. അവന്റെ ബുദ്ധിവികസിക്കുമെന്നുതന്നെ അമ്മ ഉറച്ചു. മരുന്നുകഴിച്ചാൽ സ്വതഃസിദ്ധമായ തന്റെ നിഷ്കളങ്കതയോടെ കൊച്ചാപ്പു അമ്മയോടു ചോദിക്കുന്നു.

"ഇപ്പൊ എന്റെ തലച്ചോറ് വികസിക്കുന്നുണ്ടാവുമോ അമ്മച്ചീ...
തലച്ചോറിലുണ്ടായ വിള്ളൽ കുറഞ്ഞുവന്ന്...."

"ഓ"

"എന്നിട്ട് എനിക്ക് പത്താംക്ലാസ്സ് ജയിച്ച് ഒരു പണി കിട്ടോ?"

"തീർച്ചയായും!"

"പട്ടണത്തിലൊരു പണി?"

"ഓ"

അവനും ഇവിടം മടുത്തിരിക്കുന്നു. എല്ലാവരും ഓടിപ്പോകാനാഗ്രഹിക്കുന്നു. രാവും പകലുമില്ലാതെ നരച്ചു നീണ്ടൊരു കാലത്തിൽ നിന്ന് രക്ഷപ്പെടൽ.

മേശപ്പുറത്തു മൂന്നു കിണ്ണങ്ങളിൽ നിന്ന് ആവി പറക്കുന്നു. നെടുവീർപ്പുപോലെ കോണിച്ചോട്ടിലെ മുറിയുടെ വാതിൽ കരയുന്നു. ചേച്ചി കടന്നു വന്നു. പതിവുപോലെ ഏറ്റവും കുറച്ചുമാത്രം വിളമ്പിയ കിണ്ണത്തിലെ കഞ്ഞി കുറെക്കൂടി മറ്റൊരു കോപ്പയിലേക്കു പകർന്ന് ശേഷിച്ചതുമായി അവരുടെ മുറിയിലേക്കു കടന്നുപോയി. രാത്രി അവർക്കാഹാരം പതിവില്ല. ഇന്നു റോസി വന്നതുകൊണ്ടാണ്. അമ്മയുടെ ഉള്ളം പുകഞ്ഞ് ഒരു ദീർഘനിശ്വാസം പുറത്തേക്കൊഴുകുന്നു. ചേച്ചി അവശേഷിപ്പിച്ച കുന്തിരിക്കത്തിന്റെ ഗന്ധം കഞ്ഞിയുടേതുമായി കൂടിക്കലർന്നു. ഇന്ന് അവർ അവരുടെ മുറിയിൽ കുന്തിരിക്കം പുകച്ച് യേശുദേവന്റെ മുൻപിലെ പൂപ്പാത്രത്തിൽ വെളുത്ത പൂക്കൾ നിറച്ചു വച്ചിരിക്കും.

കിടക്കുന്നതിനുമുൻപ് ചേച്ചിക്ക് മുറിയിലെ കെടാവിളക്കിനുമുൻപിലിരുന്നു പ്രാർഥിക്കണം.

എന്താണ് ചേച്ചി പ്രാർഥിക്കാറുള്ളതെന്ന് റോസി അദ്ഭുതപ്പെട്ടു. സ്വന്തം ആത്മശാന്തിക്കായി – പക്ഷേ, അവരുടെ ആത്മാവിലെ അശാന്തിക്കു പരിഹാരമില്ല. അവരെ വിവാഹം ചെയ്ത പുരുഷൻ ഇപ്പോഴും ജീവിച്ചിരിക്കുന്നു. വിദേശത്തെവിടെയോ. അയാൾ തിരിച്ചുവരുമെന്നു ചേച്ചി പ്രതീക്ഷിക്കുന്നില്ല. വരരുതേ എന്നു പ്രാർഥിക്കുകയും ചെയ്യുന്നു. പള്ളിയിൽ ഒരു റാണിയെപ്പോലെ ഇറങ്ങിവന്ന ചേച്ചിയുടെ രൂപം ഇപ്പോഴും മനസിലുണ്ട്. വെള്ളിക്കിരീടത്തിൽ നനുത്തു വെളുത്ത പൂക്കൾ കൊണ്ടലങ്കരിച്ച്. കൂടെ കാപ്പിപ്പൊടിയുടെ നിറമുള്ള സൂട്ടുധരിച്ച മണവാളൻ. ജോസഫ് ചേട്ടൻ. ദൈവം കൂട്ടിച്ചേർത്ത മനോഹരമായ ഒരു ജോടി. അസൂയ നിറഞ്ഞ അനേകം നയനങ്ങൾ അന്നു ചേച്ചിയെയും ജോസഫ്ചേട്ടനെയും കളങ്കപ്പെടുത്തി എന്നാണമ്മച്ചി പറഞ്ഞിരുന്നത്. ഇപ്പോൾ ആരും ഒന്നും ചേച്ചിയെപ്പറ്റി സംസാരിക്കാറില്ല. ചേച്ചി അവരുടെ ലോകത്തോടു വിട പറഞ്ഞിരിക്കുന്നു. ഓവറയിൽ അവർ പാത്രം കഴുകുന്ന ശബ്ദം. പിന്നെ കാർക്കിച്ചു തുപ്പുന്നു. ഇപ്പോൾ മെത്തയിൽ നീണ്ടു നീർന്നു വിശ്രമിക്കുകയാവും.

"റോസീ, കഞ്ഞി തണുത്തു!"

അവൾ തണുത്ത കഞ്ഞി കോരിക്കുടിച്ചു. അതു ചങ്കിൽ തടഞ്ഞു നിൽക്കുന്നു. നാടൻ അരിയുടെ സ്വാദ് നഷ്ടമായ ബാല്യത്തിന്റെ സ്മരണപോലെ. അവൾ എഴുന്നേറ്റു കൈകഴുകി. അമ്മച്ചി കിടപ്പറയിലേക്കു പോയി. അമ്മച്ചിയുടെ ആരോഗ്യം വളരെ മോശമായിരിക്കുന്നു. ശരീരം നന്നെ ശോഷിച്ചു. അയലത്തെ മറിയാമ്മച്ചേടത്തി ഇല്ലായിരുന്നെങ്കിൽ അമ്മച്ചി ജീവനോടെ ഇരിക്കില്ലായിരുന്നു എന്നാണ് കൊച്ചാപ്പു പറയുന്നത്. മറിയാമ്മച്ചേടത്തിയാണ് അമ്മച്ചിയെ ആശുപത്രിയിൽ കൊണ്ടുപോകുന്നത്. അടുക്കളക്കാര്യം നോക്കുന്നതും മറിയാമ്മച്ചേടത്തി തന്നെ. അപ്പൻ കള്ളുകുടിച്ചു ലക്കില്ലാതെ വരുമ്പോൾ ശകാരിക്കുന്നതും മറിയാമ്മച്ചേടത്തി തന്നെ.

ഇന്നലെ കിട്ടിയ കത്ത് മറിയാമ്മച്ചേടത്തി ആരെക്കൊണ്ടോ എഴുതിച്ചതായിരുന്നു.

—മോളേ അമ്മയുടെ കാര്യം പോക്കാണ്.

അമ്മയുടെ രോഗം മാറുന്നതല്ലെന്നു കൊച്ചാപ്പുവിനുപോലും അറിയാം.

റോസി അമ്മയുടെ മുറിയിലേക്കു നടന്നു. പഴയ വൃത്തിയും വെടിപ്പും ഇല്ല. ഒരു മൂലയ്ക്ക് മേശപ്പുറത്തു വേദപുസ്തകം. കന്യാമറിയത്തിന്റെ ഫ്രെയിം ചെയ്ത ചിത്രം. പിന്നെ കുപ്പികൾ. മരുന്നുകുപ്പികൾ. ഗുളികയുടെ ആവരണങ്ങൾ. ചുക്കുവെള്ളത്തിന്റെ പാത്രം. കന്യാമറിയ

ത്തിന്റെ മുൻപിലുള്ള താലത്തിൽ സാധാരണ ഇക്കാലത്തു കാണാറുള്ള മുല്ലമൊട്ടുകളില്ല. പൊടി. കാലം കൊഴിച്ചിട്ട പൊടിമാത്രം. ക്ലാവു പിടിച്ച താലം ഇരുട്ടിൽ അദൃശ്യമായിക്കിടക്കുന്നു. അവൾ വിളക്കിന്റെ തിരി നന്നേ താഴ്ത്തി. മുറി ഇരുട്ടിലായി. ഇത്തിരിവെട്ടത്തിൽ കന്യാമറിയത്തിന്റെ മുഖത്തെ യാചനാഭാവം തെളിഞ്ഞുനിന്നു.

ഒച്ചയുണ്ടാക്കാതെ വാതിൽ ചാരി, അവൾ സ്വന്തമെന്നു പറയാറുള്ള മുറിയിലേക്കു കടന്നു. ഊൺമേശമേലുള്ള ചിമ്മിനിവിളക്കു തുടച്ചിട്ട് അനേകം നാളുകളായി. ഊൺമേശമേലുള്ള വിളക്കെടുത്ത് അവൾ ചിമ്മിനി ഊരി സോപ്പിട്ടു കഴുകി. ദീർഘകാലം കഴുകാതിരുന്നതിനാൽ ചിമ്മിനിയുടെ മുഖം തെളിഞ്ഞില്ല. പാതി തെളിഞ്ഞ ചിമ്മിനിയിലൂടെ വെളിച്ചം അവളുടെ കൈത്തണ്ടിലും മേശമേൽ മലർത്തിവെച്ച പുസ്തകത്തിലും വീണു. ദൂരെ വടക്കുകിഴക്കൻ മലനിരകളെ മിന്നിച്ചുകൊണ്ട് ഇടി മുരണ്ടു. പിന്നീട് ആ മുരൾച്ച ഗർജനമായി. മിന്നൽ അടുത്തെത്തി. തെങ്ങിൻതലപ്പുകൾ ഭീതരായി നോക്കി നിന്നു.

ഓർക്കാപ്പുറത്ത് ഇടിവെട്ടി. മിന്നൽപ്പിണർ അവളുടെ ചുമലിനെ വലയം ചെയ്തു. ചാരായത്തിന്റെ രൂക്ഷഗന്ധമുള്ള കാറ്റു വീശി.

"ഹം..........മ്മേ.........!"

"ആരെയാണെടീ നീ വിളിക്കുന്നത്. കാൽപ്രാണനില്ലാത്ത തള്ളയേയോ?"

ചാരായത്തിന്റെ നനവുള്ള താടിരോമങ്ങൾ അവളുടെ കഴുത്തിൽ ആണിപോലെ തറച്ചു. സർവശക്തിയും ആവാഹിച്ച് അവൾ ആഞ്ഞു തള്ളി. എന്തെല്ലാമോ ഇടിഞ്ഞു പൊളിഞ്ഞു. മേശമേൽ അടുക്കിവെച്ച പിഞ്ഞാണങ്ങൾ ഘോരമായ ഒരലർച്ചയോടെ ചിതറിത്തെറിക്കുന്നു. ഒരു മൃഗത്തിന്റെ മുരൾച്ച. ഇടിത്തീയിൽ ഞരങ്ങുന്ന വൃക്ഷങ്ങൾ. അവൾ പുറത്തേക്കോടി. മിന്നലുകൾ വഴി കാണിച്ചു. മറിയാമ്മച്ചേടത്തിയുടെ കൈ ജനലഴികൾക്കിടയിലൂടെ നീണ്ടുവന്നു.

"അരുതേ, ജനലടയ്ക്കും മുൻപ് വാതിലൊന്നു തുറക്കൂ."

പക്ഷേ, ഒരു ശബ്ദവും പുറത്തുവന്നില്ല.

അവളുടെ കാലൊച്ച നെഞ്ചിടിപ്പുമായി കൂടിക്കലരുന്നു. മറിയാമ്മച്ചേടത്തിയുടെ നനഞ്ഞ തിണ്ണയിൽ വീണ് അവൾ ഭൂമിയിൽ മുഖമമർത്തി.

"ആരാണ്.... ആരാണ്. മനുഷ്യന് കിടക്കപ്പൊറുതിയും ഇല്ലാതായോ?" അൽപ്പം ഭയപ്പാടോടെ മറിയാമ്മച്ചേടത്തി കതക് ഇത്തിരി തുറന്നു....

ആരാണ് നിലവിളിച്ചതെന്ന് അവൾക്ക് ഓർക്കാൻ കഴിയുന്നില്ല. ശബ്ദത്തിന്റെ കതകുകൾ ഒരലർച്ചയോടെ തുറക്കുകയായിരുന്നു. നനഞ്ഞും പുകഞ്ഞുംകൊണ്ട് വേനൽക്കാലരാവിലെ മഴ അവളെ അസ്വ

സ്ഥയാക്കി. ഇറയത്തെ പുൽത്തുമ്പിലൂടെ കണ്ണീരുപോലെ വാർന്നു വീഴുന്ന ജലകണങ്ങളെ മുറിച്ചു വീണ്ടും മഴക്കാറു വീശി. മറിയാമ്മച്ചേടത്തിയുടെ ജോലിചെയ്ത പരുക്കനായ കൈകൾ അവളുടെ ശിരസ്സിലൂടെ സഞ്ചരിച്ചു. പതുക്കെ... പതുക്കെ... ഒരു ലാളനയുടെ സുഖം അവൾ അന്നാദ്യമായി അനുഭവിക്കുകയായിരുന്നു.

മൂന്ന്

ഹൃദയത്തിനു തീ പിടിച്ചതുപോലെ. തീനാളങ്ങൾ അവളുടെ ശരീരത്തിൽ നിന്നു പുറത്തേക്കു ചീറ്റുകയാണ്. വീട്ടിനകത്തിരുന്നാൽ എല്ലാം കത്തി നശിക്കുമെന്ന് അവൾ ഭയന്നു. ഈ നരകത്തീ ഒതുക്കാനുള്ള കുളിർമ, പാവം, എന്റെ വീടിനില്ല.

അവൾ തന്റെ വെളുത്ത കൈവണ്ണയിൽ തുറിച്ചുനോക്കി. ഉടഞ്ഞുപോയ കുപ്പിവളകളുടെ ദന്തക്ഷതങ്ങൾ. അതിന്റെ നീറ്റൽ അവൾ അറിഞ്ഞില്ല. ചുവപ്പുമാഞ്ഞ് കറുത്തു നീലിച്ചപാടുകൾ. ഇത് എന്റെ സ്ത്രീത്വത്തിനേറ്റ ക്ഷതമാണല്ലോ, എന്റെ കർത്താവേ....

നേരം പുലരുന്നില്ല. എനിക്കിനി നേരം പുലരുകയില്ലല്ലോ. മണ്ണെണ്ണ കുറഞ്ഞു കരിന്തിരി കത്താൻ തുടങ്ങിയ മുട്ടവിളക്കിൽ മറിയാമ്മച്ചേടത്തി വീണ്ടും എണ്ണയൊഴിച്ചു. അർധരാത്രിയിലെപ്പോഴോ പതിവുപോലെ അവർ അന്നു രാത്രി വിളക്കണച്ചതേയില്ല. കുടിലിന്റെ വാതിൽ അവർ ഭദ്രമായി അടച്ചുകെട്ടി. മെയ്മാസരാവുകളിൽ അവർ വാതിൽ പുറമെ നിന്നു ചാരി ഉമ്മറത്തു കിടക്കുകയാണ് പതിവ്. അവരുടെ കുടിലിലേക്കു കയറിവരാൻ മാത്രം നീചമനസ്കനായ ഒരു മോഷ്ടാവ് ഗ്രാമത്തിലില്ലെന്ന് അവർക്കറിയാം. ഇന്ന് അവർ എണീറ്റുപോയി ഒരിക്കൽകൂടി കതകിന്റെ ബന്ധനം പരിശോധിച്ചു. മെടഞ്ഞ കൈതനാരുകൊണ്ട് പലവുരു കോർത്തുകെട്ടിയ, ചായപ്പെട്ടിയുടെ പലകയിൽ തീർത്ത കതക് സ്വയം നൊന്തതുപോലെ കരഞ്ഞു.

കാറ്റില്ല, മുറിക്കകത്തോ തന്റെ ഉള്ളിലോ ചൂട് കൂടുതലെന്നു പറയാൻ വയ്യ. അവൾ ആകെ വേവുകയായിരുന്നു. താഴ്വരയിലെങ്ങോ നിന്ന് ഒരു കാലങ്കോഴി കൂവാൻ തുടങ്ങി.

കൂഹ്ഹൂ...... കൂഹ്ഹൂ....

മറിയാമ്മച്ചേടത്തി പറഞ്ഞു.

"ഇതിന്റെ ഒച്ച കേൾക്കാൻ തുടങ്ങിയിട്ട് കുറച്ചീസായി. മലയോരത്തെ പനയുടെ മുകളിലെങ്ങോ അവൻ വന്നു കൂടീട്ടുണ്ട്. ഇനി മഴക്കാലം കഴിഞ്ഞേ അവൻ ഇവിടം വിട്ടു പോകൂ."

റോസി തിരിഞ്ഞുകിടന്നു. മറിയാമ്മച്ചേടത്തിയുടെ അനിയത്തി കൊല്ലത്തിലൊരിക്കൽ വിരുന്നുവരുമ്പോൾ കിടക്കാൻ കൊടുക്കുന്ന ഒരു മെത്തപ്പായ് ആയിരുന്നു അത്. അവർ അതിന്മീതെ അലക്കിയലക്കി പിഞ്ഞിപ്പോയ ഒരു വിരി വിരിച്ചിരുന്നു. വിരി കടിക്കുകയും മാന്തുകയും ചെയ്യുന്നു എന്ന് റോസിക്ക് തോന്നി. രാവിന് എണ്ണമില്ലാത്ത പല്ലും നഖവും മുളച്ചിരിക്കുന്നു.

പിന്നെ മറിയാമ്മച്ചേടത്തിയുടെ കൂർക്കം വലി കേൾക്കാൻ തുടങ്ങി. ഒരു പരാതിപറച്ചിലിന്റെ താളക്രമമുള്ള ശ്വാസം. ഭീതിദമായ കാഴ്ചകണ്ടു നടുങ്ങി നിൽക്കുകയും പിന്നെയും യാത്ര തുടരുകയും ചെയ്യുന്ന ഉറക്കത്തിന്റെ ഉൾവിളിപോലെ.

കതകിൽ മീനക്കാറ്റു വന്നു ചിലപ്പോൾ മുട്ടിത്തിരിഞ്ഞു. പിന്നെ ഇരുട്ട്. ഇരുട്ടിന്റെ കയത്തിൽ മുങ്ങിത്താണ് അവളുടെ ആത്മാവ് ഒരു അനാഥയെപ്പോലെ നിലവിളിച്ചു. ആ നിലവിളി അവൾക്ക് വ്യക്തമായും കേൾക്കാം. കയത്തിൽ വിഷപ്പാമ്പുകൾ ഇഴയുന്നു. ദൂരെ ദൂരെ ചക്രവാളത്തിന്റെ ഇരുണ്ട താഴ്വരയിൽ ഒരു മിന്നാമിനുങ്ങിന്റെ വെളിച്ചമെങ്കിലും.

പുലരാറായപ്പോൾ ഒരു മങ്ങിയ വെളിച്ചം കയത്തിലേക്ക് ആദ്യത്തെ കൈകൾ നീട്ടി.

അവൾ പൊടുന്നനെ എണീറ്റിരുന്നു.

തലമുടി വാരിക്കെട്ടി. സാരി കുടഞ്ഞുടുത്തു.

അവൾ മറിയാമ്മച്ചേടത്തിയെ തൊട്ടുനിന്നു. അവർ ഉറങ്ങുകയാണ്. നീട്ടിയ കൈ അവൾ പിൻവലിച്ചു. പാവം ഉറങ്ങട്ടെ!

അവൾ കതകിന്റെ കയറുകൾ ഇഴവിടർത്തി.

അപ്പോൾ മറിയാമ്മച്ചേടത്തി നേർത്ത ഇരുട്ടിൽ നിന്നു നിലവിളിച്ചു.

"നേരം വെളുത്തോ മോളേ?"

"പുലരാറായി."

"കുറേക്കൂടി വെളിച്ചം വീശീട്ട് കതകുതുറന്നാമതി. നിയ്യ് കുറച്ചു കൂടി കെടന്നോ. ഒരുറക്കം കൂടി കഴിഞ്ഞിട്ട്." താൻ ഉറങ്ങിയതേ ഇല്ലെന്നു റോസി പറഞ്ഞില്ല. ഉറക്കം ഒരു ശത്രുവിനെപ്പോലെ ഒളിഞ്ഞു നിൽക്കുകയായിരുന്നു. ഉറങ്ങാൻ അവൾക്ക് ഭയമായിരുന്നു.

മുട്ടവിളക്കിന്റെ ചിമ്മിനി കണ്ണിമയ്ക്കാതെ, മിണ്ടാതെ അപ്പോഴും കത്തിക്കൊണ്ടിരുന്നു. അതിൽനിന്നു വമിച്ച നേർത്ത ധൂമപടലം അവരുടെ വിഷാദചിന്തകൾപോലെ മുറിയിൽ നിറഞ്ഞു.

പെട്ടെന്ന് മറിയാമ്മച്ചേടത്തിയുടെ പൂവൻകോഴി പിടഞ്ഞുണർന്നു കൂവാൻ തുടങ്ങി. അസാധാരണമായെന്തോ കേട്ടതുപോലെ റോസി നടുങ്ങി. തൊട്ടടുത്ത മൺചുമരിനപ്പുറത്താണ് അവൻ കണ്ഠശുദ്ധി

വരുത്തി ആർത്തലച്ചു കൂവുന്നത്. ഇത്രയും കരുത്തനായ ഒരംഗരക്ഷകൻ മറിയാമ്മച്ചേടത്തിക്കുണ്ടെന്ന് അവൾ അറിഞ്ഞിരുന്നില്ല.

കോഴി കൂവിത്തീരുന്നതുവരെ റോസി അടച്ചിട്ട വാതിലിനു മുൻപിൽ നിന്നു. ക്രമേണ കയർച്ചുരുളുകൾ താഴെ വീണു.

കതകു തുറന്നു. പുലർകാലത്തെ തണുത്ത കാറ്റ്. കാറ്റിന് മരണത്തിന്റെ തണുപ്പുണ്ടെന്നു റോസിക്കു തോന്നി. അവളുടെ നെറ്റിയും കൺതടങ്ങളും ചുട്ടുപഴുക്കുന്നു. തിണ്ണയിലെ ബെഞ്ചിൽ അവളിരുന്നു.

മുറ്റത്ത് തൈമാവിന്റെ തളിരിലകൾ കഴുത്തറ്റു വീണുകൊണ്ടിരുന്നു. ഒരു നേർത്ത കരച്ചിലോടെ. അടക്കിയ വിതുമ്മൽ. അവൾ മുറ്റത്തിറങ്ങി. ഒരു മൂത്ത മാവിലക്കുവേണ്ടി അവൾ മുറ്റം നീളെ പരതി. ഒരു പഴുത്ത ഇലയെങ്കിലും.

ഇല്ല. മാന്തളിരുകൾ അവളുടെ പാദങ്ങളെ പുൽകി. ഇത്രയധികം ഇലകൾ കൊഴിഞ്ഞുപോയതുകണ്ട് തൈമാവ് കണ്ണീർ വാർക്കുന്നു. ഒരിറ്റു ജലം അവളുടെ ശിരസ്സിൽ പതിച്ചു.

അമ്മ കരയുകയാണോ?

അമ്മ രാത്രി മരുന്നു കഴിച്ചോ?

പക്ഷേ, ആ വീട്ടിലേക്ക് ഒരിക്കൽകൂടി തിരിച്ചുചെല്ലാൻ വയ്യ. മറിയാമ്മച്ചേടത്തി മുറ്റമടിക്കാൻ തുടങ്ങിയിരിക്കുന്നു. മാന്തളിരുകളെ അടിച്ചുകൂട്ടി അവർ കൈകൊണ്ടു വാരി ചവറ്റുകുട്ടയിലിട്ടു.

“വല്ലാത്തൊരു കഷ്ടം തന്നെ.” അവർ പറഞ്ഞു.

മൺകുടവുമായി മറിയാമ്മച്ചേടത്തി റോസിയുടെ വീട്ടിലേക്കു പോയി. വേലിയിറമ്പിലാണ് കിണർ. അവർ അമ്മയെ കണ്ടിട്ടേ വരൂ. റോസിയുടെ മനസ്സു വരണ്ടു പോയി. അതിൽ നനുത്ത ചിന്തകളൊന്നും മുളയ്ക്കുന്നില്ല.

അവൾ ആലോചിച്ചു, ഞാനെന്തുചെയ്യും?

എനിക്കു പോകണം. ഈ നാടും വീടും വിട്ട് എനിക്കെങ്ങോട്ടെങ്കിലും പോകണം. മറിയാമ്മച്ചേടത്തിയുടെ അനിയത്തി മാർഗരറ്റ് കേരളത്തിനു പുറത്തെങ്ങോ ആണ്. അവർ ഒരു സ്വകാര്യ ആശുപത്രി മിഡ്വൈഫാണ്. മാർഗരറ്റ് റോസിക്ക് ഒരു വഴി കാണിച്ചുതരാതിരിക്കുമോ? ഇല്ലെങ്കിലും റോസിക്കു പോകണം.

മറിയാമ്മച്ചേടത്തി കുടത്തിൽ വെള്ളവുമായി വരുമ്പോഴേക്കും നേരം വെളുക്കുകയും വയലിന്റെ നടുവിലൂടെയുള്ള ചെത്തുവഴിയിൽ വെളിച്ചം വീഴുകയും ചെയ്തു. വഴി കുന്നു കയറി കയറിപ്പോവുന്നു.

അവൾ ചിറയിൽ കുളിക്കാൻ പോയില്ല, തോട്ടിലും പോയില്ല. മറിയാമ്മച്ചേടത്തി അവൾക്കു കുളിക്കാനുള്ള വെള്ളം വീടിന്റെ പിൻഭാഗത്ത് വട്ടച്ചെമ്പിൽ നിറച്ചിരിക്കുന്നു. കുളിക്കുമ്പോൾ ശരീരം പതുക്കെ വിറയാർന്നു.

മറിയാമ്മച്ചേടത്തി നീട്ടിയ സാരി വാങ്ങി അവൾ വേഷം മാറി. മറിയാമ്മച്ചേടത്തി നീട്ടിയ രൂപ എണ്ണിനോക്കാതെ അവൾ മേടിച്ചു. ഒരു

കൊച്ചു പേഴ്സിനകത്തുവച്ചാണ് അവർ അത് റോസിക്കു കൊടുത്തത്. മറിയാമ്മച്ചേടത്തി നീട്ടിയ കരുപ്പെട്ടിക്കാപ്പി അവൾ ബെഞ്ചിലിരുന്നു കുടിച്ചു തീർത്തു.

എണീറ്റു നിന്നു റോസി പറഞ്ഞു:

"ഞാൻ മാർഗററ്റ് ആന്റിയുടെ അടുത്തേക്കാണ് പോവുന്നത്".

"അവൾ കന്യാസ്ത്രീകളുടെ ആശുപത്രിയിലാണ് പണിയെടുക്കുന്നത്."

ഒരു നേരിയ പ്രകാശകിരണം റോസിയുടെ ഇരുണ്ട മനസിലൂടെ മിന്നിപ്പൊലിഞ്ഞു.

"തീവണ്ടിക്കൂലിക്കും രണ്ടുനേരത്തെ ശാപ്പാടിനും അതുണ്ടാവും." പേഴ്സ് നോക്കി മറിയാമ്മച്ചേടത്തി പറഞ്ഞു:

ഇരുവരും പിന്നീട് സംസാരിച്ചില്ല.

വള്ളകൊണ്ടു മുറിവേറ്റ അവളുടെ കൈത്തണ്ടയിൽ പിടിച്ചു നോക്കി മറിയാമ്മച്ചേടത്തി പറഞ്ഞു.

"മോളേ പഴുപ്പുകയറാതെ നോക്കണം."

"ഞാൻ ആശുപത്രിയിലേക്കാണല്ലോ പോകുന്നത്. എനിക്കൊന്നും പറ്റിയിട്ടില്ലതാനും."

അവൾ ഇളം കാറ്റിന്റെ തലോടലേറ്റുകൊണ്ട് ചെത്തുവഴിയിലൂടെ നടന്നു. പോയ കാലത്തിന്റെ ഓർമ്മപോലെ ഒരു കാളവണ്ടി യാത്രയ്ക്കൊരുങ്ങി വഴിയോരത്തു കിടപ്പുണ്ട്. അതിൽ കൊപ്ര കയറ്റിക്കൊണ്ടു നിന്ന ഉണിച്ചോയി ചോദിച്ചു:

"ആരാ അപ്പോകുന്നത്?"

റോസി നടത്തത്തിനു വേഗത കൂട്ടി.

"പൗലോസിന്റെ മകൾ ഇന്നലെ വന്നിട്ട് ഇന്നന്നെ പോവ്വാണോ?"

അവൾ അതു കേൾക്കാത്ത ഭാവത്തിൽ അതിവേഗം നടന്നു. കിഴക്കു പ്രകാശം തെളിയുകയും മഴക്കാറുകൾ കയറിവന്നു മായുകയും ചെയ്തുകൊണ്ടിരുന്നു.

എത്ര വർഷങ്ങൾ! നടന്നു തേഞ്ഞ ആ നാട്ടുപാതയിലൂടെ നടക്കുമ്പോൾ അവൾ ചിന്തിച്ചു. ഞാനിനി ഇങ്ങോട്ടു തിരിച്ചു വരുമോ? രോഗിണിയായ അമ്മയെയും കൊച്ചാപ്പുവിനെയും കാണുമോ? മേരിച്ചേച്ചി ഇപ്പോൾ കർത്താവിന്റെ മുൻപിൽ മുട്ടുകുത്തി പ്രാർഥിക്കുകയാവും. അവരെന്താണു പ്രാർഥിക്കുക? അതിനപ്പുറത്തേക്കു കടക്കാൻ അവൾ ആഗ്രഹിച്ചില്ല.

പനമ്പാത്തികൾ നിരത്തി നിർമ്മിച്ച പാലം കടന്ന് അവൾ കുന്നിന്റെ മുകളിലേക്കു കയറാൻ തുടങ്ങി. ഇവിടെ വഴി ഒരു ചുരം പോലെ വളയുന്നു. വണ്ടികൾക്കു കടന്നുകയറാനുള്ള വഴി. ഗ്രാമീണരെ നഗരവുമായി, നഗരത്തിൽ മാറിമാറി വരുന്ന ജീവിതവുമായി ബന്ധിപ്പിക്കുന്ന ഒരേയൊരു പാത. ഇതിലൂടെ അനേകം പെൺകുട്ടികളും കുറെ ആൺകുട്ടികളും ഈ ഗ്രാമത്തോടു വിടപറഞ്ഞു പോയിരിക്കുന്നു. പെൺകുട്ടി

കളിൽ ചിലർ വർഷങ്ങൾ കഴിയുമ്പോൾ ശിരോവസ്ത്രവും കന്യകാത്വ ത്തിന്റെ ളോഹയുമണിഞ്ഞ് ഇതേവഴി കടന്നുവരും. ഏതാനും ദിവസം കഴിഞ്ഞാൽ അവരെ ജനിപ്പിച്ച അപ്പന്റെയും അമ്മച്ചിയുടെയും ശവക്ക ല്ലറകളോടു വിടപറഞ്ഞു തിരിച്ചുപോവും. അവരുടെയൊപ്പം പോകാൻ റോസി ഒരിക്കലും ആഗ്രഹിച്ചിട്ടില്ല. അവരുടെ കറുത്ത വേഷം രഹസ്യ ത്തിന്റെ ഇരുണ്ട തിരശ്ശീലപോലെ രണ്ടു ലോകങ്ങളെ വേർതിരിച്ചു.

മറിയാമ്മച്ചേടത്തിയുടെ അനുജത്തി മാർഗരറ്റാന്റി ഇപ്പോൾ കന്യാ സ്ത്രീ ആയിക്കാണുമോ? മാർഗരറ്റാന്റിയുടെ ചെറുപ്പകാലത്ത് അവർ ഈ ഗ്രാമത്തിലെ സുന്ദരിയായിരുന്നു. വേനലിലെ മിന്നൽപോലെ അവർ ഈ മലയോരഗ്രാമത്തിൽ വെട്ടിത്തിളങ്ങിയിരുന്നു. സന്ധ്യയ്ക്ക് ഇരുണ്ടു മുരളുന്ന ചക്രവാളത്തിൽ ഒരു മിന്നൽക്കൊടിപോലെ..... പിന്നീടൊരു നാൾ പൊടുന്നനെ അവർ ഈ ഗ്രാമത്തോടു വിട പറഞ്ഞു.

പ്രീഡിഗ്രിക്കു പഠിച്ചു റിസൾട്ടറിയാൻ കാത്തു നിൽക്കാതെ നരിമ ടക്കവലയിൽ നിന്ന് അവർ ബസ് കയറുന്നത് കണ്ടവരുണ്ട്. എല്ലാവരും പ്രതീക്ഷിച്ചതുപോലെ മറിയാമ്മച്ചേടത്തി നെഞ്ചത്തലച്ചു കരഞ്ഞില്ല. കര ച്ചിലിനെ അവർ അകത്തു കെട്ടിപ്പൂട്ടിവച്ചു.

മാർഗരറ്റിനെത്തേടിയുള്ള യാത്രാരംഭത്തിൽ ഒരു കൊച്ചു പേഴ്സി നകത്തു വണ്ടിക്കൂലിയും ചെലവിനുള്ളതും വച്ച് മറിയാമ്മച്ചേടത്തി പറഞ്ഞു:

"റോസിക്കുഞ്ഞിനു ഭാഗ്യംണ്ട്. ചെന്നാലൊരു അത്താണിയു ണ്ടല്ലോ. പാവം എന്റെ പൊന്നുമോൾ. എത്ര കഷ്ടപ്പെട്ടിട്ടാ അവൾ ഒരു ജോലി സമ്പാദിച്ചത്."

നരിമട ബസ് നാട്ടുകാരെക്കാത്ത് ആലിൻകീഴിൽ നിൽപ്പുണ്ട്. റോസി ബസിൽ കയറി. സീറ്റുകൾ പലതും ഒഴിഞ്ഞു കിടപ്പാണ്. പോകാ റായില്ല. ഗ്രാമീണർ ധാരാളം എത്താനുണ്ട്. രണ്ടുപേർ മച്ചുമ്പുറത്തു വലിയ ചരക്കുകെട്ടുകൾ അടുക്കുകയാണ്. റബർഷീറ്റുകളുടെ കെട്ടു കൾ ബസിന്റെ പടിവാതിൽ മുതൽ ആലിൻചോടുവരെ നിരന്നു നിൽ ക്കുന്നു. മഞ്ഞുവീണു നനഞ്ഞ സീറ്റുകളിലൊന്ന് കടലാസ് ചുരുട്ടി തുടച്ചു വൃത്തിയാക്കി. റോസി ആരുടെയും മുഖത്തു നോക്കിയില്ല. വിധി കാത്തി രിക്കുമ്പോലെ അവൾ നിസ്സംഗയായിരുന്നു. ഓർമകളെ അവൾ മനസ്സിന്റെ മുറ്റത്തു നിന്നേ ആട്ടിയകറ്റാൻ ശ്രമിച്ചു. ബാഗു തുറന്ന് ഒരു പുസ്തക മെടുത്തു നീർത്തി. ഡിഗ്രിയുടെ അവസാനത്തെ പേപ്പർ എഴുതാനുണ്ട്. നീട്ടിവച്ച പരീക്ഷയുടെ ചോദ്യക്കടലാസ്. എന്നും ചോർന്നുകൊണ്ടേയി രിക്കുന്ന ഒരു വിഷയം. അവൾക്കു വല്ലാത്ത മടുപ്പു തോന്നി. എഴുതു ന്നില്ല. ഡിഗ്രി പൂർത്തിയാക്കിക്കൊള്ളാമെന്ന് സ്വന്തം മനസ്സാക്ഷിക്കു പോലും വാക്കു കൊടുത്തിട്ടില്ല. കുടുംബത്തിൽനിന്ന് അവൾ വളരെ യേറെ കാശ് മേടിച്ചിട്ടുമില്ല. ഒരു സ്കോളർഷിപ്പിന്റെ തണലിലായിരു ന്നല്ലോ അവൾ. പിന്നെ മാല വിറ്റു പരീക്ഷയ്ക്കെഴുതാനിരുന്നത് ഇരി

ക്കുന്ന കൊമ്പിന്റെ കട മുറിക്കുന്നതുപോലെയാണ്. ചാരിറ്റബിൾ സൊസൈറ്റി ഇത്തരക്കാരെ സഹായിക്കാനുള്ളതല്ല.

അവസാനം ബസ് ഒരു നീണ്ട നിലവിളിയോടെ ഗ്രാമീണരോടു പറയുന്നു. വരൂ. ഇനിയാരെങ്കിലും വൈകി ഉണർന്നവരുണ്ടെങ്കിൽ വരൂ.

ചുമടുകൾ കിതച്ചു കിതച്ചു മലമ്പാത താണ്ടിയെത്തുന്നു. സൂര്യൻ മലമുകളിൽ ചവുട്ടി നിൽക്കുന്നു. ക്രോധം കൊണ്ടു ചുവക്കാൻ തുടങ്ങുന്ന കൺകോണുകൾ. ഗ്രാമത്തിലെ വൃക്ഷങ്ങൾ ഒരമ്മയെപ്പോലെ കുളിർമയുള്ള കൈകൾ നീട്ടി തടയുന്നു. യാത്ര പറയുന്നു.

ഉണക്കം ബാധിച്ച പുൽമേട്ടിലൂടെ മുന്നോട്ട് ചക്രവാളത്തിൽ ഇര തേടാനിറങ്ങിയ വെള്ളക്കൊറ്റികളുടെ അലകൾ. ഒരു നീലത്തടാകത്തിലെ തിരകൾപോലെ. പച്ചച്ച തീരങ്ങൾ തേടി അവ പറന്നകലുന്നു. വഴിക്കു വഴി വീണ്ടും വീണ്ടും. ആകാശങ്ങളിൽ ചിറകടിയൊച്ച. അവൾ നെഞ്ചിൽ കൈയമർത്തി ശ്വാസം കഴിച്ചു. ഒരിടുങ്ങിയ വഴിയിലൂടെ കടന്നുപോരുന്ന ശ്വാസത്തിന്റെ ഞരക്കം.

നാല്

ഒരു തടിച്ച യുവതി നയിക്കുന്ന നാലു പെൺകുട്ടികളും ഒരാൺകുട്ടിയും അടങ്ങുന്ന സംഘം തീവണ്ടിമുറി ഭരിക്കുന്നു. റോസി അവളുടെ സീറ്റിൽ അനങ്ങാതിരുന്നു. മടിയിൽ വച്ച ബാഗ് ഉയരത്തിലെ റാക്കിലേക്കു കയറ്റി വയ്ക്കാൻ പോലും അവൾ തുനിഞ്ഞില്ല. സർവേന്ദ്രിയങ്ങളും തളർന്നതുപോലെ അവളിരുന്നു.

തീറ്റസ്സാമാനങ്ങളുമായി കയറി വന്ന വാണിഭക്കാർ ആദ്യമാദ്യം അവളുടെ മുൻപിലും വന്നുനിന്നു. ക്രമേണ അവരും അവളെ ഉപേക്ഷിച്ചു. ആഹാരത്തിനുള്ള കാശ് അവളുടെ പക്കലുണ്ട്. മറിയാമ്മച്ചേടത്തി കരുതലോടെയാണ് അവളെ യാത്രയാക്കിയത്. അദൃശ്യമായ ഏതോ കരങ്ങൾ അവളെ പിറന്ന നാട്ടിൽനിന്നും ആട്ടിയകറ്റുന്നു. അകലങ്ങളിലേക്ക്. അറ്റമില്ലാത്ത അപരിചിത ഭൂമികളിലേക്ക്. ട്രെയിനിനകത്ത് എല്ലാ സീറ്റുകളും നിറഞ്ഞു കവിയുന്നു. പലർക്കും കിടക്കാൻ ബർത്തില്ല. രാത്രിയായാലും സ്ഥിതിക്കു മാറ്റം വരാനിടയില്ല. ഇന്നലെ രാത്രി ഉറങ്ങാനാവാത്തതുകൊണ്ടാവും റോസിയുടെ ചിന്തകളെല്ലാം ഉറക്കത്തിന്റെ കവരങ്ങളിൽ ഉടക്കി.

സമയം ഉച്ചയേ ആയിട്ടുള്ളൂ. വലിയ ചൂടില്ലാത്ത കാറ്റു വീശുന്നു. സമതലങ്ങളിൽ മഴപെയ്ത ലക്ഷണമുണ്ട്.

തടിച്ച യുവതി ധരിച്ചിരിക്കുന്നത് ചുഡീദാറും കുർത്തയുമാണ്. പറക്കുന്ന നഗ്നസുന്ദരിമാരുടെ പടങ്ങളുള്ള കുർത്തയ്ക്കുമീതെ അവൾ ഷാൾ ധരിച്ചിട്ടില്ല. മഞ്ഞ നിറത്തിലുള്ള ഷാൾ അവളുടെ സീറ്റിൽ ചുരുണ്ടു കിടപ്പുണ്ട്.

തീർത്തും മ്ലാനവദനകളായ നാലു പെൺകുട്ടികളെ നോക്കി തടിച്ച

യുവതി പറഞ്ഞു:

"നമുക്ക് ആഹാരം കഴിക്കാം. ദഹി ചേർത്ത ഒന്നാന്തരം ബിരിയാണിയുണ്ട്. എന്റെ ആന്റി തയ്യാർ ചെയ്തു തന്നതാണ്. എല്ലാവരും കൈ കഴുകുവിൻ."

മുപ്പതിനോടടുത്ത യുവതിയുടെ ആജ്ഞ കേട്ടു പെൺകുട്ടികളും ഒരു യുവാവും അനുസരണയോടെ എണീറ്റു. റോസിയുടെ നേരെ എതിർവശത്തിരുന്ന് ഒരു ഗൈഡ് പഠിക്കുകയായിരുന്ന യുവാവും എഴുന്നേറ്റു. അവൻ തടിച്ചിയുടെ സംഘാംഗമാണെന്ന് റോസി ധരിച്ചിരുന്നില്ല.

ബാത്ത്റൂമിന്റെ ഇടനാഴിയിൽ നിന്ന് അവൾ ഹിന്ദിയും മലയാളവും കലർന്ന ഭാഷയിൽ സംസാരിച്ചു. അനുയായികൾ ആട്ടിൻകുട്ടികളെപ്പോലെ ചിണുങ്ങി.

ഒന്നു മുഖം കഴുകണം. കുറച്ചുവെള്ളം കുടിക്കണം. നാരങ്ങാവെള്ളവുമായി വരുന്ന പയ്യനെ തടഞ്ഞു നിർത്തി അവൾ ചോദിച്ചു:

"എത്ര?"

"ദോ രുപയേം..."

റോസി ഒന്നു ഞെട്ടി. രണ്ടു രൂപയുടെ നാരങ്ങാവെള്ളം. ഒരു ഗ്ലാസിന് രണ്ടു രൂപ കൊടുത്തു നാളിന്നുവരെ അവൾ കഴിച്ചിരുന്നില്ല. ഇളം കയ്പുരസമുള്ള മധുരം കുറഞ്ഞ വെള്ളം ഒരു വീർപ്പിനു കുടിച്ചു. സീറ്റുകളിലിരുന്ന് ആഹാരപ്പൊതികൾ വിടർത്തുന്നവരുടെ കാലുകളിലുരുമ്മാതെ അവൾ പ്രയാസപ്പെട്ട് ഇടനാഴിയിലെത്തി. അപ്പോൾ നാലിലൊരുവൾ കമ്പാർട്ടുമെന്റിന്റെ ഭിത്തിയോടു മുഖം ചേർത്തുവെറുതേ നിൽക്കുന്നു.

തടിച്ചി പറഞ്ഞുകൊണ്ടിരുന്നു:

"ആനി, കം ഹിയർ. നിന്റെ ആഹാരം തണുത്തുപോകും മുൻപ്....."

റോസി ബാത്ത്റൂമിൽ പോയി പുറത്ത് വരുമ്പോഴും ആനി അതേ നിൽപ്പുതന്നെ. അവൾ ഒച്ചയില്ലാതെ കരയുകയാണെന്നറിഞ്ഞു. വിതുമ്പലിൽ അവളുടെ ചുമലുകൾ പതുക്കെ വിറകൊള്ളുന്നു.

"നീയെന്താണ് ആഹാരം കഴിക്കാൻ പോകാത്തത്?"

റോസി മറ്റാരും കേൾക്കാതെ ചോദിച്ചു.

ആനി ആദ്യം തടിച്ചിയെയും കൂട്ടരെയും ഒന്നുഴിഞ്ഞുനോക്കി. പിന്നെ അവളുടെ ചുണ്ടുകൾ മന്ത്രിച്ചു:

"വിശക്കുന്നില്ല ചേച്ചി, ഞാൻ ... ഞാൻ അബദ്ധത്തിൽ വീടുവിട്ടു വന്നതാണ്. ഇവരുടെ കെണിയിൽ...."

തടിച്ചി ബിരിയാണി പ്ലേറ്റോടെ അവരുടെ അടുത്തേക്കു വന്നു.

"കിന്നാരം കളഞ്ഞ് ആഹാരം കഴിക്കാൻ നോക്ക്! വായിലിട്ടു തരാൻ ഇവിടെ തള്ളയുണ്ടോ? എങ്ങനെ ഗുണം പിടിക്കും? രണ്ടീസം കൊണ്ടു നീ അപ്പടി മാറീലോ? മിണ്ടാപ്പൂച്ചകളെ എത്രപേരെ ഈ ഞാൻ

കണ്ടിരിക്കുന്നു!"

അവളുടെ തറയ്ക്കുന്ന നോട്ടത്തിനു മുൻപിൽ പെൺകുട്ടി ആട്ടിൻ കുട്ടിയെപ്പോലെ വിറച്ചു. വണ്ടി കൂക്കിയാർത്തു വിജയലഹരിയിൽ മുൻ പോട്ടു കുതിക്കുന്നു. അതിന്റെ ചാഞ്ചാട്ടത്തിൽ ഒരു നിമിഷം ആനിയും റോസിയും ആലിംഗനബദ്ധരായി. റോസിയുടെ ഉള്ളം വിറച്ചു. ആനി യുടെ ശരീരം പ്രാണനില്ലാത്തതുപോലെ തണുത്തു മരവിച്ചിരിക്കുന്നു. അവളുടെ കവിളിലെ വിളർപ്പിന് ഒരു പച്ചനിറം പകരുന്നു.

ധൃതിയിൽ കൈ വിടീച്ച് യാത്രക്കാരുടെ ശരീരങ്ങളിൽ ചെന്നു വീഴാതെ, അവൾ തന്റെ ഇരിപ്പിടത്തിൽ ചെന്നു വീണു.

അപ്പോൾ കൂട്ടുകാരന്റെ കൈ ആനിയെ വലയം ചെയ്തു.

"കൊച്ചേ വല്ലതും കഴിക്കാഞ്ഞാൽ ലക്ഷ്യത്തിലെത്തുമ്പോഴേക്കും നീ മരിച്ചുപോവുമല്ലോ ഇക്കണക്കിന്!"

പെൺകുട്ടിയുടെ മിഴികൾ വിടരുകയും അടുത്ത നിമിഷം കൂമ്പു കയും ചെയ്തു. ആർക്കും അവളെക്കൊണ്ട് ആഹാരം കഴിപ്പിക്കാനാ യില്ല. തടിച്ചി അവളുടെ വലിയ ഭണ്ഡാഗാരത്തിൽനിന്നു മെഴുക്കുമയ മുള്ള ചോറും ഇറച്ചിക്കഷണങ്ങളും കൂട്ടുകാരുടെ പ്ലേറ്റുകളിൽ വിളമ്പി ക്കൊണ്ടിരുന്നു. ഒരു നക്ഷത്ര റസ്റ്റോറന്റിൽ കയറിയ ഭാവമായിരുന്നു അവൾക്ക്. പെൺകുട്ടികളാകട്ടെ, ശബ്ദലേശമില്ലാതെ, അനുസരണ യോടെ ആഹാരം കഴിച്ചുകൊണ്ടിരുന്നു. വളർത്തുമൃഗങ്ങളെപ്പോലെ.

കൂട്ടുകാരനായ ഒരു ചെറുപ്പക്കാരൻ ഏമ്പക്കമിട്ടുകൊണ്ടു പറഞ്ഞു:

"ലോങ് ലിവ് യുവർ ഓൺടി!"

അവരുടെ അസാധാരണ സൗഹൃദം റോസിയെ അസ്വസ്ഥയാക്കി. ഇവർ ഏതെങ്കിലും പരീക്ഷയെഴുതാൻ തലസ്ഥാനനഗരിയിലേക്കാ വുമോ? ഒരാളൊഴികെ ആരും ഏതെങ്കിലും പുസ്തകം തുറന്നു നോക്കു ന്നതേയില്ല...

രാത്രി. ബെർത്തുകളില്ലാത്തവർ ഏറെ. തടിച്ചി തനിച്ചും മറ്റു പെൺ കുട്ടികൾ രണ്ടുപേർ വീതവും ഓരോ ബെർത്തിൽ കയറിക്കിടന്നു. യുവാ ക്കൾക്കും ബെർത്തുണ്ട്. കിടക്കാനിടം കിട്ടാത്തവർ ഈർഷ്യയോടെ അവരെ നോക്കി പിറുപിറുത്തുകൊണ്ടിരുന്നു.

കണ്ടക്ടർ കയറിവരുമ്പോൾ തടിച്ചി കിടക്കുകയായിരുന്നു. കണ്ട ക്ടർ തടിച്ചിയെ ഒളികണ്ണിട്ടു നോക്കി. അവളുടെ കാൽവണ്ണയോടു ചേർന്ന് ബെർത്തിൽ കുനിഞ്ഞിരുന്നു. ടിക്കറ്റ് റാക്ക് മടിയിൽ വച്ചു.

"ഇക്കുറി എത്രയെണ്ണം ഒത്തു." അയാൾ ഹിന്ദിയിൽ തടിച്ചിയോടു ചോദിച്ചു.

"നോ ലക്ക്! ലുക്ക് അറ്റ് ദോസ്. No more beauties are born in my village! ഊശാൻതാടിപോലെ അവറ്റടെ തലമുടി! നിറോമില്ല. പുഷ്ടീം ഇല്ല! മലയാളി പെൺകുട്ടികളാണെന്നു കണ്ടാൽ തോന്നുമോ?"

ആടുകച്ചവടക്കാരൻ അറുക്കാൻ കൊണ്ടുപോകുന്ന ആടുകളെക്കുറിച്ചു പറയുന്ന പരാതിയുടെ സ്വരമായിരുന്നു അവൾക്ക്. തടിച്ചി എണീറ്റ് കണ്ടക്ടറുടെ സമീപം ചേർന്നിരുന്നു. പിന്നീടവൾ നാലു ബെർത്തുകൾക്കുവേണ്ടി ഹിന്ദിയിലും മുറി ഇംഗ്ലീഷിലും വിലപേശാൻ തുടങ്ങി.

റോസി, തന്റെ ഇരുണ്ട മൂലയിലിരുന്നു. ഉറങ്ങാനാവാതെ കാഴ്ച കണ്ടു. തടിച്ചിയുടെ ബിസിനസിന്റെ ഒരു നേരിയ ചിത്രം അവൾക്കു കിട്ടി. അവരെല്ലാം ഗോവിന്ദപുരത്തേക്കുള്ളവരാണെന്നു രണ്ടാമത്തെ സീറ്റിലിരുന്ന് സിഗരറ്റുവലിക്കുന്ന മധ്യവയസ്കൻ സഹധർമിണിയെ പറഞ്ഞു മനസിലാക്കുകയായിരുന്നു.

എവിടെയാണ് ഗോവിന്ദപുരം! റോസി ചിന്തിച്ചു. അവിടെ ഇത്രയധികം ചെറുപ്പക്കാർക്കു പണികിട്ടുന്നതെങ്ങനെ? കഴിഞ്ഞകുറി ഒൻപതെണ്ണത്തെ കൊണ്ടുപോയി എന്നാണ് അവൾ കണ്ടക്ടറോടു ടിക്കറ്റു വിലപേശുന്നതിനിടയിൽ പറഞ്ഞത്.

ഘോരമായ ഇരുട്ടിനെ തുളച്ചു കയറുന്ന വണ്ടിയിലെ വിളക്കുകൾ ഓരോന്നായി കെടുന്നു. നീലവെളിച്ചം അവശേഷിക്കുന്നു. തന്റെ ബാഗ് മടിയിൽ തന്നെ വച്ച് റോസി പതുക്കെപ്പതുക്കെ മയക്കത്തിലേക്കു വഴുതി.

അഗാധമായ ഒരു കറുത്ത കടൽ. അക്കരെ എന്തെന്നറിയില്ല. നീന്താനുള്ള കഴിവ് ഒരനുഗ്രഹംപോലെ അവളെ ആവേശിച്ചു. പിന്നിട്ടുപോന്ന കരയിൽ അവളുടെ ഗ്രാമം നിസ്സംഗമായി നോക്കിനിൽക്കുന്നു.

റോസിയോ? അവൾ പോയി.

പൗലോതിന്റെ മകളോ? പഠിപ്പു കഴിഞ്ഞതല്ലേ? തൊഴിൽ തേടിപ്പോയോ?

മറിയാമ്മച്ചേടത്തി കറുത്ത കടലിന്റെ കരയിൽ നിന്നു കണ്ണീർ വാർക്കുന്നു. മാർഗരറ്റിനേക്കാൾ ഭാഗ്യം തികഞ്ഞവളാണല്ലോ നീ. നിന്റെ കൈയിൽ ആയുധമായിട്ട് നിന്റെ പഠിപ്പുണ്ട്!

റോസി തുഴഞ്ഞു തളർന്നു വീഴുക അഗാധമായ കയത്തിലേക്ക്: ഒരു കൈ അവളെ ശക്തിയായി പിടിച്ചു കുലുക്കി. അവൾ പതുക്കെ നീലവെളിച്ചത്തിനു നേർക്ക് മിഴി തുറന്നു.

നൊടിനേരംകൊണ്ട് പരിസരബോധം ഉണ്ടായി. തടിച്ചിയുടെ കൂട്ടത്തിൽപ്പെട്ട ദീർഘകായനായ ചെറുപ്പക്കാരൻ അവളുടെ നേരെ എതിർവശത്തെ ബെർത്തിൽ കഴുത്തു കുനിഞ്ഞു വളഞ്ഞിരിക്കുന്നു. തൊട്ടുമീതെ തടിച്ചി കൂർക്കം വലിക്കുന്നു. താഴെ, തറയിൽ രണ്ടു പത്രങ്ങൾ നീർത്തി വിരിച്ച് ആനി എന്ന പെൺകുട്ടി മയങ്ങിക്കിടക്കുന്നു. അവളുടെ മുഖത്തെ ഭയത്തിന്റെ ഇരുൾ നീലവെളിച്ചത്തിലും റോസി പ്രകടമായിക്കണ്ടു. എതിർവശത്തിരുന്ന ചെറുപ്പക്കാരന്റെ സിഗർലൈറ്റിന്റെ മിന്നുവെട്ടത്തിൽ ആനിയുടെ കൺപീലിത്തുമ്പുകൾ ചെറുതായി വിറകൊള്ളുന്നു. അവ

ളുടെ എല്ലിച്ച വിരലുകൾ സീറ്റിന്റെ വക്കിൽ ഇറുക്കിപ്പിടിച്ചിട്ടുണ്ട്. ഒരു വീഴ്ചയിൽ നിന്നു രക്ഷപ്പെടാൻ ശ്രമിക്കുമ്പോലെ.

"തീവണ്ടിയിൽ കിടന്നു സ്വപ്നം കാണരുത് കുട്ടീ. സ്വപ്നാവസ്ഥ യിൽ ഒരാൾ തീർത്തും നിരാലംബയാവുന്നു. പ്രത്യേകിച്ചും തനിച്ചു യാത്ര ചെയ്യുമ്പോൾ."

ചെറുപ്പക്കാരന്റെ മുഖത്ത് ഒരു നിമിഷം മിഴീയൂന്നി റോസി പറഞ്ഞു.

"ഞാൻ തനിച്ചല്ല."

"മനസിലായി. അങ്ങനെതന്നെ വേണം പറയാൻ. നോക്കൂ, ഗോവി ന്ദപുരത്തേക്കു പോകുന്ന ഈ പെൺകുട്ടിയുടെ അവസ്ഥ! കൂട്ടത്തിൽ നാലുപേരും പിന്നെ ഒരു ലീഡറും ഉണ്ടെങ്കിലും ഉറക്കത്തിൽപോലും അവൾ മുറുക്കിപ്പിടിച്ചിരിക്കുന്നതു കണ്ടില്ലേ? അവൾ ഭയത്തിനടിമയാണ്."

"എനിക്കു ഭയമില്ല. ഞാനൊറ്റയ്ക്കാണ് യാത്ര ചെയ്യുന്നതെന്നു നിങ്ങൾ പറഞ്ഞപ്പോൾ മാത്രമാണ് ഞാനറിയുന്നത്."

"എന്തിനാണ് വീടുവിട്ടു പോകുന്നത്."

"ഒരു ജോലി കിട്ടിയതിനാൽ."

"എന്തിനാണ് ജോലിയെപ്പറ്റി ഇത്രയധികം വേവലാതിപ്പെടുന്നത്?"

"ജോലി ജീവിതമാണ്."

"അല്ല. ഞാൻ പറയട്ടെ. സ്ത്രീധനം സ്വരൂപിക്കാൻ. ഗ്രാമീണരായ മാതാപിതാക്കൾക്കു സ്വരൂപിക്കാൻ കഴിയുന്നതിന് ഒരതിരുണ്ടല്ലോ."

"നിങ്ങൾ തെറ്റിദ്ധരിച്ചിരിക്കുന്നു, ജോൺ."

"എന്റെ പേര് നിങ്ങളെങ്ങനെ അറിഞ്ഞു."

"നിങ്ങളുടെ പക്കലിരിക്കുന്ന മൂന്നു പുസ്തകങ്ങളുടെ മീതെയും എഴുതിയിരിക്കുന്നല്ലോ, ജോൺ എന്ന്. സ്വന്തം വ്യക്തിത്വത്തെക്കുറിച്ച് അതീവ താൽപ്പര്യമുള്ളവരേ അങ്ങനെ തന്റെ പേര് ആവർത്തിച്ചെഴുതൂ."

ജോൺ കമ്പാർട്ടുമെന്റിലെ ലൈറ്റിട്ടു. അയാൾ വെളിച്ചത്തിൽ തന്റെ ഷീറ്റുകൾക്കിടയിൽനിന്നു മൂന്നു പുസ്തകങ്ങളും വലിച്ചെടുത്തു വിസ്മ യത്തോടെ നോക്കി. ജോൺ.. ജോൺ.

റോസി അയാളുടെ വിസ്മയഭാവം കണ്ടു ചിരിച്ചു.

"കുട്ടിയുടെ പേര് പറഞ്ഞില്ലല്ലോ?"

അവൾ അതു കേട്ട ഭാവം നടിച്ചില്ല.

അയാൾ ലൈറ്റ് കെടുത്തി തന്റെ ബെർത്തിനുള്ളിലേക്കു നുഴഞ്ഞു കയറി. ബെർത്തിനു നീളം കുറവാണ്. ജോണിന്റെ മെല്ലിച്ച പാദങ്ങൾ സീറ്റിനു പുറത്തേക്കു നീണ്ടു കിടക്കുന്നു.

അരണ്ട വെളിച്ചത്തിൽ കണ്ണു തുറന്നുകിടക്കുന്ന റോസി തന്റെ ഗ്രാമത്തെക്കുറിച്ചോർത്തു. പറിച്ചെടുത്ത വേരുകളുടെ അറ്റത്ത് രക്തം കിനിയുന്നു. കൊച്ചാപ്പു ബഹളം വയ്ക്കുന്നുണ്ടാവും. ചേച്ചി കോണി യുടെ മറവിലെ തന്റെ കിടപ്പറയിൽ കർത്താവിന്റെ തിരുരൂപത്തിനുമുൻ

പിൽ മുട്ടുകുത്തി ശ്വാസം വിടാതെ പ്രാർഥിക്കുന്നുണ്ടാവും. അമ്മച്ചി പതിവുപോലെ കട്ടിലിൽ കിടക്കുകയും. അപ്പൻ ചാരായം കുടിക്കാൻ പുറത്തേക്കും......

മലനിരകൾക്കിടയിലൂടെ കുതിച്ചു പായുന്ന വണ്ടിയിലേക്ക് ചുടുന്ന മലങ്കാറ്റ് ചൂളമിട്ടെത്തി. കുന്നിൻചെരിവുകളിൽ ആടുമേയ്ക്കുന്ന ഇടയന്മാർ അവരുടെ പ്രാകൃതവേഷത്തിൽ ഇറങ്ങിവരുന്നു. ചുമലിൽ നീണ്ടൊരു തോട്ടി. തോട്ടിയുടെ അറ്റത്ത് ഒരു കീറത്തുണി. കാലത്തു മേയ്ക്കാൻ പോകുമ്പോൾ അതൊരു മാറാപ്പായിരുന്നിരിക്കാം. പകലത്തെ ആഹാരത്തിനുള്ളത്. ആടുകൾ ശബ്ദമുഖരിതമാക്കിയ ഒരു കൊച്ചു സ്റ്റേഷനിൽ വണ്ടി നിന്നു. കനലിൽ ചുട്ടെടുത്ത ചുക്കാറൊട്ടിയുടെ മണം പുരണ്ട സന്ധ്യ. സ്റ്റേഷൻ മുറ്റത്ത് പല അടുപ്പുകൾ എരിയുന്നു. കരിയടുപ്പുകളുടെ കണ്ണു ചുവന്നിരിക്കുന്നു. റൊട്ടിയുടെ ഹൃദ്യമായ മണം ഷട്ടറുകളെ ഉയർത്തി. വിശപ്പിനു മുൻപിൽ കാടുകളിൽ മറഞ്ഞിരിക്കുന്ന കൊള്ളക്കാരെ എല്ലാരും മറക്കുന്നു.

തടിച്ചിയുടെ മാറാപ്പിലെ തീറ്റപ്പണ്ടങ്ങൾ തീർന്ന മട്ടുണ്ട്. ഇപ്പോളവൾ ഇടംകൈയിൽ ഉയർത്തിപ്പിടിച്ച പ്ലേറ്റുമായി കമ്പാർട്ടുമെന്റിന്റെ ഇടനാഴിയിലൂടെ നടക്കുന്നില്ല. അവളുടെ തടിച്ച ചന്തിയിൽ അവൾ അന്നു കഴിച്ച ആഹാരത്തിന്റെ പാടുകൾ തെളിഞ്ഞു കാണാം. കൂടെയുള്ള പെൺകുട്ടി അത്യന്തം ആദരവോടെ പറഞ്ഞു:

“ഉടുപ്പിൽ കറിയുടെ തുള്ളികൾ വീണിരിക്കുന്നു.”

“അല്ല കൊച്ചേ ഞാൻ കൈ തുടച്ചതാ. ഏതായാലും എനിക്കൊന്നു കുളിക്കണം. ഉടുപ്പു മാറ്റണം. പിന്നെ ടവ്വലുംകൂടി അഴുക്കാക്കണോ?”

പെൺകുട്ടി ചൂളിപ്പോയി. ആയിടെ കോൺവെന്റിന്റെ പടിവാതിൽ ഇറങ്ങിപ്പോന്നവളാണവൾ. അവൾ നന്നായി തലമുടി ചീകിയൊതുക്കി മെടഞ്ഞു റിബൺ കെട്ടിയിരുന്നു. അവളുടെ നഖങ്ങൾ വൃത്തിയായി മുറിച്ചു പോളീഷ് ചെയ്തതാണ്. ഓരോ നഖവും താമരയിതൾ പോലെ. അവളുടെ പേരെന്താണ്?

ആരും അവളെ പേരെടുത്തു വിളിച്ചതോർക്കുന്നില്ല.

ഇന്നു കാലത്ത് ആഹാരം കഴിക്കുമ്പോൾ അവൾ തടിച്ചിയോടു ചോദിച്ചിരുന്നു.

“എനിക്കെന്താണ് ജോലി കിട്ടുക? എന്റെ സെക്കന്റ് ക്ലാസ്സ് ഡിഗ്രിക്കു പറ്റുന്ന ഒരു ജോലി?”

തടിച്ചി ആർത്തു ചിരിച്ചു. സ്വന്തം തുടയിൽ അടിച്ചുകൊണ്ട് അവൾ ആക്രോശിച്ചു.

“കൊച്ചേ നീയൊരു പിഎച്ച്ഡി ആയാലും കിട്ടുന്ന ജോലി ഒന്നു തന്നെ. നല്ല വരുമാനമുള്ള ജോലി. നിന്റെ രൂപംതന്നെ അതിനു പറ്റിയതാണ്. ഡിഗ്രിയുടെ ക്ലാസ്സ് ഏതായാലും കൊള്ളാം.”

ഇടനാഴിയിലെ ബെർത്തിൽ കിടക്കുകയായിരുന്ന ഉത്തരേന്ത്യക്കാരൻ തടിച്ചിയെ തുറിച്ചുനോക്കി. ഒരിക്കലല്ല പല തവണ.

ബോഗിയുടെ വലത്തെ അറ്റത്തുള്ള ഒരു പട്ടാളക്കാരൻ ഒരു വലിയ കുന ചുക്കറൊട്ടിയുമായി കമ്പാർട്ടുമെന്റിലേക്കു കയറിവന്നു. റൊട്ടിയിൽനിന്നു പരക്കുന്ന ഗന്ധം ഉൾക്കൊണ്ടു രസിച്ചുകൊണ്ട് അയാൾ പറഞ്ഞു:

"ഇവിടം വിട്ടാൽ ഇനി ആഹാരമില്ല. നാളെ കാലത്തേ എന്തെങ്കിലും കിട്ടൂ. റാഞ്ചിയിലെത്തണം."

അതു മറ്റുള്ളവർക്കുള്ള മുന്നറിയിപ്പായിരുന്നു.

തടിച്ചി കൂട്ടുകാരനായ ചെറുപ്പക്കാരന്റെ കൈ പിടിച്ചു പ്ലാറ്റ്ഫോമിലേക്കിറങ്ങി.

അവരുടെ പുറകെ നോക്കിക്കൊണ്ട് ജോൺ പറഞ്ഞു:

"എനിക്കു വിശപ്പില്ല."

"അവർ കൊണ്ടുവന്ന റൊട്ടി നീ തിന്നേണ്ടി വരും ജോൺ."

റോസി ഓർമ്മിപ്പിച്ചു.

"എനിക്കു വേണ്ട. ഞാൻ അടുത്ത സ്റ്റേഷനിൽ ഇറങ്ങും."

"നീ അവരുടെ കൂടെ ഡൽഹിക്കല്ലേ?"

"അല്ല. ആദ്യം അങ്ങനെ ഉദ്ദേശിച്ചിരുന്നു. എനിക്കിവിടെ ഒരു സുഹൃത്തുണ്ട്. ഇതൊരു വ്യവസായനഗരമാണല്ലോ. പരീക്ഷയ്ക്കെഴുതുകയും കിട്ടുന്ന പണിയിൽ പറ്റിക്കൂടുകയും ചെയ്യാം. നീയതു ചെയ്യണം ഇതു ചെയ്യണം എന്നു കൽപ്പിക്കാൻ എനിക്കൊരു തന്തയില്ലല്ലോ. അമ്മ മേടിച്ചു തന്നതാണ് ഈ ഗൈഡ്. ഇതു കലക്കിക്കുടിച്ചാൽ എനിക്കു കേന്ദ്രസെക്രട്ടേറിയറ്റിൽ ഒരു ജോലി കിട്ടുമെന്നാണ് അമ്മ വിശ്വസിക്കുന്നത്. അപ്പഴേ ഞാൻ തലസ്ഥാനത്തേക്കുള്ളൂ."

തടിച്ചിയുടെ പുറകേ ചായവിൽപ്പനക്കാരനെത്തി. ആട്ടിൻചൂരിന്റെയും മസാലയുടെയും മണമുള്ള ചായയുടെ അകമ്പടിയോടെ, ആടുകളെ കൂട്ടിലാക്കി ചായയുമായി വന്നിരിക്കയാണവൻ എന്നു തോന്നിച്ചു. പറ്റേ വെട്ടിയ തലയും വട്ടമുഖവും അവന് ഒരു പ്രത്യേക ചന്തം നൽകി. സത്പുര മലയിടുക്കിൽനിന്നിറങ്ങിവന്ന ഒരു ആദിവാസിപ്പയ്യൻ.

ചായ കുടിക്കാൻ ആദ്യം ഓടിയെത്തിയത് പട്ടാളക്കാരൻ. അയാൾ ചോദിച്ചു.

"നിന്നെ ഇതുവരെ ആരും കൊന്നിട്ടില്ല അല്ലേ?"

"അവർ വന്നപ്പോൾ എന്റെ നെറ്റിയിൽ ഒരു കുറി ഉണ്ടായിരുന്നു സാബ്."

"അവരെന്റെ പേര് ചോദിച്ചു."

"ഞാമ്പറഞ്ഞു റാം."

"സത്യത്തിൽ നീ രാമനാണോ?"

"അല്ല സാബ്, മുഹമ്മദാണ്. എന്റെ കാക്കാജിയും മുഹമ്മദാണ്."

"അതു ശരി. അങ്ങനെ ഒരിക്കൽ നീയവരെ പറ്റിച്ചു. എന്നുമങ്ങനെ..."

"അല്ലെങ്കിലും എന്റെ ചായക്ക് ജാതിയില്ലല്ലോ സാബ്."

എല്ലാവരും ചായ കുടിച്ചു. മലനിരകളിലെ സുഗന്ധദ്രവ്യത്തിന്റെ പരിമളം ചുടുവായു തങ്ങിനിന്നിരുന്ന ബോഗിക്കുള്ളിൽ നിറഞ്ഞു.

ജോൺ പറഞ്ഞു:

"കുട്ടി ഒരു ചായ കുടിക്കൂ."

മൺകോപ്പയിൽ വാങ്ങിവച്ചിരുന്ന ചായ റോസിക്കു നേരെ നീട്ടി. ജോൺ പറഞ്ഞു.

"മണ്ണിന്റെ ഗന്ധമുള്ള ചായ."

അവൾ ചായ കുടിച്ചു. ജോണിനു നന്ദി പറഞ്ഞു. അവൻ അടുത്ത സ്റ്റേഷനിൽ ഇറങ്ങും. പക്ഷേ, അടുത്ത സ്റ്റേഷൻ എത്താൻ നാലു മണിക്കൂർ കഴിയണം.

"ജോൺ, എപ്പോഴാണ് വണ്ടി എന്റെ സ്റ്റേഷനിൽ എത്തുക?"

"ഏതാണ് നിന്റെ സ്റ്റേഷൻ?"

"ദസ്റൂദ."

"ഓ! അർധരാത്രി കഴിയും. വണ്ടി ലേറ്റാണ്. അപ്പോൾ പുലർച്ച നാലുമണിക്ക്. അവിടെ ആരാണ് കാത്തു നിൽക്കുക?"

"ഒരു കൂട്ടുകാരി."

ജോൺ തന്റെ കീശയിൽ നിന്ന് ഒരു മൗത്ത് ഓർഗൺ പുറത്തെടുത്തു. മലങ്കാറ്റിന്റെ അതീവ ഗാംഭീര്യം ഉൾക്കൊള്ളുന്ന സ്വരം. ദൂരങ്ങളിൽ നിന്നു വീശിയടുക്കുന്ന ഒരു ശക്തിപോലെ. പാടുമ്പോൾ ജോണിന്റെ നേർത്തചുണ്ടുകൾ അപ്രത്യക്ഷമാവുകയും ഒട്ടിയ കവിളുകൾ ചീർക്കുകയും ചെയ്തു.

പുറത്തു മിന്നിമായുന്ന പ്രകാശബിന്ദുക്കളെ നോക്കി അവൻ പാടി. അവന്റെ ആത്മാവ് ആ കൊച്ചു പേടകത്തിൽ കൂടുകെട്ടിയതുപോലെ.

കമ്പാർട്ടുമെന്റ് പതുക്കെ നിദ്രയിലാണ്ടു.

ഉറങ്ങിക്കിടന്ന ഉത്തരേന്ത്യൻ എണീറ്റിരിക്കാൻ ഒരു സന്ദർഭം കിട്ടിയ ആശ്വാസത്തോടെ തന്റെ ബ്ലാങ്കറ്റിൽനിന്ന് പുറത്തുകടന്നു. അയാൾ ബെർത്തിൽ നേരെയിരുന്നു ജോണിനെ നോക്കി.

ഇടയ്ക്ക് അയാൾ റോസിയുടെ നേർക്കു മിഴിയയച്ചു.

കുട്ടി ഉറങ്ങാത്തതെന്താണ്? എന്നൊരു ചോദ്യം അതിലുണ്ട്.

ഞാൻ അടുത്തതിന്റെ അടുത്ത സ്റ്റേഷനിൽ ഇറങ്ങും.

വണ്ടി പ്ലാറ്റ്ഫോമിൽ നിന്ന നിമിഷം ജോണിന്റെ ഗാനം അവസാനിച്ചു. അയാൾ കൂടു തുറന്നുവിട്ട സ്വരമാധുരി അവിടമെങ്ങും നനുത്ത ചിറകുവീശി പറന്നു കളിക്കുമ്പോലെ. സീറ്റിൽവച്ച തുണിസ്സഞ്ചി ചുമ

ലിൽതൂക്കി അയാൾ വാതിലിനടുത്തേക്ക് നീങ്ങി. തടിച്ചിയുണ്ട് വഴി തടഞ്ഞു നിൽക്കുന്നു.

"ഞാൻ സമ്മതിക്കില്ല, ഇവിടെ ഇറങ്ങാൻ."

"എനിക്കിറങ്ങണം." ഒരു തണുത്ത സ്വരത്തിൽ ജോൺ പറഞ്ഞു. റോസിയെ നോക്കി, അവൻ കൈ വീശി. കൈപ്പിടിയിൽ എന്തോ പെട്ടെന്ന് ഊർന്നുപോയപോലെ.

അഞ്ച്

ഇവിടെയാണല്ലോ ഇറങ്ങേണ്ടത്. സമയം നാല് പതിനഞ്ച്. കൃത്യം നാല് മണിക്കൂർ ലേറ്റ്. നന്നായി. അർധരാത്രി പിന്നിട്ടു മറ്റൊരു പ്രഭാതത്തിന്റെ പടിക്കൽ. ബോഗി ഒരിരുണ്ട തുരങ്കം പോലെ മുൻപിൽ നീണ്ടു കിടക്കുന്നു. അവളുടെ പക്കൽ സാധനങ്ങൾ ഇല്ല എന്നുതന്നെ പറയാം. ചുമലിൽ തൂക്കിയ ഒരു തുണിസ്സഞ്ചി. പരീക്ഷയെഴുതാൻ പോയപ്പോൾ കവലയിൽനിന്നു മേടിച്ചതാണ്. നല്ല വർണ്ണപ്പകിട്ടുണ്ട്. ഇതാണ് മാർഗരറ്റിനു ഫോണിലൂടെ കൈമാറിയ അടയാളചിഹ്നം. അവൾ ബാഗ് ശരീരത്തിന്റെ മുൻവശത്തേക്ക് അഡ്ജസ്റ്റ് ചെയ്തു വണ്ടിയിൽ നിന്നിറങ്ങി. അരണ്ട വെളിച്ചത്തിൽ അങ്ങിങ്ങു മനുഷ്യരൂപങ്ങൾ. തണുപ്പു കാരണം ശിരോവസ്ത്രംകൊണ്ടു ദേഹമാസകലം പുതച്ചുനിൽക്കുന്ന ആണും പെണ്ണും. അഥവാ പെണ്ണുങ്ങളുണ്ടോ? ഈ അസമയത്ത് മാർഗരറ്റ് ഇവിടെ കാത്തുനിൽപ്പില്ലെങ്കിലോ എന്ന ചിന്ത അവളെ വല്ലാതെ അസ്വസ്ഥയാക്കി. ഉള്ളിലൂടെ ഒരു മിന്നൽപ്പിണർ പാഞ്ഞുപോകുന്നു. ഇരുണ്ട ട്രെയിൻ ഗതകാലസ്മരണപോലെ ഇഴഞ്ഞു നീങ്ങി പൊടുന്നനെ വേഗത കൈക്കൊണ്ട് ഇരുട്ടിൽ മറയുന്നു.

ഇപ്പോൾ തന്റെ അനാഥത്വം പൂർണമായും അവൾക്കു ബോധ്യമാവുന്നു. പ്ലാറ്റ്ഫോമിലുണ്ടായിരുന്ന രൂപങ്ങൾ അദൃശ്യമാർഗങ്ങളിലൂടെ അപ്രത്യക്ഷമാവുന്നു. അകലുന്ന കുതിരവണ്ടികളുടെ മണികിലുക്കം. കുന്നുകൂടിയ ചാക്കുകളിൽ തലചായ്ച്ചുറങ്ങുന്നവർ. അവർ വെളുപ്പാൻകാലത്തെ വണ്ടികൾക്കു കാത്തുനിൽക്കുന്നവരാകാം. വട്ടികളും പെട്ടികളും മാറാപ്പുകളും നാലുപാടും ചിതറിക്കിടപ്പുണ്ട്.

"കർത്താവേ!" റോസി അർധബോധത്തിൽ വിളിച്ചുപോയി.

തൊട്ടടുത്ത ഇരുട്ടിൽ നിന്ന് ഒരുറച്ച ശബ്ദം "റോസീ ഇതു

ഞാനാണ്. മാർഗരറ്റ്. വെട്ടം കുറവ്. ഞാൻ കണ്ണടയെടുക്കാൻ മറന്നേ പോയി. നിന്റെ ബാഗിന്റെ നിറം ഈ ഇരുട്ടത്ത് എങ്ങനെ കാണാനാണ്."

കുളുർജലത്തിൽ മുങ്ങി നീർന്ന സഞ്ചാരിയെപ്പോലെ റോസി ആശ്വസിച്ചു.

മാർഗരറ്റിന്റെ കൈയാണ് ചുമലിൽ. ഇനി നീന്താം. ഏതു കരയിലെങ്കിലും അടുക്കട്ടെ.

"റോസി ഞാൻ രാത്രി അത്താഴം കഴിച്ചു പത്തരയ്ക്ക് ഇറങ്ങിയതാണ്. ഇവിടെ വന്നപ്പോഴാണ് ലേറ്റാണെന്നറിയുന്നത്. എന്നും ലേറ്റാണ്. എന്നാലും ഇന്നൊരു ദിവസമെങ്ങാനും നേരെ ചൊവ്വെ എത്തിയാലോ."

മാർഗരറ്റിന്റെ കാരുണ്യം റോസിയുടെ ഹൃദയം സ്പർശിച്ചു.

നീണ്ട പ്ലാറ്റ്ഫോം. അതൊരു ചെറിയ സ്റ്റേഷനല്ലെന്ന് ഓർമിപ്പിച്ചു.

മാർഗരറ്റ് പറഞ്ഞു: "ചരക്ക് കയറ്റുന്ന സ്റ്റേഷനാണ്. ഇവിടെ വന്നു പോകുന്ന യാത്രക്കാർ നന്നേ കുറവ്."

"ഞാനും ഒരു ചരക്കുതന്നെ. ഒരു കമ്പോളത്തിൽ നിന്നും മറ്റൊന്നിലേക്ക്."

റോസി വിചാരിച്ചു. ഓടിപ്പോന്നതു നന്നായി. വിവാഹക്കമ്പോളത്തെ പിന്നിലാക്കിയതു നന്നായി. എനിക്കൊരു ജോലി മേടിച്ചു തരാതിരിക്കുമോ മാർഗരറ്റ്?

ഗോവിന്ദപുരത്തേക്കു തൊഴിൽവാഗ്ദാനത്തിന്റെ പേരിൽ ആ തടിച്ചിക്കൊപ്പം പോകുന്ന പെൺകുട്ടികളുടെ ദയനീയമുഖങ്ങൾ റോസിയുടെ മനസിൽ നിരന്നു. കരയുന്ന പെൺകുട്ടി ആനി പറഞ്ഞത്, തടിച്ചി അവൾക്കൊരുജോലി മേടിച്ചുകൊടുക്കാമെന്നു പറഞ്ഞിട്ടുണ്ടെന്നാണ്. നല്ല വരുമാനമുള്ള ജോലി. അങ്ങനെ അവളുടെ കുടുംബം പിഴച്ചുപോകും. ഉപരിപഠനത്തിനുള്ള അനിയന്റെ മോഹം സാധിക്കും. അനിയത്തിമാർക്ക് സ്കൂൾ യൂണിഫോറവും പുസ്തകവും ഫീസും മുറയ്ക്കു കിട്ടും. മറ്റു മൂന്നു പെൺകുട്ടികൾക്കും കാണും മോഹങ്ങളുടെ സുന്ദരസ്വപ്നങ്ങൾ. റോസീ, നിനക്കു മാത്രം അത്തരം പ്രത്യേക മോഹങ്ങളൊന്നുമില്ല. മാർഗരറ്റ് യാതൊന്നും വാഗ്ദാനം ചെയ്തിട്ടുമില്ല. കൗമാരത്തിന്റെ ജീർണതയിൽ നിന്നും ഓടിപ്പോന്നിരിക്കുകയായിരുന്നല്ലോ നീ.

തമ്പി പറഞ്ഞിരുന്നു.

"റോസി നാട്ടിൽ പോയാലുടനെ തിരിച്ചു വരണം. ഈ വേനലിൽ നമുക്കൊരു ടൂറിനു പോകാം."

നല്ല തമാശ! അന്നു റോസി ഇലവുങ്കൽ പൗലോസിന്റെ അരുമമകൾ റോസിയായിരുന്നു. അങ്ങനെ ഓടിപ്പോകാനൊക്കുമോ? ഇപ്പോൾ റോസിയുടെ ചുറ്റും മതിലുകളില്ല. ഇരുളടഞ്ഞ ഈ പ്ലാറ്റ്ഫോമിൽ നിന്നു കാതോർത്താൽ തമ്പിയുടെ സ്ഫുടമായ വാക്കുകൾ കേൾക്കാനൊക്കുമോ? ഇരുണ്ട ചതുപ്പുനിലങ്ങളിലൂടെ അരിച്ചെത്തുന്ന ഒരു വഴിവിളക്കിന്റെ മന്ദഹാസം.

"സപ്ലൈ വന്നു എന്നു തോന്നുന്നു." മാർഗരറ്റ് പറഞ്ഞു. "പക്ഷേ, നമുക്കു പോകേണ്ടത് വഴിവിളക്കുകളില്ലാത്ത പാറപ്പുറങ്ങളിലൂടെയാണ്. അറ്റമില്ലാത്ത മേടുകൾ. ഒരു കാലത്ത് കാടുകളായിരുന്നു.കണ്ടു മറന്ന സ്വപ്നങ്ങൾ."

മാർഗരറ്റ് കൊണ്ടു വന്ന ജീപ്പ് ഒരു വഴിമരച്ചോട്ടിൽ ഉറങ്ങുന്നു, അവൾ ഡ്രൈവറെ വിളിച്ചുണർത്തി.

മാർഗരറ്റ് പറഞ്ഞു:

"ഡ്രൈവറല്ല, ഇടവക വികാരിയച്ചനാണ്. അവിടെ മറ്റാർക്കും ഡ്രൈവിങ് അറിഞ്ഞുകൂടാ. ദൂരെനിന്ന് ഒരാളെ ശമ്പളത്തിനു കൊണ്ടു വന്നു നിർത്താനുള്ള സാമ്പത്തിക ശേഷി പള്ളിക്കില്ല."

റോസി ചെവിയോർത്തിരുന്നു. അവൾക്കു പറയാനൊന്നുമില്ല. കേൾക്കാനൊരാളെക്കിട്ടിയ ആനന്ദത്താൽ മതിമറന്ന മാർഗരറ്റ് തുരുതുരാ സംസാരിക്കുന്നു. ഒരു യാത്രയുടെ ക്ഷീണവും മൂന്നു രാത്രികളുടെ ഉറക്കവും അവളെ വേട്ടയാടി.

അപ്പോഴും റോസി മൂളിക്കേട്ടു. മഞ്ഞു പടലങ്ങളെ വകഞ്ഞു പിറുപിറുക്കുന്ന കുറ്റിക്കാടുകൾക്കിടയിലൂടെ, പാറകൾ വെട്ടിയുണ്ടാക്കിയ പാതയിലൂടെ, ഒരു നിശാ ജന്തുവിനെപ്പോലെ ജീപ്പു കുതിക്കുന്നു. ഇപ്പോൾ റോസി മൂളുന്നില്ല. പിന്നിലെ സീറ്റിൽ ചാരിക്കിടന്നു പുറത്തെ അനന്തമായ മേടു നോക്കിയിരിപ്പാണ്. അവളും നിദ്രയും തമ്മിൽ ഒരൊത്തുതീർപ്പിലെത്തിയിരിക്കുന്നു. ചിട്ടകൾ തെറ്റിയ വഴികളാണ് മുൻപിൽ. ഉറക്കം, ഭക്ഷണം, പഠനം എന്നിവയുടെ ടൈംടേബിളിൽ ഇനിമേൽ റോസി കുരുങ്ങിക്കിടക്കുകയില്ല.

മേടുകളുടെ അതിരുകളിൽനിന്നു വേലികടക്കാനോങ്ങുന്ന ഒരു വികൃതിക്കുട്ടിയെപ്പോലെ ചിരിച്ചുകൊണ്ട് സൂര്യൻ എത്തിനോക്കുന്നു. നേർത്ത മഞ്ഞുതുള്ളികൾ പറ്റിപ്പിടിച്ച തലമുടി കൈകൊണ്ടൊതുക്കി റോസി നിവർന്നിരുന്നു. ചരൽ വിരിച്ച പാതയിൽ ഒരസാധാരണ ശബ്ദത്തോടെ വണ്ടി നിന്നു.

ചെറുപ്പക്കാരൻ ഡ്രൈവർ കൈ നീട്ടിക്കുടഞ്ഞു ഗുഡ്നൈറ്റ് പറഞ്ഞു. പള്ളിമേടയിൽ നിലാവു ചുംബിക്കുന്ന ആ വൈകിയ രാവിൽ അയാൾ ഒരു തണുത്ത കാറ്റുപോലെ കടന്നുപോയി.

ഇപ്പോൾ നേർത്ത ഇരുട്ടിൽ റോസിയും മാർഗരറ്റും മാത്രം.

"നിനക്ക് ലഗേജ് ഒന്നുമില്ല, അല്ലേ?"

"എന്റെ ഭാരം മാത്രം."

"അതു നന്നായി."

തണുത്ത പൂഴിയിലൂടെ അവർ ഒരു വലിയ കെട്ടിടത്തിനു പുറം തിരിഞ്ഞു നിൽക്കുന്ന മറ്റൊരു കെട്ടിടത്തിനു മുൻപിലെത്തി. ഇരുട്ടു പുതച്ചുറങ്ങുന്ന വിശാലമായ പൂവാടി കൺതുറക്കുന്നു. ചുവന്ന വെയിൽ. പല വർണങ്ങൾ വിരിഞ്ഞു വന്നു വെയിലിനെ പുഞ്ചിരിപ്പിക്കുന്നു.

മിഴി തുറന്നു വിസ്മയിക്കുന്ന ആയിരം സീനിയാപൂക്കളെ നോക്കി റോസി പുഞ്ചിരി തൂകി.

അതിഥി മന്ദിരത്തിന്റെ അറ്റത്തുള്ള രണ്ടു ചെറിയ മുറികൾ കിഴക്കോട്ടു തിരിഞ്ഞു നിൽക്കുന്നു. മറ്റു മുറികൾ തുറക്കുന്നത് വലിയ നാലുകെട്ടിനകത്തെ മറ്റൊരു പൂന്തോപ്പിലേക്കാണ്.

"ഇവ രണ്ടും സ്ത്രീകൾക്കു മാത്രമുള്ള ഗസ്റ്റ് റൂമുകളാണ്". മാർഗരറ്റ് പറഞ്ഞു. "നാളെ കാലത്ത് ജീപ്പു വന്ന് നമ്മളെ ഗ്രാമത്തിലേക്കു കൊണ്ടുപോകും."

ഇതൊരു വഴിത്താവളം മാത്രമാണെന്ന് വന്നപ്പോഴേ റോസിക്ക് തോന്നിയിരുന്നു. ഇനി ഉറങ്ങാൻ സമയമില്ല. രാത്രി വണ്ടിയിലുറങ്ങാൻ കഴിഞ്ഞതുമില്ല. മാർഗരറ്റ് അവൾക്കുവേണ്ടി ഉറക്കമിളച്ച് ഒരു രാത്രി ചെലവഴിച്ചിരിക്കുന്നു. മാർഗരറ്റിന് എന്തു കടപ്പാടാണ് തന്നോടുള്ളത്?

വെയിൽ തെളിഞ്ഞു. തന്റെ യാഥാർഥ്യത്തെക്കുറിച്ചു റോസി ഉത്കണ്ഠാകുലയായി. ഇനിയെന്ത്? ഡിഗ്രി പരീക്ഷയ്ക്കെഴുതുകമാത്രം ചെയ്തിട്ടുള്ള ഒരു പെൺകുട്ടിക്ക് എന്തു വാഗ്ദാനമാണ് ഇവിടെ ലഭിക്കുക?

റോസി ഖിന്നയായി. അതേസമയം പൊളിഞ്ഞ ജാലകപ്പാളിയിലൂടെ വെളിച്ചമെന്നോണം നേരിയ പ്രതീക്ഷ അവളെ തഴുകി.

ഞാൻ രക്ഷപ്പെടുകയാണോ?

നാട്ടിൽ എല്ലാവരുംകൂടി നിർമിച്ചു വച്ചിരിക്കുന്ന സങ്കീർണമായ വേലിക്കെട്ടിൽ നിന്നു റോസി രക്ഷ പ്രാപിക്കുകയാണോ! കർത്താവേ, എന്റെ പ്രാർഥന കൈക്കൊള്ളുക. റോസി ഇനി തിരിച്ചുപോകാനാഗ്രഹിക്കുന്നില്ല. ഇരുട്ടു നിറഞ്ഞ മുറികളും വിരസമായ ദിനസരിയും. റോസിക്കു ജീവിക്കണം. നെല്ലുപുഴുങ്ങി വച്ചിരിക്കുന്ന കന്നുകാലികൾക്കു തീറ്റകൊടുക്കുന്ന, പശുവിനു പുല്ലരിയുന്ന, അരി പൊടിക്കയും മസാല അരയ്ക്കുകയും അടുപ്പൂതുകയും ചെയ്ത് സ്ത്രീധനത്തുകയുടെ വലിപ്പത്തിൽ ആശങ്കിച്ചു കഴിയാൻ റോസിക്കു വയ്യ. പറ്റിയ ഉരുവിനെ കാത്തിരിക്കാൻ റോസിക്കു വയ്യ. എനിക്കൊരു ജോലി വേണം. പല നാടുകൾ ചുറ്റിക്കറങ്ങി, വേദനിക്കുന്നവരെ ആശ്വസിപ്പിച്ചു, തന്നത്താൻ വിലയിരുത്തി, വിശ്രമം തരുന്ന സായന്തനങ്ങളിൽ സംഗീതം ശ്രവിച്ചു നല്ല സിനിമാപ്പടങ്ങൾ കണ്ട്, കൂട്ടുകാരികളൊത്തു സല്ലപിച്ച്.

റോസിക്കു ചിരി വന്നു. ഇപ്പറഞ്ഞതൊന്നും പൗലോസ് മകൾ റോസിക്കു നിരക്കുന്നതല്ല. പൗലോസിനു ധാരാളം കൃഷിഭൂമിയുണ്ട്. റോസിക്കൊപ്പം ആ കൃഷിഭൂമിയും സ്വീകരിക്കാൻ തയ്യാറാവുന്ന ആരോഗ്യവാനായ ഒരു ഗ്രാമീണയുവാവിനെയാണ് അവളുടെ അപ്പൻ സ്വപ്നം കാണുന്നത്. അയാൾക്കു പണിയെടുക്കാൻ പോരിമയുണ്ടാവണം. റോസിയെ അന്യനാട്ടിലേക്കു വിടാൻ അപ്പനു മനസില്ല. അവളുടെ മുഖം അരിശം കൊണ്ടും അപമാനചിന്തയാലും ചുവന്നു.

"റോസി കുളിച്ചു തയ്യാറാവൂ. വണ്ടി ഇപ്പോഴെത്തും. ഫാദർ യെൽസങ്കി അതികാലത്തുണരും. നൊടിയിടകൊണ്ട് ഇങ്ങെത്തും."

ഇന്നലെക്കണ്ട ജീപ്പു ഡ്രൈവറാണ് യുവാവായ ഫാദർ യെൽസങ്കി. ഇടവക തീർത്തും ദരിദ്രമായിരിക്കാം. പാതിരിയച്ചൻ ധരിച്ച ഷർട്ടിന്റെ ചുമലിൽ ഒരു കീറലുള്ളത് കാലത്തെ അരണ്ട വെളിച്ചത്തിൽ പോലും കാണാമായിരുന്നു. ഇരുവരും യാത്രയുടെ സമാപനത്തിനുള്ള ഒരുക്കം തുടങ്ങി. വണ്ടിയിലുടുത്ത മുഷിഞ്ഞ സാരി മാറ്റി റോസി ഇളംമഞ്ഞയിൽ വയലറ്റ് പൂക്കളുള്ള ചുഡീദാറും ചിത്രത്തയ്യലുള്ള മഞ്ഞ കൂർത്തയും ധരിച്ചു. ദുപ്പട്ട കഴുത്തിലൂടെ ചുറ്റി മാറിലേക്കിട്ടു പൂന്തോപ്പിലേക്കിറങ്ങിയ റോസിയെ മാർഗരറ്റ് വിസ്മയത്തോടെ നോക്കി.

"എടീ നിന്നെ കണ്ടിട്ടറിയുന്നില്ലല്ലോ. നാലു കൊല്ലംകൊണ്ടു നീയെത്ര മാറിപ്പോയി."

നാലു വർഷം മുൻപാണ് മാർഗരറ്റ് ആദ്യമായും അവസാനമായും അവളുടെ അമ്മയെക്കാണാൻ നാട്ടിൽ വന്നത്. അടുത്ത നാലു വർഷംകൂടി കഴിഞ്ഞാലേ അവൾ ഇനിയും നാട്ടിലേക്കു വരൂ എന്നാണ് മറിയാമ്മച്ചേടത്തി പറഞ്ഞത്. അവൾ ഒരിക്കലും നാട്ടിലേക്കു തിരിച്ചു പോവില്ലെന്നു റോസി ഊഹിച്ചു. താനും തിരിച്ചു പോവില്ല. രണ്ടു ലോകങ്ങൾക്കിടയിലുള്ള നൂൽപ്പാലം മുറിഞ്ഞുപോവുകതന്നെ ചെയ്യും.

നല്ല വസ്ത്രം ധരിച്ചപ്പോഴുണ്ടായ ആനന്ദം റോസിയെ വിട്ടകന്നു. അവളുടെ മുഖം ഇരുണ്ടു. പൊടുന്നനെ അവൾ ചോദിച്ചു.

"മാർഗരറ്റ് എനിക്കൊരു ജോലി കിട്ടുമോ?"

"കിട്ടും. തേടിപ്പിടിക്കണം."

"എനിക്കൊരു ജോലി വേണം."

മാർഗരറ്റിനു തന്നേ സഹായിക്കാനാവും എന്ന് ആ നിമിഷം റോസിക്കു മനസിലായി. എല്ലാം വിട്ടെറിഞ്ഞ് എല്ലാത്തിൽനിന്നും രക്ഷപ്പെടാൻ ഓടിപ്പോന്നപ്പോൾ ഭാവി ഒരു പ്രശ്നമേ ആയിരുന്നില്ല....

കൃത്യം ഏഴരയ്ക്ക് ഫാദർ യെൽസങ്കി എത്തി. സാധാരണ തുണിയിൽത്തീർത്ത, അലക്കിത്തേച്ച പാൻസും ഷർട്ടുമാണ് വേഷം. അപ്പോഴും അയാൾ ളോഹ ധരിച്ചിട്ടില്ല. നഗരത്തിൽ നവാഗതനായ ഒരു തനി ഗ്രാമീണന്റെ പരുങ്ങലും പ്രസരിപ്പും. അതിരുവിട്ട ആത്മവിശ്വാസം ഒളിച്ചുവയ്ക്കുന്ന ഒരു പുഞ്ചിരിയുമായിട്ടാണ് യെൽസങ്കി വന്നത്. അനേകം ജോലികൾ മാറ്റിവച്ച് ഒരു ഉല്ലാസയാത്രയ്ക്ക് ഇറങ്ങിയവന്റെ ഭാവം. ഫാദർ യെൽസങ്കി മുറി ഇംഗ്ലീഷിൽ റോസിയോടു ചോദിച്ചു.

"എങ്ങനെയുണ്ട് നഗരം?"

"ഇതൊരു നഗരപരിസരമാണോ?"

"അതെ. ഞങ്ങളുടെ ഹെഡ്ക്വാർട്ടേഴ്സ്. ഇതു ഞങ്ങളുടെ ബിഷപ്സ് ഹൗസിന്റെ അതിഥിമന്ദിരം. ബിഷപ്പ് ഇവിടെയില്ല. വിദേശത്തു ടൂറിലാണ്. അല്ലെങ്കിൽ പരിചയപ്പെടാമായിരുന്നു."

റോസിക്ക് അതിൽ ഒരു താൽപ്പര്യവും തോന്നിയില്ല. എല്ലാ ബിഷപ്പുമാരും ഒരുപോലെ. കൊട്ടാരത്തിൽ ജീവിച്ച് സുഖഭോഗത്തിൽ മുഴുകി ഇടവകക്കാരുടെ ആത്മാവുകളുടെ പരമാധികാരിയായി. പക്ഷെ എന്റെ

ആത്മാവിന്റെ രോദനം കേൾപ്പിക്കാൻ ഞാൻ ഒരു ബിഷപ്പിനേയും കാണുന്നില്ലല്ലോ കർത്താവേ!

നഗരത്തിൽ നിന്നുമേടിച്ച മരുന്നുപാക്കറ്റുകൾ നിറച്ച സഞ്ചി ജീപ്പിൽ കൊണ്ടുവന്നു വച്ചു. മറ്റൊരു കൂട നിറയെ പഴങ്ങളുമായി മാർഗരറ്റ് ജീപ്പിൽ കയറി.

യെൽസങ്കിയുടെ തൊട്ടടുത്ത സീറ്റിലാണ് മാർഗരറ്റ് ഇരുന്നത്. റോസി പിൻസീറ്റിൽ. അപ്പോൾ ആ കൊച്ചു പട്ടണം ഉറക്കത്തിൽ നിന്നു കൺമിഴിക്കാൻ തുടങ്ങി. പാൽപ്പാത്രങ്ങൾ പുറകിൽവച്ചു സൈക്കിളുകൾ അവരുടെ എതിരെ വന്നു.

“നമ്മൾ ഗ്രാമത്തിലേക്കു പോവുകയാണ്.”മാർഗരറ്റ് പറഞ്ഞു.

“അവിടെ എല്ലാ സൗകര്യങ്ങളും ഉണ്ടായെന്നു വരില്ല.”

“അവിടേക്ക് എത്ര ദൂരമുണ്ട്?”

“ഇരുപത്തെട്ടു കിലോമീറ്റർ. ഇരുപത്തിമൂന്നു കിലോമീറ്റർ വരെ ജീപ്പു പോകും. ഇപ്പോൾ നദിയിൽ വെള്ളം കുറവാണെങ്കിലും അതിനെ മുറിച്ചു ജീപ്പോടിക്കാൻ പറ്റില്ല. നടക്കണം. റോസിക്കു വിഷമമില്ലല്ലോ?”

“നടക്കാൻ എനിക്കിഷ്ടമാണ്.”

“റോസിക്ക് എല്ലാം ഇഷ്ടമാണെന്നു തോന്നുന്നു”. യെൽസങ്കി തിരിഞ്ഞുനോക്കാതെ പറഞ്ഞു. “പക്ഷേ, മിസ്സ് റോസീ, നിങ്ങളുടെ നാടിന്റെ ഒരു സൗന്ദര്യം ഞാൻ മറ്റെവിടെയും കണ്ടിട്ടില്ല.”

റോസി മൗനം ദീക്ഷിച്ചു. അവളുടെ ഗ്രാമത്തിലിപ്പോൾ കുട്ടികൾ കശുമാങ്ങ പെറുക്കാൻ കണ്ണുതിരുമ്മി ഓടുന്നുണ്ടാവും. തങ്ങൾക്കു നഷ്ടപ്പെട്ട പുലർകാല ഉറക്കത്തിന്റെ മാധുര്യം നുണഞ്ഞുകൊണ്ട്. അവളുടെ തോട്ടത്തിലെ കശുമാങ്ങ പെറുക്കി അണ്ടി ശേഖരിക്കാൻ കൊച്ചാപ്പു തനിച്ച്. വീട്ടിലെത്തിയ ഉടനെ കൊച്ചാപ്പു പറഞ്ഞത് ‘ഇച്ചേച്ചീ നമുക്ക് പുലരുമ്പഴ് അണ്ടി പെറുക്കാൻ പോണം എന്നാണ്’. അവന്റെ ഒരു കൊച്ചു മോഹം പോലും സാധിപ്പിച്ചു കൊടുത്തില്ല.

കൊച്ചാപ്പുവിനോടു പറയാതെയാണ് അവൾ പോന്നത്. അമ്മയോടും മേരിച്ചേച്ചിയോടും പറഞ്ഞില്ല. പിറന്ന ഗ്രാമത്തോടും വിട പറഞ്ഞില്ല. ഇവിടെ, മലനിരകൾക്കിടയിലെ ഈ വിശാലമായ പീഠഭൂമിയിൽ പേരറിയാൻ വയ്യാത്തൊരു കൊച്ചു പട്ടണത്തിൽ പേരറിയാവുന്ന താനുൾപ്പെട്ടതെന്നു മറ്റുള്ളവർ പറഞ്ഞു ഫലിപ്പിക്കുന്ന ഒരു മതസ്ഥാപനത്തിന്റെ അതിഥിമുറിയിൽ ഒരു രാത്രിയുടെ താവളം തേടി എത്തിയ റോസിക്കു തന്റെ ഗ്രാമം കാലങ്ങൾക്കും ദൂരങ്ങൾക്കും അകലെയാണെന്നു തോന്നി. ഇവിടെ ആകാശത്തിന് അതിരുകളില്ല. ആരോ ഒരു നീലിച്ച ടാർപ്പോളിൻ വലിച്ചു നീർത്തിക്കെട്ടിയതുപോലെ. ആട്ടിൻകുഞ്ഞുങ്ങൾ മേഞ്ഞുനടക്കാത്ത ഒരു വിശാലസ്ഥലി. യെൽസങ്കിയുടെ ശബ്ദം ഒരു തുമ്പിയുടേതുപോലെ ആ നിശബ്ദതയിൽ നീണ്ട വിള്ളലുണ്ടാക്കി. മൂർച്ച കൂടിയ ഒരു ബ്ലേഡുകൊണ്ട് ഒരൊറ്റ വീശൽ. ഗ്രാമവൃക്ഷത്തിൽ മകരമാസത്തിലെ കോച്ചുന്ന തണുപ്പിൽ ഒറ്റയ്ക്കിരിക്കുന്ന

രാപ്പാടിയുടെ ശബ്ദം ഒരു തേങ്ങലായി അവളുടെ ഉള്ളിൽ ഉണരുകയും സാവധാനത്തിൽ കെട്ടടങ്ങുകയും ചെയ്തു.

വഴിക്ക് ഒരാശ്രമത്തിനു മുൻപിൽ യെൽസങ്കി വണ്ടി നിർത്തി.

ഇവിടെയാണ് നമുക്ക് പ്രാതൽ.

റോസിക്ക് വിശക്കുന്നുണ്ടായിരുന്നു. യാത്രയ്ക്കിടയിൽ വിശപ്പ് അവളുടെ മടിയിലെ സഞ്ചിയിൽ ഉറങ്ങിക്കിടന്നു.

കമ്പിവേലികൾ വലിച്ചുകെട്ടിയ വിശാലമായ കോമ്പൗണ്ടിനകം നന്നായി കാണാം. അലൂമിനിയം ഷീറ്റുകൊണ്ടു മേൽക്കൂര പണിത വലിയ ചർച്ച് കെട്ടിടം തിളങ്ങുന്ന തൊപ്പിയണിഞ്ഞ ഒരു ബഫൂണിനെ ഓർമ്മിപ്പിച്ചു.

പൂന്തോട്ടം വേരുപിടിച്ചു വരുന്നതേയുള്ളൂ. വിസ്താരം കൂടിയ ഒരു കിണറിന്റെ ആൾമറയാണ് കമ്പിഗേറ്റ് കടന്നുവരുന്ന ഒരാളെ ആദ്യം സ്വാഗതം ചെയ്യുക. പീഠഭൂമിയുടെ ശൂന്യതയിൽ മുഖമുയർത്തിനിൽക്കുന്ന കിണർ ആശ്വാസത്തിന്റെ കുളുർമ പകരുന്നു.പ്രധാന വഴിയിൽ നിന്നു മാറി റോസി കിണറിന്റെ ആൾമറ ചാരി ആഴങ്ങളിലേക്ക് ഉറ്റു നോക്കി. നീലജലം നിറഞ്ഞ കിണർ. ആഴത്തിൽ ഒരു നിധിപോലെ ഒരു രഹസ്യം പോലെ ജലം. ദാഹജലം. മോട്ടോറും വെള്ളക്കുഴലുകളും ഫിറ്റു ചെയ്തിട്ടുണ്ട്. പിന്നെ വലിയൊരു കപ്പിയിൽ ചുറഞ്ഞു കിടക്കുന്ന കയർ. ഗ്രാമീണ സ്ത്രീകൾ കപ്പിവഴി വെള്ളം വലിച്ചു കയറ്റി കുടങ്ങളിൽ നിറയ്ക്കുന്നു. അവരുടെ ആഹ്ലാദം പോലെ തുളുമ്പുന്ന ജലം.

പ്രധാന പാതയിൽനിന്നു മാർഗരറ്റ് പറഞ്ഞു: "ആദ്യം നമുക്ക് ആഹാരം കഴിക്കാം. ഇവിടെ നമ്മുടെ നാട്ടുകാരാണുള്ളത്. നല്ല ഇഡ്ഢലിയോ അപ്പമോ കാണും!"

യെൽസങ്കി പറഞ്ഞു: "ഇന്നു ബുധനാഴ്ച. ബ്രെഡ്ഡും ജാമും ആയിരിക്കും. സിസ്റ്റർമാർക്ക് വില്ലേജ് വിസിറ്റുള്ള ദിവസമാണ്."

വലിയ ഹോം മെയ്ഡ് ബ്രെഡിന്റെ കഷ്ണങ്ങൾക്കു മേൽ പേരയ്ക്കാ ജാം പുരട്ടി വലിയ കഷ്ണങ്ങൾ അകത്താക്കുന്നതിനിടയിൽ യെൽസങ്കി പറഞ്ഞു. "നിങ്ങളുടെ നാട്ടിൽ നിന്നു കഴിച്ച പുട്ടും കടലയും ഞാൻ ഇജ്ജന്മത്തു മറക്കില്ല. വണ്ടർഫുൾ. സിസ്റ്റർ റോസി കൂടെ കൊണ്ടു വന്നിട്ടുണ്ടാകുമോ, മാർഗരറ്റ് സിസ്റ്ററിനു കൊടുക്കാൻ. നിങ്ങളുടെ നാട്ടിലെ നെയ്യപ്പം?" "ഇല്ല സുഹൃത്തേ. നാടുവിട്ടാൽ അതിന്റെ സ്വഭാവം ചീത്തയാവും. കൊണ്ടുവന്നിട്ടില്ല." പുട്ടും കടലക്കറിയും കഴിച്ചിട്ട് വർഷങ്ങളായിരുന്നു. അവളുടെ അമ്മച്ചിയുടെ ആരോഗ്യം ക്ഷയിക്കാൻ തുടങ്ങിയപ്പോൾ രാവിലെ ഭക്ഷണമേശയിൽ കഞ്ഞിക്കിണ്ണങ്ങൾ പുനർജനിക്കാൻ തുടങ്ങി.

രണ്ടു പീസ് ബ്രെഡ് വയർ നിറച്ചു. യെൽസങ്കി അപ്പോഴും ആർത്തിയോടെ വിഴുങ്ങുന്നതു കണ്ടു മാർഗരറ്റ് പറഞ്ഞു:

"ഈ അച്ചന്റെ ഇടവകയിൽ ബ്രെഡ്ഡും മറ്റു പലഹാരങ്ങളും വിളയില്ല. വെറും ജട്ടിങ്കി മാത്രം!"

"എന്താണ് ജട്ടിങ്കി?"

"കാണാനിരിക്കുന്നതേയുള്ളൂ. എണ്ണവിത്താണ്. സൺഫ്ളവർ ഓയിൽ പോലെ ഒരു തരം എണ്ണ. കറികൾക്കും പൂരിയുണ്ടാക്കാനും വടയുണ്ടാക്കാനുമെല്ലാം ജട്ടിങ്കി എണ്ണ! മോളെ റോസീ, നീ വെളിച്ചെണ്ണ കൊണ്ടു വന്നിട്ടുണ്ടാവുമല്ലോ? നിന്റെ പനങ്കുലപോലത്തെ മുടിയിൽ തേയ്ക്കാൻ ജട്ടിങ്കി കൊള്ളുകയില്ല. "

റോസിയുടെ ഉള്ളിൽ ചിരി പൊടിച്ചു.

തലയിൽ തേയ്ക്കാനുള്ള എണ്ണ.

എന്താണ് മാർഗരറ്റ് തന്നെപ്പറ്റി വിചാരിച്ചിരിക്കുന്നത്?

തലയിൽ തേയ്ക്കാനെണ്ണ, വായ്ക്ക് സുഖം നൽകാൻ അച്ചാറ്, കൊറിക്കാൻ മുറുക്ക്.

റോസി വരുന്നത് വീടെന്ന സ്വർഗ്ഗത്തിൽ നിന്നല്ലേ?

തലമുടി നന്നായി ഒരുക്കിക്കെട്ടി, അവൾ മാർഗരറ്റിന്റെ പുറകെ വീണ്ടും ജീപ്പിൽ കയറി. വല്ലാത്തൊരു യാത്ര തന്നെ. അവൾ ജീവിതത്തിലിന്നുവരെ ഇത്രയും ദീർഘിച്ച ഒരു യാത്ര ചെയ്തിട്ടില്ല. ഇവിടുന്നങ്ങോട്ട് ലക്ഷ്യമില്ലാത്ത യാത്ര തന്നെ. പിന്നിട്ട പാതകളെ മറക്കാനുള്ള വ്യഗ്രതയിൽ അകലങ്ങളിലേക്ക് - അകലങ്ങളിലേക്ക് - വേരുകൾ പറിഞ്ഞു പോകുമ്പോൾ – ഇല്ല, ഞാനത് കാര്യമാക്കുന്നില്ല. റോസി വിചാരിച്ചു.

മൈനീനദിയുടെ തീരത്ത് വണ്ടിയിറങ്ങി. മാർഗരറ്റ് അക്കരെയ്ക്കു ചൂണ്ടി. അതാ അവിടെയാണ് നമ്മുടെ താവളം. ദാരുപിസാ ഗ്രാമം.

അക്കരെ അറ്റമില്ലാത്ത പീഠഭൂമിയിലേക്ക് നദീതടത്തിൽനിന്നൊരു ചെറിയ കയറ്റം. മേടിന്റെ അതിരുകളിൽ നിന്ന് എത്തിനോക്കുന്ന മഹുവാവൃക്ഷങ്ങൾ.

യെൽസങ്കി, ഇക്കരെ പഴകി ദ്രവിച്ച തോണിപ്പുരയിൽനിന്നു തന്റെ മോട്ടോർബൈക്ക് എടുത്തുകൊണ്ടുവന്നു. സാൽമരത്തിന്റെ ഒറ്റത്തടിയിൽ തീർത്ത നീണ്ടുമെലിഞ്ഞ തോണികൾ മണൽപ്പരപ്പിൽ വിശ്രമിക്കുന്നു.

നദിയിപ്പോൾ വേനലിലെ വിശ്രമത്തിലാണ്. ധൃതികൂടിയ ജോലികൾ കഴിഞ്ഞു, കാറ്റിൽ തലമുടി വേർപെടുത്തുന്ന ഒരു വീട്ടമ്മയെപ്പോലെ, വെയിലിന്റെ നരവീണ തലമുടിയിൽ ഓളങ്ങൾ ഇളകുന്നു.

ആ നദി അവൾക്ക് മരിച്ചുപോയ വല്യമ്മച്ചിയുടെ ഓർമ്മ നൽകി. എപ്പോഴും മധുരമായി പുഞ്ചിരിക്കാറുള്ള, മരണം വരെ ഒരു പല്ലിനു പോലും കേടുപറ്റാത്ത മുത്തുമണികളുടെ മന്ദഹാസം. ഒരു പുഞ്ചിരിയോടെ അവർ ജീവിച്ചു. അസഹ്യമായ തലവേദനയുണ്ടായാലും, പനി വന്നാലും ഒരു പുഞ്ചിരിയോടെ സഹിക്കാറുള്ള വല്യമ്മച്ചി. വലിയ തക്കകൾ കിടന്നാടുന്ന മേക്കാതുകൾ അവരുടെ കവിളുകളെ പൂർവാധികം പ്രകാശിപ്പിച്ചു. അതേ മധുരമായ പുഞ്ചിരിയോടെ അവർ മരണക്കിടക്കയിൽ ചെന്നു കിടന്നു. കാണെക്കാണെ ദലങ്ങളോരോന്നും അടർന്നു

വീഴുന്ന ഒരു പൂപോലെ ആദ്യം കേൾവി, പിന്നെ ചലനം, സംസാര ശേഷി– അവസാനം പടിഞ്ഞാറെ ജനലിലൂടെ വന്ന ഒരു കാറ്റ് അവരെ ഊതിക്കെടുത്തി. അമ്മച്ചി കരഞ്ഞില്ല. ദാമ്പത്യജീവിതത്തിനിടയിൽ അവരുടെ കണ്ണീരെല്ലാം വറ്റിപ്പോയിരുന്നു. അവൾ കരഞ്ഞു, റോസി! അവൾക്ക് റോസ്മേരി എന്നു നാമകരണം ചെയ്തത് വല്യമ്മച്ചിയായിരുന്നു. പള്ളി സ്കൂളിൽ തൂവെള്ള വസ്ത്രങ്ങളണിഞ്ഞ് വല്യമ്മച്ചി അവളെ കൊണ്ടുചെന്നപ്പോൾ വികാരിയച്ചൻ ചോദിച്ചു, "മേരിക്കുട്ടീടെ മകളുടെ കുഞ്ഞല്ലേ?"

"അതെ, അവൾ ഇവിടെ പഠിക്കട്ടെ. പഠിച്ചു വലുതാവട്ടെ. ഇവളുടെ അച്ഛനമ്മമാർക്കും ഇവൾ ഒരിക്കലും ഒരു ഭാരമാവരുത്."

"കർത്താവ് എല്ലാം കാണുന്നുണ്ട് മേരിക്കുട്ടീ."

കർത്താവ് എന്താണ് കണ്ടുകൊണ്ടിരിക്കുന്നതെന്ന് അന്നു റോസിക്ക് മനസിലാവുമായിരുന്നില്ല. മദിച്ച കാളയെപ്പോലുള്ള അപ്പന്റെ ചെയ്തികളാവാം. പൂപോലെയിരുന്ന അമ്മച്ചിയുടെ മനസ്സ് കല്ലായി ത്തീർന്നതാവാം.

വല്യമ്മച്ചിയോട് അമ്മച്ചി ഒരൊറ്റ നല്ലവാക്കുപോലും പറഞ്ഞിരുന്നില്ല. മാസത്തിലൊരിക്കൽ വട്ടി നിറയെ പലഹാരവും പുറകിൽ കുട്ട നിറയെ മറ്റു സാധനങ്ങളുമായി വല്യമ്മച്ചി എത്തുമ്പോൾ അമ്മച്ചി കയർക്കുമായിരുന്നു.

"ഇത്രേം ദൂരേ ഇതെല്ലാം താങ്ങിപ്പിടിച്ചുകൊണ്ടുവരുന്നത് ആർക്കു സ്വർഗം കിട്ടാനാ?"

മറുപടി മധുരമായ ഒരു പുഞ്ചിരി.

"റോസീ, മാർഗരറ്റ് ചോദിക്കുന്നു, വണ്ടിയിൽ ആദ്യം നീ കയറുന്നോ അതോ ഞാനോ? ഒരാൾക്കേ ഒരേ സമയത്ത് പോകാനാവൂ."

അവൾ വിസ്മയത്തോടെ ചോദിച്ചു.

"ഏതു വണ്ടിയിൽ? പുഴയിലൂടെ സഞ്ചരിക്കുന്ന......."

"മോട്ടോർ ബൈക്ക്. യെൽസങ്കിയച്ചന്റെ ബൈക്ക്. പുഴയിലൂടെയും സഞ്ചരിക്കും."

ആക്സിലറ്ററിൽ അമർത്തിച്ചവിട്ടി ഒരു കടുംവാശിയോടെ യെൽസങ്കി അക്കരയ്ക്കു കുതിച്ചു. സാരി ചുരുട്ടിപ്പിടിച്ച മാർഗരറ്റിന്റെ നഗ്നമായ കാൽവണ്ണകൾ നദീജലത്തിൽ ഒരു പുതിയ തിര ചുരുട്ടി. തിരച്ചുരുളുകൾ അഴിയുംമുൻപ് അവർ അക്കരെ മണൽത്തിട്ടയിലെത്തി.

യെൽസങ്കി തിരിച്ചുംവരുംമുൻപ് റോസി കൈ കാണിച്ചു വിലക്കി. വേണ്ട, ഞാൻ നടന്നോളാം. ഈ നദിക്ക് ആഴം കുറവാണ്. ചിലേടത്ത് അവളുടെ വാരിയെല്ലുകൾ തെളിഞ്ഞിരിക്കുന്നു. നാട്ടിൽ വേനലിന്റെ ചിതയിൽ കിടന്നു ഞരങ്ങാറുള്ള ഭാരതപ്പുഴയെ അവൾ ഓർത്തു. തലച്ചുമടുമായി കാടിറങ്ങി വന്ന ആദിവാസിപ്പെൺകിടാങ്ങൾ റോസിക്കു മുൻപിൽ നദിയിലിറങ്ങി നടന്നു. അവരുടെ കുട്ടകളിൽ എമ്പാടും വേരുകളുള്ള നാരൻ കിഴങ്ങ്. അവർ റോസിയെ ഒന്നു നോക്കുകമാത്രം ചെയ്തു.

കാലടികൾ പരുപരുത്ത മണലിൽ പുതഞ്ഞു. വെള്ളമുള്ള ഇടങ്ങളിൽ പൂഴി അമർന്നു കിടന്നു. പരുക്കൻ അരിപോലെ വലിയ തരികൾ.

ഒഴുക്കിന്റെ നേർത്ത നിഷേധം വകവയ്ക്കാതെ അവൾ അക്കരെയെത്തി. തുടവരെ നനഞ്ഞിരിക്കുന്നു. സാരിയുടെ അറ്റം പിഴിഞ്ഞ് അവൾ മാർഗരറ്റിന്റെ അടുത്തെത്തി.

"എങ്ങനെയുണ്ട് കൊച്ചേ ഞങ്ങടെ മൈനി?"

"നന്നായിരിക്കുന്നു. നദികളായാൽ ഇത്ര വിസ്താരം വേണം. ഇടുങ്ങിയ മനസ്സുപോലെ ആഴത്തിൽ നിധിയിരുന്നിട്ടെന്തു കാര്യം?"

"ഇവളെ നിനക്കറിയാഞ്ഞിട്ടാ. കോപിച്ചാൽ ഇരു കരയിലും പിറ്റേന്നാൾ ഗ്രാമങ്ങളുണ്ടാവില്ല." പക്ഷേ, ഗ്രാമങ്ങൾ ഇരു കരയിലും ഇല്ല. തരിശുകളിൽ തല നീർത്തി മഹുവാവൃക്ഷങ്ങൾ. അവ കാവലാളുകളെപ്പോലെ പീഠഭൂമിയിൽ അവിടവിടെ നിൽക്കുന്നു. നേർത്ത ചരൽ ചിതറിയ ചെത്തുവഴി.

കുട്ടകൾ ചുമന്ന ആദിവാസിപ്പെൺകിടാങ്ങൾ ഊടുവഴികളിലൂടെ അലിഞ്ഞില്ലാതായി. അവരെപ്പോഴാണ് നെടുംപാത വിട്ടിറങ്ങിയതെന്നു കണ്ടില്ല.

യെൽസങ്കിയോട് മാർഗരറ്റ് പറഞ്ഞു:

"അച്ചൻ വണ്ടി വിട്ടോളൂ. ഞങ്ങൾ പുറകേ നടന്നെത്തിക്കോളാം."

"എവിടെയാണ് മാർഗരറ്റ് നിന്റെ താവളം?"

"ഇതാ അടുത്ത്. വളരെ അടുത്ത്," വാച്ചുനോക്കി അവൾ പറഞ്ഞു. "ഇരുട്ടും മുൻപ് നമ്മൾ അങ്ങെത്തും പോരേ?"

"മതി." ഇളവെയിലേറ്റ് ആനന്ദിക്കുന്ന പീഠഭൂമിയിലൂടെ അവർ നടന്നു. രണ്ടു സൂക്ഷ്മ ജീവികളെപ്പോലെ. അനന്തവിശാലമായ ഭൂമി. അരിമ്പാറപോലെ വല്ലേടത്തും അവളുടെ മാറിലൊരു പാറ. കറുത്ത അരിമ്പാറയ്ക്കു സമീപം മുളച്ചു തല നീട്ടുന്ന മഞ്ഞപ്പൂക്കളുള്ള ഒരു തരം ചെടികൾ.

വൃക്ഷങ്ങൾക്കിടയിൽ തലയുയർത്തി നിൽക്കുന്ന ഒരു പുരാതന ക്ഷേത്ര ഗോപുരം. കാലത്തിന് പരിക്കേൽപ്പിക്കാൻ കഴിയാത്ത ഗോപുരത്തിനു കീഴെ രണ്ടു ഗ്രാമീണ ഭവനങ്ങൾ. ഓടു മേഞ്ഞ ആ വീടും ക്ഷേത്രവും ഒരേ വേലിയാൽ വലയം ചെയ്യപ്പെട്ടിരിക്കുന്നു. വേലിത്തറിയുടെ സമീപം നിൽക്കുന്ന ഒരു യുവതി. ഒക്കത്ത് ഒരാൺകുട്ടി. മെഴുക്കുമയമുള്ള അവന്റെ നഗ്നശരീരത്തെ പൊത്തിപ്പിടിച്ച അമ്മയുടെ കൈകൾ.

"റോസീ, നീ കേട്ടിട്ടുണ്ടോ ചമർ എന്ന വർഗത്തെപ്പറ്റി?"

"വർഗത്തെയല്ല, ഒരു പെൺകുട്ടി." യുവസന്യാസിയുടെ കൈക്കുമ്പിളിൽ ദാഹജലം പകർന്നുകൊടുക്കുന്ന ഒരു 'ചമർ നായകൻ തന്റെ കിടാത്തിയെ' റോസി കൗതുകത്തോടെ നോക്കി.

അവളാണിവൾ. കാരുണ്യം മൂർത്തീകരിച്ച ആ പഴയ നായിക. റോസിയുടെ ഹൃദയത്തിൽ എന്തോ ഉടക്കിയതുപോലെ.

മാർഗരറ്റിനെ നോക്കി അവൾ പുഞ്ചിരിച്ചു. റോസിയുടെ മുഖത്തു കൗതുകത്തോടെ മിഴികൾ അലഞ്ഞു.

മാർഗരറ്റ് പറഞ്ഞു:

"അമ്പലം അടച്ചോ? ഇവൾ എന്റെ നാട്ടിൽ നിന്നു വരികയാണ്. ഒന്നു കാണാനാണ്."

"അടച്ചു കഴിഞ്ഞു. ഇവന്റച്ചൻ വിജയദശമിക്കു ദുർഗാപൂജ കാണാൻ പട്ടണത്തിലേക്കു പോയി."

"പൂജാരിയുടെ കെട്ടിയവളാണ്! ജാതി ഹിന്ദുക്കൾ. ഈ വേലി തൊടില്ല."

"മാർഗരറ്റിനിവളെ പരിചയമാണോ?"

മാർഗരറ്റ് വഴിയുടെ ഇരുവശത്തേക്കും നോക്കി. അച്ചന്റെ മോട്ടോർ ബൈക്ക് വൃക്ഷങ്ങൾക്കിടയിൽ നിഷ്ക്രമിച്ചു കഴിഞ്ഞിരിക്കുന്നു. ചക്രവാളത്തിന്റെ ഹൃദയമിടിപ്പുപോലെ ദൂരെനിന്ന് അതിന്റെ ശബ്ദം കേൾക്കാം.

"റോസി കേട്ടിട്ടുണ്ടോ ത്സാർഖണ്ഡ്കാരെപ്പറ്റി?"

"ഇല്ല. എപ്പോഴോ ഏതോ പത്രത്തിൽ വായിച്ചിരുന്നു."

"ആദിവാസികൾക്ക് അവരുടെ സംസ്ഥാനം വേണമെന്നു വാദിക്കുന്നവർ."

"മാഗി ഇവിടെ രാഷ്ട്രീയത്തിൽ ഇടപെടാറുണ്ടോ?"

"ഇല്ല."

പിന്നെ അവർ മൗനത്തെ പിൻതുടരുന്നു. പെൺകുട്ടി വേലിക്കരികിൽ നിന്നു വീട്ടിലേക്കു നടന്നുപോകുന്നത് തിരിഞ്ഞുനോക്കിയപ്പോൾ റോസി കണ്ടു. അത്യന്തം വിശാലമായ പീഠഭൂമിയിൽ പറ്റിപ്പിടിച്ചു നിൽക്കുന്ന രണ്ടു ചെറു ഭവനങ്ങൾക്കപ്പുറം ഒരു ഗ്രാമമുണ്ടാകാം. പുറമ്പോക്കിലേക്കു തള്ളപ്പെട്ട ചമർ യുവതി റോസിയുടെ മനസിനെ നോവിച്ചുകൊണ്ടിരുന്നു കാരണമില്ലാതെ.

മഹുവാവൃക്ഷങ്ങളുടെ എണ്ണം വർധിച്ചിരിക്കുന്നു. ചിലേടത്ത് അവ കൈകോർത്തു നിൽക്കുന്നു, അഗോചരനായ ഒരു ശത്രുവെ അല്ലെങ്കിൽ ഒരു ശത്രുനിരയെ തടയാനെന്ന മട്ടിൽ.

വെളുത്ത പൂഴി കലർന്ന ഊഷരമായ മണ്ണിന്റെ മാറിലൂടെ യെൽസങ്കിയുടെ വണ്ടിച്ചക്രത്തിന്റെ പാട്. വൃക്ഷങ്ങളില്ലാത്ത തലങ്ങളിൽ മഞ്ഞപ്പൂക്കളണിഞ്ഞ മുട്ടുയരം വളർന്നുനിൽക്കുന്ന വയലുകൾ.

—ജട്ടിങ്കിയാണ് ഇപ്പോൾ കൃഷി. കുറെ അപ്പുറത്ത് ബദാം ഉണ്ട്. എന്നുവച്ചാൽ കപ്പലണ്ടി.

നേർത്ത ഇരുട്ട് ഭൂതകാലത്തെ സ്പർശിക്കുന്നു. വൃക്ഷങ്ങളുടെ ഉരുണ്ട തഴപ്പുകൾ ഭീഷണരൂപം കൈക്കൊള്ളുന്നു. നവാഗതരെക്കൊണ്ട് കോപാകുലരായതുപോലെ. ഭൂമിയുടെ മാറിൽ രോമാഞ്ചം പോലെ കൂമ്പി നിൽക്കുന്ന ബീഡിയിലകൾ റോസിയുടെ കാലടികളെ സ്പർശിച്ചു. ഒരു

പുതിയ സ്പർശം, പുതിയ വായു, പുതിയ നിഴലുകൾ. റോസി വിസ്മയത്തോടെ മാർഗരറ്റിന്റെ തോളുരുമ്മി നടന്നു.

ദൂരെ ഇടവകപ്പള്ളിയുടെ ഗോപുരം നെറ്റിയിൽ പോക്കുവെയിൽ സമ്മാനിച്ച കുങ്കുമം തൊട്ടു വിഷണ്ണനായി നിൽക്കുന്നു.

ചെരിപ്പുകൾക്കു കീഴെ ചരക്കല്ലിന്റെ മന്ത്രണം. വെട്ടുവഴി പിന്നീടവസാനിക്കുന്നു. മഹുവാവൃക്ഷങ്ങൾക്കു ചുവട്ടിലൂടെ ഒറ്റയടിപ്പാതയിലൂടെ അവർ നടന്നെത്തുമ്പോൾ രാത്രി ദിക്കുകളുടെ വാതായനങ്ങളിൽ തടിച്ച തിരശ്ശീല നീർത്തുന്നു. മങ്ങിയ ഇരുട്ടിൽ വണ്ടി ചാരി നിൽക്കുന്ന യെൽസങ്കി തന്റെ വെണ്മയാർന്ന പലകപ്പല്ലുകൾ കാണിച്ചു ഹൃദയം തുറന്നു ചിരിച്ചു.

"എങ്ങനെ നന്ദി പറയേണ്ടു?" റോസി പറഞ്ഞു.

"ഞാനാണ് നന്ദി പറയേണ്ടത്. ഈ ഇടവകയിലേക്ക് സന്ദർശകരാരും വരാറില്ല. ഇന്ന് അത്താഴത്തിനു ഞാൻ നിങ്ങളെ രണ്ടുപേരെമാത്രമല്ല സിസ്റ്റർ കരുണയെയും സിസ്റ്റർ ദീപ്തിയെയും ക്ഷണിക്കുന്നു. എന്റെ അടുക്കള ദരിദ്രമാണ്, എന്നാലും പാതി ഇംഗ്ലീഷിലും പാതി ഹിന്ദിയിലുമായി യെൽസങ്കി പറഞ്ഞൊപ്പിച്ചു. ഇടയ്ക്ക് തിരശ്ശീല മാറ്റി അയാളുടെ ഗ്രാമ്യഭാഷ തലനീട്ടി നോക്കുന്നതു കാണാൻ രസമായിരുന്നു. അയാളുടെ സ്വന്തം ഭാഷയിൽ പൂർണമായും സംസാരിക്കുന്നതു കേൾക്കാൻ റോസി ആഗ്രഹിച്ചു. വിദേശവസ്ത്രം ധരിച്ച ഒരപരിഷ്കൃത ഗ്രാമീണനെപ്പോലെയാണ് അയാൾ വാക്കിലും നോക്കിലും അവരുടെ മുൻപിൽ പ്രത്യക്ഷപ്പെട്ടത്. ചിലപ്പോൾ ക്ലാസിൽ പോകാനിഷ്ടമില്ലാത്ത ഒരു സ്കൂൾ കുട്ടിയെപ്പോലെ, ചിലപ്പോൾ വീട്ടമ്മ സ്ഥലത്തില്ലാത്ത ഒരു ഗൃഹനായകനെപ്പോലെ. പക്ഷേ, യെൽസങ്കിയിൽ ഒരു വികാരിയച്ചനെ ദർശിക്കുവാൻ റോസിക്കു കഴിഞ്ഞില്ല. ളോഹ ധരിക്കാത്തപ്പോൾ പ്രത്യേകിച്ചും.

ളോഹ ധരിക്കുമ്പോഴാകട്ടെ അയാൾ എവിടെനിന്നോ കടം മേടിച്ച അങ്കി ധരിച്ച് ഒരു നാടകം കളിക്കുകയാണെന്നു റോസിക്കു തോന്നി.

അത്താഴത്തിനുള്ള ക്ഷണം മാർഗരറ്റ് പൊടുന്നനെ സ്വാഗതം ചെയ്തു. അന്നു മുഴുവനും അവളുടെ അടുക്കളയിൽ തീ പുകഞ്ഞിട്ടില്ല. എന്നല്ല പട്ടണത്തിൽനിന്നു മണ്ണെണ്ണ കിട്ടിയതുമില്ല.

പള്ളിയോടു ചേർന്ന ക്വാർട്ടേഴ്സിൽ യെൽസങ്കി വിരുന്നൊരുക്കി.

വൃത്തിയുള്ള ഒരു വലിയ ചതുര മുറി. നടുവിൽ മേശ. ചുറ്റും എട്ടു കസേരകൾ. ആ കെട്ടിടത്തിന്റെ പ്രധാന ഭാഗം തീൻമുറിയാണെന്നു തോന്നി. അടുക്കളയിൽ നിന്ന് ഇറച്ചിയുടെ മണം. തീൻമേശയിൽ രണ്ടു ചരുവം നിറയെ ജട്ടിങ്കി എണ്ണയിൽ വേവിച്ച വഴുതനങ്ങാ സബ്ജി. രണ്ടു താലങ്ങളിൽ ചുറ്റും മുറിച്ച ബ്രൗൺ ബ്രെഡും.

റോസിയെ തീൻമുറിയുടെ പുറത്തുള്ള കസേരയിൽ ഇരുത്തി മാർഗരറ്റ് പറഞ്ഞു.

"കോൺവെന്റിൽ ചെന്ന് അവരോട് ഇന്ന് അത്താഴം ഇവിടെയാണെന്നു പറയട്ടെ. അല്ലെങ്കിൽ കഞ്ഞികുടിച്ച് അവർ നേർത്തേ കിടന്നുകളയും."

യെൽസങ്കി വിരൽ കടിച്ചു. "ശ്ശോ. ഞാനക്കാര്യം മറന്നുപോയി. "

അയാൾ വരാന്തയിലെ തൂണിൽ നിന്നു ചങ്ങല അഴിച്ചെടുത്തു. പട്ടിയെ രണ്ടു കാലിൽ മുറ്റത്തെ മഹുവാവൃക്ഷത്തിനു ചോട്ടിലേക്കു നടത്തിച്ചു. തുടൽ മരത്തിന്റെ തടിയിൽ ചുറ്റിക്കെട്ടി അയാൾ തിരിച്ചു വന്നു.

നാട്ടിലൊരു പള്ളിപ്പെരുന്നാളിന് യെൽസങ്കി വന്നിരുന്ന കഥ മാർഗ രറ്റ് പറഞ്ഞിരുന്നു. സംസാരിക്കാനൊരു വിഷയം കണ്ടെത്തിയ മട്ടിൽ യെൽസങ്കി പറഞ്ഞു.

"ഇവിടത്തെ പള്ളിയും പെരുന്നാളുമെല്ലാം വർക്കത്തുകെട്ടവയാണ്. ഒന്നിനും പണമില്ല. നിങ്ങളുടെ നാട്ടിൽ റബ്ബർ തോട്ടം ഉടമകളല്ലയോ പണം വാരിക്കോരി ചെലവഴിക്കുന്നത്! അവിടെ അച്ചന്മാർ അരമനക ളിൽ താമസിക്കുന്നു. ആട്ടിറച്ചിയും കോഴിയും പന്നിയും വേണ്ടതു പോലെ!"

റോസി പറയാനാഗ്രഹിച്ചു.

മി. യെൽസങ്കീ, നിങ്ങളൊരു വികാരിയാണ്. തീറ്റക്കാര്യങ്ങളെക്കു റിച്ചു സംസാരിച്ച് അന്തസ്സ് കളയാമോ? പക്ഷേ, മിണ്ടിയില്ല. ളോഹയണി ഞ്ഞാലും യെൽസങ്കി ഗ്രാമീണനാണ്. ഫാദർ യെൽസങ്കി പുതുവിശ്വാ സിയുമാവാം. അയാളുടെ പിതാവിപ്പോൾ ശ്രീരാമക്ഷേത്രത്തിൽ തൊഴാൻ പോയിട്ടുണ്ടാവാം. എവിടെയാവാം അയാളുടെ ഗ്രാമം?

യെൽസങ്കി റോസിയുടെ മുൻപിൽ വന്നുനിന്നു ലജ്ജ കലർന്ന ഗ്രാമ്യമായ ഒരു ചിരി അവൾക്കു സമ്മാനിച്ചു. അവളുടെ മുഖം ഇരുട്ടി ലാണ്. തീൻമേശയിൽ കത്തിച്ചുവെച്ച മണ്ണെണ്ണ വിളക്കിന്റെ പ്രകാശം വാതിലിലൂടെ വരാന്ത കടന്നു മുറ്റത്തേക്കുനീണ്ടു കിടന്നു. വരാന്തയിലെ ഇരുട്ടിനു കട്ടികൂടി.

"ഒരിക്കൽകൂടി നിങ്ങളുടെ നാട്ടിൽ വരാൻ എനിക്കാഗ്രഹമുണ്ട്. അവിടുത്തെ ആ മഴയൊന്നു കാണുകതന്നെ വേണം! കണ്ടു കൺകു ളിർക്കും മുൻപു തിരിച്ചുപോരാനുള്ള ദിവസമായി. എല്ലായിടത്തും വെള്ളം. സർവത്ര പച്ച. വൈരമാലകൾപോലെ ഓട്ടിൻപുറത്തുനിന്നു വാർന്നു വീഴുന്ന മഴവെള്ളം. ഞാനവിടെ താമസിച്ചത് ഓടുമേഞ്ഞ ഒരു വലിയ വീട്ടിലായിരുന്നു. ഒരു ജന്മിയുടെ വീട്ടിൽ. ഇവിടെ വലിയ ജന്മി മാരില്ല. ഓടിട്ട വീടുകളില്ല. നല്ല ഒരു പള്ളി പോലുമില്ല. പിന്നെ റോസി യെപ്പോലെ...." പെട്ടെന്ന് അയാൾ നാക്കു കടിച്ചു. യാത്ര പുറപ്പെട്ടതിനു ശേഷം അയാൾ ആദ്യമായി അവളുമായൊരു സംഭാഷണത്തിലേർപ്പെട്ട താണ്. സംഭാഷണം എന്നു പറഞ്ഞുകൂടാ. അയാളുടെ ഗ്രാമ്യമനസിൽ ഒട്ടേറെ കാര്യങ്ങൾ തളംകെട്ടിക്കിടന്നു. ഗ്രാമത്തിൽ ആൽമരച്ചോട്ടിലോ അമ്പലത്തിലോ ഗ്രാമമുഖ്യന്റെ മുറ്റത്തോ കൂടാറുള്ള നാട്ടുകൂട്ടങ്ങൾ അയാൾക്കു നഷ്ടപ്പെട്ടു കഴിഞ്ഞിരുന്നു. ഒരു തരം നൊസ്റ്റാൾജിയ, ആകാശത്തിൽ ലക്ഷ്യം ഗ്രഹിക്കാതെ പറന്നുനടക്കുന്ന കിളികളെപ്പോലെ അയാളുടെ മനസിന്റെ ശുദ്ധനീലിമയിൽ പടർന്നു. കാറ്റെവിടെനിന്നാണ്?

അയാൾ ആളുകളുമായി ഒത്തുചേരുന്നത് കുർബാന സമയത്താണ്. അപ്പോഴും അയാൾ ഗ്രാമീണരിൽ നിന്നകന്നു നിന്നു. ആദിവാസിയായ യെൽസങ്കി ചുമതലയനുഷ്ഠിക്കുന്ന ഇടവകയിൽ സ്വസമുദായക്കാർ നന്നേ ദുർലഭം എന്നു പറയാൻ വയ്യ. പക്ഷേ, അവർ വികാരിയച്ചനായ യെൽസങ്കിയെ ഒരതിർത്തിക്കപ്പുറം നിർത്തി. കൂട്ടം തെറ്റിയെത്തുന്നവ നെപ്പോലെ അയാൾ പള്ളിയുടെ അൾത്താരയുടെ ഉയരത്തിൽ പരുങ്ങി നിന്നു. പരുങ്ങൽ ളോഹയുടെയും വേദപുസ്തകത്തിന്റെയും അതിരു കൾ കടന്നു പുറത്തു വന്നില്ല. ഇടവകക്കാരെല്ലാം ഇടത്തരം കൃഷി ക്കാരും, ദൂരെ പട്ടണത്തിൽ, മൈനിയുടെ അക്കരെ ചില്ലറ ജോലി ചെയ്യു ന്നവരുമാണ്.

ഇതാ മുൻപിലൊരു പെൺകുട്ടി. വേരുകളെപ്പറ്റി അന്വേഷിക്കാതെ ഒരു പെൺകുട്ടി. അവളുടെ നാടിന്റെ ഹരിതാഭയിൽനിന്നൂർന്നുവീണ ഒരു തങ്കക്കനി.

യെൽസങ്കി അവളുടെ സൗന്ദര്യത്തിൽ കൺകുളിർക്കെ മുങ്ങി. മേയ് ക്കപ്പില്ല. ചുവന്ന ചുണ്ടുകൾ. പളുങ്കു പല്ലുകൾ, നീലച്ചു നീണ്ട തലമുടി. ജട്ടിങ്കിയുടെ പൂക്കളെ ഓർമ്മിപ്പിക്കുന്ന വെളുത്ത നിറം. മഴക്കാറില്ലാത്ത ആകാശത്തിലെ ശൈത്യകാല സൂര്യനെപ്പോലെ അവൾ അയാളുടെ മുൻപിൽ ഉദിച്ചിരിക്കുന്നു. കുളിർമ്മ വിതറുന്നു. നിലാവ് തളിക്കുന്നു.

വഴുതനങ്ങാ സബ്ജിയുടെയും കോഴിക്കറിയുടെയും മണം സഹി ക്കാതെ പട്ടി മഹുവാച്ചോട്ടിൽ മുരണ്ടു. നെയ്പുരട്ടിയ റോസ്റ്റു ചെയ്ത റൊട്ടിക്കഷണങ്ങളിലൊന്ന് എടുത്തുകൊണ്ട് അയാൾ പട്ടിയുടെ അടുത്തു ചെന്നു.

അപ്പോൾ മാർഗരറ്റ് വന്നു.

"അച്ചോ ഫോർക്കും സ്പൂണും ഒന്നുമില്ലേ ഇവിടെ?"

"കോഴിയുണ്ടെങ്കിൽ ചുട്ടും കാർന്നും തിന്നാം. എന്തിനാ ഫോർക്കും സ്പൂണും?"

അയാൾ അടുക്കളയിലേക്കു പോയി. അടുക്കളക്കാരൻ വെളുത്ത മല്ലിൽ തയ്ച്ച കൈയുള്ള ബനിയനിലും മുഷിഞ്ഞ പൈജാമയിലും പ്രത്യക്ഷനായി. നല്ല വെളുത്ത തുണിയിൽ പൊതിഞ്ഞ ഒരു പിടി സ്പൂ ണുകളും ഫോർക്കും അയാൾ മേശയുടെ ഒരറ്റത്തു കൊണ്ടുചെന്നു വച്ചു.

യെൽസങ്കിയുടെ പരുങ്ങിയ നിൽപ്പുകണ്ട് മാർഗരറ്റ് പുഞ്ചിരിച്ചു.

അവൾ നേരെ മേശയുടെ അടുത്തുചെന്നു പാത്രങ്ങൾ നിരത്തി. തിളങ്ങുന്ന തളികകൾ. രണ്ടു പോർസ്ലൈൻ പ്ലേറ്റുകൾ. സബ്ജി വിള മ്പാൻ കറോരികൾ- കൗതുകകരമായ ഒരു സങ്കരം. കുപ്പിഗ്ലാസ്സുകൾ, വെങ്കലത്തിൽ തീർത്ത കറോരികൾ, ഓട്ടു തളികകൾ, സ്റ്റീൽ സ്പൂണു കൾ.

അത്താഴത്തിനിരുന്നവരും സങ്കരസ്വഭാവം പുലർത്തി. കേരള ത്തിലെ പത്തനംതിട്ടയിൽനിന്നും വയനാട്ടിലെ കാട്ടിക്കുളത്തുനിന്നും മാറ്റ മായി വന്ന രണ്ടു കന്യാസ്ത്രീകൾ. പട്ടം സ്വീകരിക്കാതെ കന്യകാജീ

വിതം നയിക്കുന്ന മാർഗരറ്റ്. ആദിവാസിയായ അച്ചൻ, മാർഗരറ്റിന്റെ ഒരു കൂട്ടുകാരി ആലീസ്. ആലീസിന്റെ കഴുത്തിൽ കുരിശുമാലയില്ല. കുശിനിക്കാരന്റെ കഴുത്തിൽ കുരിശുമാലയുണ്ടെങ്കിലും എല്ലാവരും അവനെ രാമനെന്നു വിളിച്ചു.

കഠിനാധ്വാനം ചെയ്യുന്ന ഒരു ഗ്രാമീണന്റെ ആർത്തി ആഹാരവേളയിൽ ഒതുക്കിവയ്ക്കാൻ കഴിയാതെ യെൽസങ്കി വിഷമിച്ചു.

"ഫാദർ ജോൺ എന്നാണ് വരുന്നത്?" ആലീസിന്റെ ചോദ്യം കേട്ട് യെൽസങ്കി തീറ്റ നിർത്തി. "നാളെയോ മറ്റന്നാളോ!" യെൽസങ്കി കോഴിയുടെ ഒരു തുട തന്റെ പ്ലേറ്റിലേക്കു നീക്കിയിട്ടു. മറ്റൊന്ന് റോസിയുടെ പ്ലേറ്റിലും. അതവൾ പ്രതീക്ഷിക്കാത്തതായിരുന്നു. അവൾ ഭക്ഷണം മതിയാക്കി വെറുതേ കൈ പ്ലേറ്റിൽ വച്ചിരിക്കുന്നത് യെൽസങ്കി കണ്ടു. എഴുന്നേൽക്കാൻ വയ്യ. അടുപ്പിച്ചിട്ട കസേരകൾക്കും മേശകൾക്കുമിടയിൽ പെട്ടവർ കണക്കെ അവർ കാത്തിരുന്നു.

"കഷ്ടം. വേണ്ടായിരുന്നു. എനിക്കിനി ഒട്ടും വയ്യ."

"കഴിക്കൂ. നിങ്ങളെ സൽക്കരിക്കാനാണ് ഇന്നത്തെ ഏർപ്പാടെല്ലാം". ഒരു കുട്ടിയെപ്പോലെ അയാൾ ശാഠ്യം പിടിച്ചു.

"തളികയിൽ കറി ഇനിയും ഉണ്ട്."

"ഇത് ഹാരോണിനു കൊടുക്കാം." യെൽസങ്കിയുടെ പട്ടിയുടെ പേരാണ് ഹാരോൺ. റോസി എച്ചിൽകൈയിൽ കോഴിക്കാലുമായി കാത്തിരുന്നു. അവളുടെ പെരുമാറ്റം യെൽസങ്കിയെ നേരിയ മട്ടിൽ വേദനിപ്പിച്ചു എന്നു തോന്നി.

മാർഗരറ്റ് പറഞ്ഞു.

"നാളെ മുതൽ നൊയമ്പാണ്. റോസി ഇന്നെത്തിയതു നന്നായി. പാവം ഹാരോൺ. അവനും നൊയമ്പുതന്നെ. എന്നാലു ആ മധുരസ്മരണ അയവിറക്കിക്കൊണ്ട് അവനു നൊയ്മ്പ് ആരംഭിക്കാമല്ലോ? റോസിയെ അവനെന്നും ഓർക്കും."

എല്ലാവരും ചിരിച്ചു. യെൽസങ്കി ചിരിച്ചില്ല. കൈ കഴുകി, മുറി വൃത്തിയാക്കാൻ കുശിനിക്കാരൻ രാമനെവിട്ട് അവർ പള്ളിമുറ്റത്തെ മഹുവാ മരച്ചോട്ടിലേക്കു മാറിയിരുന്നു.

"നാളെ പൗർണ്ണമിയാണ്" മാർഗരറ്റ് പറഞ്ഞു.

"നാളെ ഞാനെന്റെ ഗ്രാമത്തിൽ പോകും. അവധി ചോദിച്ചിട്ടുണ്ട്." യെൽസങ്കിയുടെ മുഖത്തെ മൗഢ്യം മാറി.

"അച്ചനെപ്പോഴാണ് പോകുന്നത്?" മാർഗരറ്റ്.

"അതുകള മാഗീ." സിസ്റ്റർമാരിൽ ഇരുണ്ട നിറമുള്ളവളും സുന്ദരിയുമായ വയനാട്ടുകാരി പറഞ്ഞു.

"അച്ചന്റെ ബൈക്കേൽ കയറി അങ്ങനെ എന്നും അക്കരെപ്പറ്റാൻ നോക്കണ്ട."

"ഓ! ഞാൻ ബൈക്കേൽ കയറില്ല. നാളെ രഘുറായിയുടെ വണ്ടി വരും എനിക്ക്! കിഴവനു വീണ്ടും വലിതുടങ്ങിയെന്ന്! മെസ്സേജ് കൊണ്ടു വന്നത് കുശിനിക്കാരൻ രാമനാണ്. ചോദിച്ചുനോക്ക്."

അവരെല്ലാവരും മാർഗരറ്റിന്റെ മുഖത്തെ ഗൗരവം കണ്ടു പൊട്ടിച്ചിരിച്ചു. മുറ്റത്ത് എല്ലു കാർന്നുകൊണ്ടു നിന്ന ഹാരോൺപോലും മൃദുവായ ഒരു ശബ്ദമുണ്ടാക്കി.

"മതി വർത്തമാനം! സിസ്റ്റർ കരുണാ, നമുക്കു പോവാം. അടുപ്പത്തെ ബദാം ഇപ്പോൾ വെന്തഴുകീട്ടുണ്ടാവും. ഇക്കുറി ആദ്യം കിട്ടിയ ബദാമാണ്."

അവരെല്ലാം യെൽസങ്കിയച്ചനോടു ഗുഡ്നൈറ്റ് പറഞ്ഞു പിരിഞ്ഞു.

പള്ളിമുറ്റം നിലാവിൽ മുങ്ങിനിൽക്കുന്നു. ഒരു ചരിത്രാതീത സ്മരണ പോലെ വെട്ടിത്തിളങ്ങുന്നു. നിശാസുന്ദരി ധരിച്ച ഒരു കൃത്രിമ സ്വർണ്ണപ്പട്ടം പോലെ തിളങ്ങുന്ന കൂര ഗ്രാമത്തിന്റെ സൗന്ദര്യം നശിപ്പിക്കുന്നു.

"അച്ചോ നാളെ ഇവിടെ പുലരുംവരെ മേളമായിരിക്കും. അച്ചനു ഗ്രാമത്തിൽ പോയി സുഖമായി മൂടിപ്പുതച്ചുറങ്ങാം."

അച്ചൻ പാതിശ്രദ്ധയിൽ മന്ദഹസിച്ചു.

തീൻമുറിയിലെ ലൈറ്റണഞ്ഞു. കുശിനിക്കാരൻ സീതാറാം പീറ്റർ, ഹാരോണിനെ കൂട്ടിലടച്ചു. വരാന്തയിലെ ലൈറ്റുമാത്രം ശേഷിച്ചു. സീതാറാം പീറ്റർ നിലാവു പുരണ്ട പാതയിലൂടെ കെട്ടിടത്തിന്റെ പുറത്തേക്കു തിരിഞ്ഞു നിൽക്കുന്ന ഔട്ട്ഹൗസിലേക്കു കയറിപ്പോയി.

മാർഗരറ്റ് എണീറ്റു.

"ഗുഡ്നൈറ്റ് ഫാദർ."

"ഗുഡ്നൈറ്റ് മിസ്സ് റോസ്മേരീ ആന്റ് മിസ്സ് മാർഗരറ്റ്!"

പള്ളിമുറ്റത്തുനിന്നും അച്ചൻ വലത്തോട്ടും റോസ്മേരിയും മാർഗരറ്റും ഇടത്തോട്ടും തിരിഞ്ഞു. പള്ളിയോടുചേർന്ന പിൻഭാഗത്തെ ഗസ്റ്റ് റൂമിലാണ് യെൽസങ്കി താമസം. ഇവിടെ അച്ചനു പ്രത്യേകം ക്വാർട്ടേഴ്സ് പണിതിട്ടില്ല. പണമില്ല. അതാണു കാര്യം. പണമുണ്ടാക്കണമെന്ന വിചാരം അച്ചനൊട്ടില്ലതാനും. നമ്മുടെ നാട്ടിൽ കൊണ്ടുപോയി അച്ചന് ഇക്കാര്യത്തിലൊരു ട്രെയിനിംഗ് കൊടുക്കേണ്ടതുണ്ടെന്നു തോന്നുന്നു.

"ഇന്ന് റോസിയുടെ താമസം കോൺവെന്റിലാണ്."

"കോൺവെന്റിലോ?" അവൾ വിസ്മയത്തോടെ ചോദിച്ചു. കോൺവെന്റിനകത്ത് ഒരു അന്യജീവിയെപ്പോലെ താമസിക്കുന്നതിൽ അവൾക്കു താൽപ്പര്യമില്ല. താൽപ്പര്യക്കുറവ് പുറമെ കാട്ടുന്നതിൽ അർഥമില്ല.

"ഞാൻ മാർഗരറ്റിന്റെ കൂടെ കഴിഞ്ഞോളാം." മാർഗരറ്റ് നിലാവിനെ നോക്കി പുഞ്ചിരിച്ചു.

"ഞാനും അവിടെത്തന്നെ താമസം. നമ്മുടെ നാട്ടിലെന്നപോലെ ഇവിടെ പ്രത്യേകം സൗകര്യങ്ങളൊന്നും ഇല്ല. കിട്ടുന്ന കൂരയ്ക്കു കീഴിൽ അഭയം."

ദൂരെ യെൽസങ്കിയുടെ പാർപ്പിടത്തിലെ വെളിച്ചം പള്ളിയുടെ ഏതാണ്ടടുത്തുവരെ നീണ്ടു കിടപ്പുണ്ട്.

"രാത്രിയിൽ എല്ലാം അടുത്തുകാണാം. പത്തുമിനിറ്റു നടന്നാലേ നാം അവിടെയെത്തൂ."

വിശാലമായ നിരപ്പുള്ള ഭൂമിയിൽ ഏതോ കൃഷി കിളിർത്തു നിൽക്കുന്നു.

—ബദാം കൃഷിയെടുത്തു. ഇപ്പോൾ മധുരക്കിഴങ്ങ് നട്ടിരിക്കയാണ്.

നിശയുടെ നിശ്വാസത്തിൽ മഹുവായുടെ ലഹരിയുണ്ടെന്നു തോന്നി. മധു ചുമന്നു നിൽക്കുന്ന ആ മഹാവൃക്ഷങ്ങൾ റോസിയെ അദ്ഭുതപ്പെടുത്തി. എവിടെയാണവ ലഹരി ഒളിപ്പിച്ചു വച്ചിരിക്കുന്നത്? അവൾ നാട്ടിലെ യക്ഷിപ്പനകളെ ഓർത്തു. കൂറ്റൻ പച്ചക്കുടകൾ വിടർത്തി പീഠഭൂമിക്കു കാവലും അലങ്കാരവുമായി നിൽക്കുന്ന വൃക്ഷങ്ങളേറെയും പ്രായം ചെന്നവയാണെന്ന് ആ രാത്രിയിൽ അവൾക്കു തോന്നി. ഒരു തരം നിർവികാരതയോടെ ദിക്കുകളുടെ അതിരുകൾ തേടുന്ന നോട്ടവുമായി.

—ഞാൻ വരുന്ന കാലത്ത് ഇവിടെയെങ്ങും ഇത്തരം വൃക്ഷങ്ങളായിരുന്നു. ഏറെ മുറിച്ചുപോയി. വെളിച്ചം വീഴുന്ന ഭൂമിയിൽ ഇവർ ജട്ടിങ്കി എന്ന എണ്ണസസ്യം നടുന്നു. മഴയുള്ളപ്പോൾ നെല്ല്. മഴ ഉണ്ടാവുന്നത് വല്ലപ്പോഴും. പിന്നെ ചോളം. അരിക്ക് ഇവിടെ പ്രിയം കൂടും. മാർഗരറ്റ് നൽകുന്ന വിവരണങ്ങൾ കേട്ടു രാവ് പർദ നീക്കി റോസ്മേരിയുടെ മുൻപിൽ മുഖം കാണിക്കുന്നു.

ഇരുണ്ട മതിൽക്കെട്ട് മുൻപിൽ. കോൺവെന്റിലെ വിളക്കുകളെ മതിൽക്കെട്ട് മറയ്ക്കുന്നു. നടുക്ക് പടിപ്പുരയും വാതിലും. റോസി ആശ്ചര്യത്തോടെ നോക്കി. അമ്മുക്കുട്ടിയുടെ തറവാടുവീടുപോലെ! നാലാം തരം വരെ റോസിയുടെ കൂടെ പഠിക്കുകയും അഞ്ചാം തരത്തിലെത്തിയപ്പോൾ അടുക്കളയിൽ കയറുകയും, റോസി പത്താംതരത്തിലെ പരീക്ഷയ്ക്കെഴുതിയ കാലത്ത് വിവാഹിതയാവുകയും, ഇപ്പോൾ മൂന്നു കുട്ടികളുടെ അമ്മയായിത്തീരുകയും അകാല നര കയറി വാർധക്യത്തെ പുണരുകയും ചെയ്യുന്ന അമ്മുക്കുട്ടിയുടെ വീട്. ഒരു വ്യത്യാസം മാത്രം. പലതരം വൃക്ഷങ്ങൾ ഇടതിങ്ങി വളർന്നു, ശരീരങ്ങൾ പിണഞ്ഞു കിടക്കുന്ന ഒരിരുണ്ട വനത്തിലാണ് അമ്മുക്കുട്ടിയുടെ ചോർന്നൊലിച്ചു മുട്ടു കുത്തി വീഴാറായ നാലുകെട്ട് നില കൊള്ളുന്നത്.

മാർഗരറ്റ് തുറന്നുപിടിച്ച പടിവാതിലിലൂടെ റോസി അകത്തു കയറി. റോസാപ്പൂക്കളുടെ പരിമളം അവരെ എതിരേറ്റു. വേനലിൽ വിടരുന്ന മുല്ലപ്പൂക്കൾ ഹൃദ്യമായ സുഗന്ധം വിതറുന്നു.

"നല്ലൊരു തോട്ടമായിരുന്നു. ഇപ്പോൾ എല്ലാം പോയി. നനയ്ക്കാനാളില്ല. നേരമില്ല. ഈയിടെ ആലീസ് വന്നപ്പോൾ തോട്ടത്തിനു ജീവൻ വച്ചു വരികയാണ്."

"ആരാണ് ആലീസ്?" നാലുകെട്ടിനകത്തെ വരാന്തയിൽ കാലൂന്നുമ്പോൾ റോസ്മേരി ചോദിച്ചു.

"അതോ, പറയാം. പിന്നീടാവട്ടെ." അകത്തെ ചുറ്റുവരാന്തയിലൂടെ കൈയിലൊരു മെഴുകുതിരിയുമായി നേർത്തെ കണ്ട വയനാട്ടുകാരിയായ കന്യാസ്ത്രീ അടുത്തു വന്നു.

“ഇന്ന്, ആലീസിന്റെ തൊട്ടടുത്ത മുറിയിൽ കിടക്കാം നമ്മുടെ പുതിയ വിരുന്നുകാരിക്ക്!”

സിസ്റ്ററുടെ പ്രസരിപ്പാർന്ന രീതികൾ ആരെയും വശീകരിക്കുന്നതാണ്.

അവർ അകത്തെ ഇടനാഴിയിലേക്കു കടന്നു.

ഏതോ മുറിയിൽ നിന്ന് ആരോ ഇടവിടാതെ ചുമയ്ക്കുന്നു.

“ആലീസിന്റെ ചുമ ഇനിയും മാറീട്ടില്ല.” സിസ്റ്റർ പറഞ്ഞു. “കണ്ടില്ലേ, അത്താഴത്തിനു മുമ്പിൽ ഇരുന്നു, എണീറ്റു.”

“മറ്റെന്തെങ്കിലും ചികിത്സ തുടങ്ങേണ്ടി വരുമെന്നു തോന്നുന്നു.”

ആറ്

തന്റെ അവസ്ഥ അതിവിചിത്രമായിത്തോന്നി, റോസിക്ക്. കന്യാസ്ത്രീകളുടെ അതിഥിയായി നാട്ടിൽനിന്ന് ആയിരത്തിൽപരം കിലോമീറ്ററുകൾക്കിപ്പുറം. ദൂരമല്ല, ജീവിതത്തിന്റെ വിഭിന്നതയാണ് അവളുടെ ഉള്ളിൽ നിറഞ്ഞു നിന്നത്.

മൺകട്ടകൾപോലെ ഉരുട്ടിപ്പടുത്ത് മൺകൊണ്ട് തേച്ചു മിനുക്കി ചുവന്ന കളിമണ്ണു പൂശിയ ഭിത്തികളും ഉയരം കുറഞ്ഞ മച്ചും. അതിന്നീതെ പൗരാണികത പിറുപിറുക്കുന്ന മേൽക്കൂരയും. പഴയമട്ടിൽ ഉമ്മറപ്പടിയുള്ള ഉയരം കുറഞ്ഞ വാതിൽ കടക്കുമ്പോൾ അവളുടെ ശിരസ്സ് മേപ്പടിയിൽ തൊട്ടുതൊട്ടില്ല എന്ന മട്ടിൽ.

മുൻപിൽ നടന്ന ഉയരം കുറഞ്ഞ സിസ്റ്റർ കരുണ പറഞ്ഞു.

"മേപ്പടിയിൽ, തലമുട്ടേണ്ട. റോസ്മേരിക്ക് ഞങ്ങളെല്ലാവരേക്കാളും ഉയരക്കൂടുതലുണ്ട്". വാതിൽ അകത്തു നിന്നു കുറ്റിയിടാനുള്ള ഇരുമ്പു കൊളുത്ത്."

"അപ്പുറത്തെ കട്ടിലിൽ ആലീസ് വന്നു കിടക്കും. സൗകര്യക്കുറവ് ക്ഷമിക്കണം."

കന്യാസ്ത്രീ ആവാൻ ഒരുക്കം തുടങ്ങുന്ന ആലീസ് കന്യാസ്ത്രീകളുടെ കൂടെ പ്രാർഥനയ്ക്കു പോയിരിക്കയാണ്. നാലുകെട്ടിന്റെ തെക്കിനിത്തളത്തിലേക്ക്.

മുറിയിൽ കുന്തുരുക്കത്തിന്റെ ഗന്ധം.

ജീർണതയെ അകറ്റാൻ കുഞ്ഞു മൺപാത്രത്തിൽ കുന്തുരുക്കം ഉരുകിക്കൊണ്ടിരുന്നു. മൺപാത്രത്തിൽ നിന്ന് ഒരിഞ്ചുമാറി വിരിച്ചിട്ട തൂവെള്ള മെത്തയും, അകത്തെ മൂലയ്ക്കുള്ള പഴയ മേശയും ഉയരം

കുറഞ്ഞ വാതിലും മൂലപ്പലകയിൽ കത്തുന്ന മെഴുകുതിരിയും അവളിൽ ഒരു തരം നൊസ്റ്റാൽജിയ ഉളവാക്കി.

ആർക്കും വിശ്വസിക്കാം നാട്ടിൽ നിന്നു രണ്ടായിരത്തോളം കിലോമീറ്ററുകൾക്കകലെയാണ്! കാലത്തിനൊപ്പം പുരോഗമിക്കാൻ കഴിയാത്ത ഏതോ ഒരു തറവാടിന്റെ അന്തഃപുരത്തിൽ, പോയകാലത്തിന്റെ അഗാധതയിൽ കാലിടറി വീണുപോയ അനുഭവം. ദൂരെ, ഉയരത്തിൽ വെളിച്ചത്തിന്റെ ഒരു വൃത്തം. വൃത്തത്തിൽ ബാംഗ്ലൂരിലെ ആശ്രമത്തിലെ സ്വാമിജി വിദേശികളായ അനുയായികളുടെ മുൻപിലിരുന്നു പ്രഭാഷണം നടത്തുന്നതു കാണാം. വ്യക്തമായിക്കാണാം. ഗൗതമിയമ്മ ഇറുത്തെടുത്ത പൂക്കൾ തളികയിലിരുന്നു ചിരിക്കുന്നു. പക്ഷേ, സന്യാസി പറഞ്ഞതൊന്നും അവൾക്കു മനസിലായില്ല. ആദ്യത്തെ ഒരാഴ്ച ഗൗതമിയമ്മയുടെ കൂടെക്കഴിഞ്ഞു.

അവർ പറഞ്ഞു.

"കുട്ടി ക്ഷമിക്കൂ. ദർശനം തരാതിരിക്കില്ല."

"അമ്മ പറഞ്ഞുവോ എന്റെ കാര്യം!"

"ഇവിടെ ആശ്രമത്തിൽ കുട്ടിയെപ്പോലെ അഭയം തേടി വരുന്നവർ എത്രയോ വരും. പോകും. എല്ലാർക്കും ദർശനം കിട്ടീട്ടില്ല. കുട്ടിയുടെ ഭാഗ്യം. വീടുമടുത്ത് ഇറങ്ങിപ്പോന്നതല്ലേ?"

അവൾ മിണ്ടിയില്ല.

എല്ലാ വേനലവധികളിലും സ്വന്തം വീട്ടിലേക്കു പോവാതെ അഭയം തേടി പലവഴിക്ക്.

അപ്പനെ ഓർക്കുമ്പോഴെല്ലാം അവളുടെ ഉള്ളം ചവർപ്പിനാൽ നിറഞ്ഞു. ദുർബലയായ അമ്മച്ചിയെ സ്നേഹിക്കാൻ അവൾ ഒരുക്കമായിരുന്നു. കോണിച്ചോട്ടിലെ ഇരുട്ടറയിൽ അഭയം തേടിയ ചേച്ചിയെ സ്നേഹിക്കാം. കൊച്ചാപ്പുവിന്റെ നിഷ്കളങ്ക സ്നേഹത്തെ അംഗീകരിക്കാം. പക്ഷെ, അവളെ റോസ്മേരിയെന്ന അസ്വസ്ഥയെ ആർ അംഗീകരിക്കുന്നു? ആർ മനസിലാക്കുന്നു? തനിക്കെന്താണ് വേണ്ടതെന്നു പോലും അവൾക്കറിഞ്ഞുകൂടാ. അവളുടെ പങ്ക് സ്ത്രീധനം സ്വരൂപിക്കാൻ വയ്യാതെ കരയുന്ന അമ്മച്ചിയോട് അവൾ പറഞ്ഞു:

"ഞാൻ വിവാഹമേ കഴിക്കുന്നില്ല."

അതുകേട്ട അമ്മച്ചി ബോധം കെട്ടു വീഴുമെന്നു തോന്നി. അവരുടെ ചലനമറ്റു വിളർത്ത മിഴികൾ വിടർന്നു വിടർന്നു.....

ഇടനാഴിയിൽ മെഴുകുതിരി കത്തിക്കാൻ വന്ന ചേച്ചി അതുകേട്ടു നേർത്ത പുഞ്ചിരി പൊഴിച്ചു. അരിച്ചെടുത്ത നിലാവുപോലെ.

അറ്റുപോയ വേരുകളെക്കുറിച്ചു ചിന്തിക്കാതിരിക്കാം.

അവസാനം സ്വാമിജി പറഞ്ഞു:

"പള്ളിക്കാരും പട്ടക്കാരും അവകാശപ്പെടുന്ന ഒരു പെൺകുട്ടിയെ അധികനാൾ മഠത്തിൽ താമസിപ്പിച്ചുകൂടാ. അവൾ നാട്ടിൽ പോകട്ടെ." അന്നു ഹോസ്റ്റലിലേക്കു പോന്നു. തുടർന്നു വീട്ടിലേക്ക്.

ഗുരുവിന്റെ പാദങ്ങളിൽ പ്രണമിച്ചു കിടന്ന അവളെ ഗൗതമിയമ്മ പിടിച്ചെഴുന്നേൽപ്പിച്ചു. തോട്ടത്തിൽ വളമിടാൻ വരുന്ന പയ്യന്റെ കൂടെ ബസ്സ്റ്റാന്റിലേക്കു വിട്ടു. പയ്യൻ നേർത്തെ മേടിച്ചു വച്ച ടിക്കറ്റ് അവളെ ഏൽപ്പിച്ചു. അവൾ ബസിൽ കയറി ഇരിക്കും വരെ പയ്യൻ കാത്തു നിന്നു. കൊച്ചാപ്പുവിന്റെ പ്രായമുള്ള ആ പയ്യനോട് അവൾ ചോദിച്ചു. "നിന്റെ പേരെന്താ?"

"ശിവശങ്കരൻ! ചേച്ചി ഇനി വരില്ല അല്ലേ?" അവൻ സഹതാപത്തോടെ ചോദിച്ചു.

താൻ തിരസ്കൃതയാണെന്ന സത്യം അവനും അറിഞ്ഞിരിക്കുന്നു. രണ്ടാമത്തെ വട്ടം. ഇനി ലോകത്തിന്റെ ഏതു ഭാഗത്തു പോയാലെന്താണ്?

ഇവിടെ ഒരന്തിക്ക് അഭയം തന്നതിനു മാർഗരറ്റിനോടും കന്യാസ്ത്രീകളോടും നന്ദി പറയുക. പക്ഷേ നാളെ.....

മാർഗരറ്റു പറയുന്നത് അവൾ ജോലി ചെയ്യുന്ന ആശുപത്രിയിൽ എന്തെങ്കിലും ജോലി ശരിപ്പെടുത്താമെന്നാണ്.

താമസത്തിന്റെ കാര്യം പരിഗണിക്കണം. വിശാലവും ജനവാസം കുറഞ്ഞതുമായ ഈ പ്രദേശത്ത് റോസ്മേരി എന്ന പെൺകുട്ടിക്ക് അന്തിയുറങ്ങാനൊരിടം പ്രശ്നമായിരിക്കുകയാണ്.

മാർഗരറ്റ് തന്നെ കൈവിടുകയില്ല. തീവണ്ടിയിൽ കണ്ടുമുട്ടിയ പെൺകുട്ടികളിലൊരുവളാവാൻ അവൾക്ക് ആഗ്രഹമില്ല.

മച്ചുമ്പുറം പിറുപിറുത്തുകൊണ്ടിരിക്കുന്നു.

മണ്ണുമിനുക്കിയ ഇടനാഴിയിൽ പതിഞ്ഞ പാദപതനം.

അടുക്കളയടച്ചു പൂട്ടി സിസ്റ്റർ കരുണ അവരുടെ കിടപ്പറയിലേക്കു പോകുന്നു. അപ്പോൾ ആലീസ് വന്നത് ഒരു ചുമയുടെ അകമ്പടി അറിയിച്ചു.

"പാവം ഉറങ്ങിപ്പോയിരിക്കും. ദീർഘയാത്ര കഴിഞ്ഞു വന്നതല്ലേ?"

മെഴുകുതിരിയുടെ വെട്ടത്തിൽ എതിർവശത്തെ മെത്ത തട്ടിക്കുടഞ്ഞ് ആലീസ് വിളക്കണച്ചു. പലകക്കട്ടിൽ കരഞ്ഞു.

എപ്പോഴാണ് ഉറങ്ങിയതെന്നറിഞ്ഞുകൂടാ. ഒരു വാദ്യമേളം കേട്ടുണർന്നു. റോസ്മേരി അവളുടെ കൈത്തലങ്ങൾ ചേർത്തു മുഖം സ്പർശിച്ചു. മിഴികൾ ചിമ്മിത്തുറന്നു. ശരീരത്തിൽ നിന്ന് ഊർന്നുപോയ പുതപ്പ് വലിച്ചുകയറ്റി, വാദ്യമേളം ഒരു സ്വപ്നമല്ലെന്ന് അവൾക്കു ബോധ്യമായി. മതിലിനപ്പുറം അനേകം പാദങ്ങളുടെ താളാത്മകമായ അകമ്പടിയോടെ മേളം മുറുകുന്നു. ഒന്നരയടി ചതുരമുള്ള ജാലകം അവൾ തള്ളിത്തുറന്നു. അപ്പുറം ഉയർന്ന മതിൽ. കന്യകാമഠത്തെ വലയം ചെയ്യുന്ന മതിൽ. മതിലിനപ്പുറം പ്രകാശമാനമായ രാവ്. ആകാശത്തിന്റെ അതിരിൽ പൂത്തിരി കത്തിക്കുമ്പോലെ. ഒരു ഹോമകുണ്ഡത്തിൽ നിന്നെന്നോണം നേർത്ത പുകയുയർന്നു രാവിന്റെ അനന്തതയിൽ ലയിക്കുന്നു.

"ഉറങ്ങിയിരുന്നില്ല. അല്ലേ?" ആലീസിന്റെ ചോദ്യം.

"ഉറങ്ങിയിരുന്നു. എന്താണ് ആ ശബ്ദം?"

"അപ്പുറത്ത് കാമപൂജയുടെ ഉത്സവം നടക്കുകയാണ്."

അത്യന്തം വിചിത്രമായിത്തോന്നി. നാട്ടിൽ തിരുവാതിരരാവിൽ പെൺകുട്ടികൾ കാമദേവനെയോർത്തു പാട്ടുപാടി, ഊഞ്ഞാലാടി,നേരം പുലരുംവരെ ആനന്ദിക്കാറുണ്ടായിരുന്നു. പ്രൈമറി ക്ലാസിൽ പഠിക്കുന്ന കാലത്ത് ഒരു രാത്രി അമ്മുക്കുട്ടിയുടെ തറവാട്ടിൽ വലിയ മാവിന്റെ ഉയർന്ന കൊമ്പിൽ ചില്ലകളുടെ പച്ചപ്പുകൊണ്ടു ദിക്കുകളെ തല്ലിയുണർത്തുന്ന ഊഞ്ഞാലാടിയിരുന്നു. പിടിവിട്ടു വീഴുമെന്ന് ഭയന്നു. ഭയം പുറമേ കാണിച്ചില്ല.

മതി. മതി.

അവൾ കുഞ്ഞല്ലേ വീഴും.

നല്ല ധൈര്യം.

ആരെല്ലാമോ പറഞ്ഞു. ചിരി. ചിരി ഇപ്പോഴും കാതിൽ മുഴങ്ങുന്നു. അവളുടെ ഉടലിലൂടെ പഴയ താളം ഇരച്ചു കയറുന്നു.

ഒന്നു പോയാലോ?

പോകാൻ പാടില്ല. ഇതു വിലക്കുകളുടെ ഒരു ലോകമാണ്. വിലക്കുകളില്ലാത്ത കാറ്റാണ് ചെണ്ടമേളത്തിന്റെയും നൃത്തത്തിന്റെയും താളങ്ങൾ ഈ മൺചുവരുകൾക്കകത്തെത്തിക്കുന്നത്.

അപ്പോൾ ചുമലിനു തൊട്ടു പുറകിൽനിന്ന് ആലീസ് പറഞ്ഞു:

"ഇന്നു തുടക്കമാണ്. പൗർണമിവരെ നീളും. അഞ്ചു ദിവസമാണ് ഉത്സവം. നമുക്കു പോകാം. അവസരമുണ്ടാക്കാം."

റോസ്മേരി തിരിഞ്ഞുനിന്നു.

മെലിഞ്ഞ മുഖത്തു വിടർന്നു നിൽക്കുന്ന രണ്ടു കണ്ണുകൾ. ആ മങ്ങിയ ഇരുട്ടിൽ തൊട്ടുമുൻപിൽ നിൽക്കുന്ന ആലീസിന്റെ ശരീരത്തിൽ നിന്നു പ്രസരിക്കുന്ന ഊഷ്മളത റോസ്മേരിയെ സ്തബ്ധയാക്കി. ഏതോ ഒരു വഴിക്കവലയിൽ പരസ്പരം നഷ്ടപ്പെട്ടവർ അപ്രതീക്ഷിതമായി കണ്ടുമുട്ടുമ്പോലെ.

"ആലീസ്, നീയെന്നാണ് കന്യാസ്ത്രീകളുടെ പട്ടം കെട്ടുക?"

ആലീസ് മുഖം തിരിച്ചു. പിടഞ്ഞുയർന്ന ഒരു ചുമ അവൾ നെഞ്ചിലടക്കി.

കിളിവാതിലിനുമുൻപിൽ തോളോടുതോൾചേർന്ന് അവൾ മതിലിനപ്പുറത്തെ ഉത്സവത്തിൽ പങ്കാളികളായി. അപ്പുറത്തെ അദൃശ്യലോകം ചുവടുവയ്പ്പുകളുടെ താളത്തിൽ വാദ്യഘോഷങ്ങളുടെ അകമ്പടിയോടെ അവരുടെ ഉള്ളിൽ നിറഞ്ഞു.

"ആലീസ് അവിടെ നടക്കുന്നത് എപ്പോഴെങ്കിലും കണ്ടിട്ടുണ്ടോ?"

"ഇല്ല. ഞാനിവിടെ വന്നിട്ട് ഏതാനും മാസങ്ങളേ ആയുള്ളു."

"നീ എന്തു ചെയ്യുകയാണിവിടെ?"

"ഞാൻ, ഞാൻ പ്രാർഥനകൾ വശത്താക്കുന്നു. സേവനത്തിന്റെ മാർഗങ്ങൾ തേടുന്നു."

റോസ്മേരിക്കു വിശ്വസിക്കാൻ കഴിഞ്ഞില്ല. അവളുടെ മിഴികളുടെ അഗാധതയിൽ എന്തോ ഒളിഞ്ഞു കിടപ്പുണ്ട്. വെട്ടമില്ലാത്ത ഈ മുറിയിൽ നിൽക്കുമ്പോൾ തനിക്കു ചുമ്മാ തോന്നുന്നതാവാം എന്നു റോസി വിചാരിച്ചു.

"റോസീ, നോക്കൂ."

മതിൽക്കെട്ടിന്റെ ഓരത്തുകൂടി ആരോ നടന്നുപോകുന്നു. ഒരു പുരുഷൻ.

"നമ്മൾ ഈ കിളിവാതിൽ തുറക്കുമെന്ന് അച്ചൻ പ്രതീക്ഷിച്ചിട്ടുണ്ടാവില്ല."

"അച്ചൻ?"

"യെൽസങ്കിയച്ചൻ. ഗ്രാമീണരുടെ വിളി, പാരമ്പര്യത്തിന്റെ ആവേശം അദ്ദേഹത്തിനു നിഷേധിക്കാൻ പറ്റില്ല. അച്ചന്റെ ഗോത്രക്കാരാണ് ഉത്സവം ആഘോഷിക്കുന്നത്. വിളിച്ചില്ലെങ്കിലും അച്ചൻ പോകും..."

ഉത്സവത്തിനു നാട്ടിയ കൊടിമരത്തിന്റെ തുമ്പ് ഇവിടെ നിന്നാൽ കാണാം. അതിനു ചുറ്റുമാവണം അവർ നൃത്തം വയ്ക്കുന്നത്.

കനത്തതും പതുപതുങ്ങനെയുള്ളതും — ആണും പെണ്ണും കൈകോർത്ത് ആ കൊടിമരത്തിനു ചുറ്റും നൃത്തം വയ്ക്കുകയാവാം. ആണുങ്ങളുടെ വായ്ത്താരി മതിലുകളെ ഭേദിച്ച് അവരുടെ ചെവിയിൽ മുഴങ്ങി. ചെണ്ടമേളത്തിനിടയിൽ കുപ്പിവളകൾ നുറുങ്ങി വീഴുമ്പോലെ പെൺകുട്ടികളുടെ ചിരി.

പൂർണത തേടുന്ന ചന്ദ്രൻ ജനലിനു മുൻപിലെത്തി നിൽക്കുന്നു.

"നമുക്കു കിടക്കാം". ചുമയ്ക്കിടയിൽ ആലീസ് പറഞ്ഞു. അവൾ അവളുടെ കട്ടിലിനെ സമീപിച്ചു.

"റോസീ, ആറുമണിക്കാണ് ബെഡ്കാഫി."

ആറിനുമുൻപ് എഴുന്നേൽക്കണമെന്ന്.

നിലാവിലൂടെ ഒഴുകിവന്ന് ഗ്രാമീണഗാനം അവളെ തഴുകിയുറക്കി. അടുക്കളയിൽ പാത്രങ്ങൾ ഒച്ചയടപ്പോടെ സംസാരിക്കുന്നു. ആലീസ് എഴുന്നേറ്റുപോയിരിക്കുന്നു.

തുറന്നിട്ട കിളിവാതിലിനപ്പുറം സിസ്റ്റർ കരുണ മുറ്റമടിക്കുന്നു. അവർ ഒന്നും പറയാതെ കിളിവാതിൽ പതുക്കെയടച്ചു. അതിനപ്പുറം അപകടം പതിയിരിക്കുന്നുവെന്ന് അവർ വിചാരിക്കുന്നുണ്ടാവും.

നാലുകെട്ടിന് പുറത്ത് മതിലോരം ചേർന്നാണ് കുളിമുറി. ഒരു വലിയ മുറി. നാലു ബക്കറ്റിനുള്ളിൽ വെള്ളം നിറച്ചു നിരത്തി വച്ചിരിക്കുന്നു പുറത്തെ തിണ്ണയിൽ. രാത്രി ഒരു അതിഥി വന്നുവെന്ന് അറിയാവുന്ന ഏതോ വേലക്കാരൻ. റോസി വിചാരിച്ചു.

അവിടെ വേലക്കാരില്ലെന്നു താമസിയാതെ റോസി മനസിലാക്കി. തോട്ടത്തിനു നടുവിലെ വലിയ കിണറ്റിൽനിന്നു സിസ്റ്റർ ദീപ്തി തന്റെ

മെലിഞ്ഞ കൈകൾകൊണ്ട് വെള്ളം വലിച്ചു കയറ്റുകയാണ്. റോസി ഓടിച്ചെന്നു.

"ഞാൻ കോരാം, വെള്ളം. എന്റെ വീട്ടിൽ ഇതുപോലെ ആഴമുള്ള കിണറാണ്. വെള്ളം ഇതിനേക്കാൾ താഴെയാണ്!"

അവർ രണ്ടു കുടങ്ങൾ നിറച്ചു. അടുക്കളയിലേക്ക് എടുത്തുകൊണ്ടു പോയി.

വീടിന്റെ മുറ്റത്തിനുചുറ്റും കെട്ടിയുയർത്തിയ മൺമതിലിനു പുറത്തു വന്നു നിന്നു റോസി തന്റെ പുതിയ ലോകം ദർശിച്ചു.

കണ്ണെത്താത്ത വിശാലത. ദരിദ്രയായ ഭൂമി. അങ്ങിങ്ങു കീറിപ്പറിഞ്ഞ പച്ചപ്പ്. മധുരക്കിഴങ്ങു കൃഷിയിടത്തിന്റെ നടുവിലൂടെ ഒറ്റയടിപ്പാത. ഉത്സവം കണ്ടു കുഴഞ്ഞ കണ്ണുകളുമായി ഗ്രാമീണർ നടന്നകലുന്നു. ആടിത്തളർന്ന കാലുകളിലെ പാദസരങ്ങൾ ചിലമ്പുന്നു. ഒരു വലിയ പെരുമ്പറയുടെ അരികുകളിൽ വലിച്ചുകെട്ടിയ കയർത്തുമ്പിൽ പിടിച്ചു രണ്ടു യുവാക്കൾ ഉറക്കെ വർത്തമാനം പറഞ്ഞുകൊണ്ടു മതിലിനപ്പുറത്തൂടെ വെളിമ്പറമ്പിലേക്കു കടന്നു. കഴിഞ്ഞ രാവിന്റെ ഹൃദയം പിളർന്നു; ഗ്രാമീണരുടെ അകത്തളങ്ങളിലെ ഇരുട്ടിനെ കഴുകിക്കളഞ്ഞ ദൃഢവും സൂക്ഷ്മവുമായ ആ സംഗീതത്തിന്റെ അലയൊലി ഇപ്പോഴും അവളുടെ ഉള്ളിൽ മുഴങ്ങുന്നു. അവിചാരിതമായി കേൾക്കാനിടവന്ന ആ അപൂർവ മേളത്തിന്റെ മൂർത്ത രൂപം കണ്ട് അവൾ അതിശയിച്ചു.

മധുരക്കിഴങ്ങ് മുകുളങ്ങൾ വിടർന്നു കുരുന്നിലകൾ വെയിൽ കായുന്നു. മഞ്ഞുവീണ പുൽത്തകിടിയിലൂടെ അവൾ ചെത്തുവഴിയുടെ അടുത്തെത്തി. ഇന്നലെ സന്ധ്യയുടെ മൂടുപടം ധരിച്ച് അവൾ വന്ന വഴി. ദൂരെ പുഴക്കരയിലേക്കും പുഴയുടെ മാർത്തട്ടിലൂടെ പട്ടണത്തിലേക്കും ഇഴഞ്ഞുപോകുന്ന ചെമ്മൺപാത. ഇതു തന്റെ ഗ്രാമത്തിലെ ചെത്തുവഴിയല്ലെന്നു വിശ്വസിക്കാൻ കഴിയുന്നില്ല. ഒരു വ്യത്യാസം മാത്രം. ഇവിടെ തീർത്തും വിജനമായിരിക്കുന്നു. നോക്കി നിൽക്കെ, പട്ടണത്തിലേക്ക് എണ്ണകൊണ്ടുപോകുന്ന ഒരു ഗ്രാമീണസ്ത്രീ അവളുടെ അടുത്തെത്തി. ഉദിച്ചുയരുന്ന സൂര്യനെപ്പോലൊരു വലിയ കുങ്കുമത്തിലകം. നീലസാരി. ചുവന്ന ബ്ലൗസ്. കുപ്പിവളകൾ. ലോഹമാലകൾ.

മധ്യവയസ്കയായ ആ സ്ത്രീ റോസിയെ സൂക്ഷിച്ചു നോക്കി. അവൾക്കു ഗ്രാഹ്യമല്ലാത്ത ഏതോ ഒരു ഭാഷയിൽ കന്യാമാത്തെ ചുണ്ടി എന്തോ ചോദിച്ചു. അവരുടെ മന്ദസ്മേരം റോസി വിടർന്ന ചിരിയോടെ സ്വീകരിച്ചു.

അപ്പോൾ ആ വഴിക്ക് യെൽസങ്കി വന്നു.

റോസിയെക്കണ്ടു വിസ്മയം വിടർന്ന മിഴികൾ എങ്ങോ ഒളിക്കാൻ ശ്രമിക്കുമ്പോലെ, അയാളുടെ നോട്ടം പതറി. റോസിയുടെ മുഖം നോക്കാതെ അയാൾ പറഞ്ഞു, "സ്ഥലകാലനിരീക്ഷണത്തിനു വൈകുന്നേരമാണ് നല്ലത്. ഈ മഞ്ഞ് നിങ്ങൾക്കു പരിചയമുണ്ടാവില്ല." ധൃതിയിൽ നടന്നകലുന്ന യെൽസങ്കി റോസിയിൽ ചിരിയുണർത്തി. വിജന

തയെ നോക്കി അവൾ പൊട്ടിച്ചിരിച്ചു. സ്വന്തം സ്വരത്തിന്റെ തെളിമയിൽ അവൾ ആശ്ചര്യഭരിതയായി. എത്രയോ നാളുകളായി അവൾ പൊട്ടിച്ചിരിക്കാൻ മറന്നുപോയിരുന്നു.

അവൾ ഉടുത്തിരിക്കുന്ന മഞ്ഞസാരിയിൽ നിന്നു രൂപം കൊണ്ടതുപോലെ മഞ്ഞ നിറത്തിലുള്ള പൂവുകൾ ചൂടി ജട്ടിങ്കിപ്പാടം പുഞ്ചിരിക്കുന്നു. പൂമ്പാറ്റകൾ പാറുന്ന വയലിലൂടെ വെളുത്ത മണൽ വിരിച്ച നടപ്പാതയിലൂടെ അവൾ പള്ളിയുടെ അടുത്തെത്തി.

യെൽസങ്കി പ്രഭാതപ്രാർഥനയ്ക്ക് ഒരുങ്ങുന്നത് തുറന്നിട്ട പിൻകതകിലൂടെ കാണാം. മോടിയില്ലാത്ത ഒരു അൾത്താര. മൂലയ്ക്ക് ഉയർന്ന പീഠത്തിൽ ഒരു പിത്തളപ്പാത്രത്തിൽ ഒതുക്കി വച്ചിരിക്കുന്ന പൂക്കൾ.

കുരിശു വരച്ച് യെൽസങ്കി ഹാളിലേക്കു മിഴിയോടിച്ചു.

മുൻപിൽ റോസ്മേരി. സിസ്റ്റർ കരുണ, സിസ്റ്റർ ദീപ്തി. തണുപ്പുള്ള പ്രഭാതം ആലീസിനെ കിടപ്പിലാക്കിയിരിക്കയാണ്. മാർഗരറ്റ് അതികാലത്തു ജോലിസ്ഥലത്തു പോയിരിക്കുന്നു. മൂന്നു നാലു ദിവസം കഴിഞ്ഞു വരും.

പുതിയ ഹാളിൽ ചായത്തിന്റെ മണം തങ്ങി നിൽക്കുന്നു.

ഒരു വൈദികന്റെ ഗൗരവസ്വരത്തിൽ യെൽസങ്കി പ്രാർഥന ചൊല്ലാൻ തുടങ്ങി.

ഏഴ്

സിസ്റ്റർ ദീപ്തി മഹുവാവൃക്ഷങ്ങളുടെ മുറ്റത്തൂടെ പുൽമേട്ടിലെ ഒറ്റയടിപ്പാതയിലൂടെ, ജട്ടിങ്കി പൂത്തുനിൽക്കുന്ന വയലുകൾക്കിടയിലൂടെ തന്റെ മോപ്പഡ് ഓടിച്ചുപോയി. വസന്തത്തിലെ ഒരു ചുവന്ന തുമ്പിയെപ്പോലെ വണ്ടി ദൂരങ്ങളിലേക്കു പറന്നുപോയി. എട്ടു കിലോമീറ്റർ അകലെയാണ് അവർ ജോലി ചെയ്യുന്ന ക്ലിനിക്ക്.

കരുണ പുഴക്കരയിലെ പ്രസവശുശ്രൂഷാകേന്ദ്രത്തിലാണ്.

റോസ്മേരി ഒരു വെളുത്ത സാരിയും ഇളം ചുമപ്പുവർണത്തിലുള്ള ബ്ലൗസും ധരിച്ചു കരുണയുടെ ഒപ്പം ചെന്നു.

കരുണ പറഞ്ഞു:

"കുട്ടി വന്നെത്തിയതല്ലേ ഉള്ളൂ. രണ്ടു ദിവസം വിശ്രമിക്കൂ. ആലീസിന് ഒരു തുണയുമായി."

റോസിക്ക് സന്തോഷമായി. അടുക്കളയിൽ പിടിപ്പതു ജോലിയുണ്ട്. ദൂരെ ഹാരോണിന്റെ കുര കേൾക്കുന്നു. യെൽസങ്കിയുടെ അടുക്കളയുടെ ചിമ്മിനി മഹുവാവൃക്ഷത്തിന്റെ ചില്ലകൾക്കിടയിലൂടെ പുക വമിക്കുന്നു.

അവൾ വിജനതയിലേക്കു നോക്കി ഒരു നിമിഷം നിന്നു. പിന്നെ അടുക്കളയിലേക്കു നടന്നു.

ഇന്നു വഴിയിലൂടെ ഗ്രാമീണരാരും നടക്കുന്നില്ല.ഒരു മനുഷ്യശബ്ദം കേൾക്കാനില്ല.

സ്റ്റൗവിൽ മണ്ണെണ്ണ ഒഴിച്ചു വൃത്തിയാക്കി. പാത്രങ്ങൾ അടുക്കിവച്ചു. ആലീസിനുള്ള പൊടിയരിക്കഞ്ഞി വേവാൻ വച്ചു. മുറത്തിൽ കലർന്നു കിടന്ന പച്ചക്കറികൾ തരം തിരിച്ചു. തീൻമേശ ഒരിക്കൽകൂടി തുടച്ചു. കസേരകൾ ഒതുക്കി. തലേന്നാളത്തെ പത്രം കിടക്കുന്നതു കണ്ടു. വായിക്കാനൊരുങ്ങി. ഇംഗ്ലീഷ്പത്രത്തിൽ നഗരങ്ങളിലെ വാർത്ത

കളേ ഉള്ളൂ. ഈ ഗ്രാമത്തെക്കുറിച്ച് ലഹരിമരങ്ങൾ തഴച്ചു വളരുന്ന ഈ ഗ്രാമത്തെക്കുറിച്ച് എന്തെങ്കിലും ഉണ്ടോ എന്നു നോക്കുകയായിരുന്നു.

പുറത്ത് കാലൊച്ച.

ശരീരത്തെ ഇറുകിപ്പിടിക്കുന്ന ഒരു ളോഹ ധരിച്ച് യെൽസങ്കിയും കുശിനിക്കാരൻ സീതാറാം പീറ്ററും മഠത്തിന്റെ പടിപ്പുരവാതിൽക്കലെത്തി.

"ആലീസ് അകത്തുണ്ടോ?" യെൽസങ്കി വിളിച്ചു ചോദിക്കുന്നു.

പത്രം താഴെയിട്ട് റോസ്മേരി പൂമുഖവാതിൽക്കലെത്തി. കുനിഞ്ഞു പുറത്തേക്കു നോക്കി.

"ഗുഡ്മോണിങ് ഫാദർ യെൽസങ്കി."

"മോണിങ്." യെൽസങ്കിയും സീതാറാം പീറ്ററും മൺമതിലിനകത്തു കടന്നു. പുറത്തെ വാതിൽ അവർക്കുവേണ്ടി തുറന്നുകിടന്നു. വീതി കുറഞ്ഞ ഉമ്മറത്ത് ഒരിരുമ്പു കസേരയുണ്ട്. യെൽസങ്കി ഇരുന്നു.

"ആലീസിന് എങ്ങനെയുണ്ട്?"

"കിടക്കുന്നില്ല. എന്തോ എഴുതുകയാണ്."

കുശിനിക്കാരൻ ചുമലിൽ ചേർത്തു പിടിച്ചിരുന്ന കുട്ട താഴെയിറക്കി. മണ്ണിന്റെ തുടുപ്പുള്ള ബദാം. കപ്പലണ്ടിയുടെ സ്വാദിഷ്ഠമായ ഗന്ധം അവിടമെങ്ങും പരന്നു.

പീറ്റർ പറഞ്ഞു.

"ബദാം ഇക്കൊല്ലം വിളവെടുപ്പു തുടങ്ങിയതേ ഉള്ളൂ. ഇത് ആലീസിനു കൊടുക്കാൻ അരുണ എന്ന സ്ത്രീ പ്രത്യേകം കൊണ്ടുവന്നതാണ്." അസുഖമാണെന്നറിയിച്ചില്ല. എങ്കിൽ അവർ ഒരു പത്തു പെണ്ണുങ്ങളെക്കൂട്ടി ആലീസിനെ കാണാനെത്തും.

എന്താണു പറയേണ്ടതെന്നറിയാതെ റോസ്മേരി കുഴങ്ങി.

കുശിനിക്കാരൻ തിരിച്ചു പോയി.

യെൽസങ്കി ചോദിച്ചു.

"മാഡം, ഞങ്ങളുടെ ഗ്രാമീണരുടെ കർമ്മനൃത്തം കണ്ടിട്ടുണ്ടോ?"

"ഇല്ല". അപ്പോൾ പേന കൈയിൽ വച്ച് ആലീസ് എത്തി.

"ഞാനും റോസിയും ഇന്നു നിങ്ങളുടെ ആൾക്കാരുടെ നൃത്തം കാണാൻ പോകുന്നുണ്ട്. റോസിക്ക് ജീവിതത്തിൽ ആദ്യത്തെ അനുഭവമായിരിക്കും. അടുത്ത ദിവസം അവൾ മാർഗരറ്റിന്റെ കൂടെ സ്ഥലം വിട്ടേക്കും".

യെൽസങ്കി തെല്ലു പരിഭ്രമത്തോടെ ചുറ്റും കണ്ണോടിച്ചു.

ഒരു രഹസ്യസ്വരത്തിൽ അയാൾ പറഞ്ഞു.

"യോഗം ചേരുന്നുവെന്നുവച്ചു നാം ക്രിസ്തുമതത്തിനെതിരായൊന്നും ചെയ്യുന്നില്ലല്ലോ. യേശു പാവപ്പെട്ടവരുടെ ആയിരുന്നു. അവരുടെ ആവലാതികളും ദു:ഖങ്ങളും അറിയാൻ എന്റെ ഇടവക ഹൗസിൽ ഇരുന്നുകൊണ്ടു പറ്റില്ല."

"പക്ഷേ"

"ഫാദർ ജോൺ ക്ഷോഭിക്കും എന്നായിരിക്കും?"

ആലീസ് പറഞ്ഞു,

"അദ്ദേഹത്തിന്റെ ഹൃദയം വിശാലമാണ്. താങ്കൾ താങ്കളുടെ ഉടുപ്പിന്റെ മാനം കളയാതിരിക്കുമെങ്കിൽ ജോണച്ചൻ ഒരു എതിർപ്പും പ്രകടിപ്പിക്കില്ല"

"ഉടുപ്പിന്റെ മാന്യത എന്നാൽ എന്താണ് സിസ്റ്റർ?"

* "ത്സര കുടിച്ചോളൂ ലക്കു തെറ്റരുത്, രാവു മുഴുവനും നൃത്തം ചെയ്തോളൂ, കിടന്നുറങ്ങാൻ പാരീഷ് ഹൗസിലേക്കു പോരണം." ആലീസിന്റെ സ്വരത്തിലെ ആജ്ഞാസ്വരം അതിന്റെ ഗൗരവത്തിൽ യെൽസങ്കി ഉൾക്കൊണ്ടു.

"മിസ് റോസ്മേരിയെയും നൃത്തത്തിനു കൊണ്ടുപോകൂ."

"തീർച്ചയായും."

യെൽസങ്കി റോസിക്ക് അതീവ ഹൃദ്യമായൊരു പുഞ്ചിരി സമ്മാനിച്ചു.

അവർ ബദാം വേവിക്കാൻ അടുക്കളയിലേക്കു നടന്നു. മണ്ണു പുരണ്ട ബദാം അണ്ടി ബക്കറ്റിലെ വെള്ളത്തിലിട്ടു നന്നായി തിരുമ്മി കഴുകി.

"നമുക്കിത് ആവിയിൽ വേവിക്കാം. റോസിക്ക് പുതുമയുള്ള ഒരു ആഹാരമായിരിക്കും വേവിച്ച ബദാം."

ഒരു സേർ ബദാം, ഒരു ബക്കറ്റു വെള്ളത്തിൽ പലവുരു കഴുകി റോസി പാത്രത്തിലിട്ടു. പുകയുള്ള അടുപ്പു കത്തിച്ചു. പുക, മുറിയിൽ പരക്കാതിരിക്കാൻ അലൂമിനിയപ്പാത്രത്തിന്റെ പള്ളയ്ക്ക് റോസി ഒരു തുണി നനച്ചു ചുറ്റിക്കെട്ടി.

അടുക്കളയിൽ കൊണ്ടുവന്നിട്ട കസേരയിലിരുന്ന് ആലീസ് ചുമച്ചു.

"ചേച്ചി അപ്പുറത്തു പോകൂ. ബദാം ഞാൻ വേവിച്ചോളാം."

"അതങ്ങനെ വേവാൻ ഒരാളു വേണ്ട. അടുത്ത് ഞാനിവിടെയിരിക്കുന്നത് പത്രം വായിക്കാനും കൂടിയാ. മുറികളിൽ ഇരുട്ടാണ്. അതെ. സർവ മുറികളിലും ഇരുട്ട്. അടുക്കളയിൽ മാത്രമാണ് വെളിച്ചം."

ഇവിടെയിരുന്നാൽ മതിലോരം ചേർന്നു ചെത്തുവഴിയിലൂടെ വരുന്നവരുടെ ശിരസ്സു കാണാം. ശിരസ്സിന്റെ ലക്ഷണം നോക്കി അയൽക്കാരനായ പഥികരെ തിരിച്ചറിയാം. ഈ അന്തഃപുരത്തിൽ വന്നതിനുശേഷം, തന്റെ പ്രധാന ജോലി അതാണെന്ന് ആലീസ് റോസ്മേരിയോടു പറഞ്ഞു.

"ഒന്നും ചെയ്യാതിരിക്കുക. ഇത്ര ഭയാനകമായി മറ്റെന്താണുള്ളത്?"

അപ്പോൾ ആലീസിന്റെ കണ്ണുകൾ കത്തുകയും അവളുടെ ഇടനെഞ്ചിൽ നിന്ന് ഒരു ചുമ പൊട്ടിച്ചിതറുകയും ചെയ്തു.

---

* മഹുവാവൃക്ഷത്തിന്റെ തളിരും പച്ചമരുന്നും ചേർത്തു വാറ്റിയെടുക്കുന്ന മധ്യപ്രദേശുകാരുടെ ഒരുതരം മദ്യം.

"വെന്ത ബദാമിന്റെ മണം എനിക്കിഷ്ടമാണ്." ആലീസ് പറഞ്ഞു. "പക്ഷേ, ഇപ്പോൾ വേണ്ട. ചുമ മാറട്ടെ. സീസണാണ്. ഏതാണ്ട് ഒരു മാസം ബദാം വന്നുകൊണ്ടേയിരിക്കും. ഇടവകയിലെ ആൾക്കാർ സ്നേഹം പ്രകടിപ്പിക്കുന്നത് അങ്ങനെയാണ്."

വേവിച്ച ബദാം റോസ്മേരി ഇതിനുമുൻപ് കഴിച്ചിട്ടില്ല.

"ഇപ്പോൾ വേണ്ട."

അവർ പാത്രം ഭദ്രമായി അടച്ചു. കനലടുപ്പിനുമേൽ വച്ചു. സിസ്റ്റർ കരുണയ്ക്കും ദീപ്തിക്കുമാണ് കമ്പം. അവർ വരട്ടെ.

യെൽസങ്കിയച്ചൻ അന്ന് വൈകുംവരെ എത്തിയില്ല. ഇടവകയിലെ പ്രമാണിയായ കൃഷിക്കാരന്റെ ഭാര്യ നിർമ്മല കുഞ്ഞും കാഴ്ചവസ്തുക്കളും ബന്ധുക്കളും ഒരു പറ്റം വേലക്കാരുമായി അച്ചനെക്കാണാൻ വന്നിരുന്നു.

കുശിനിക്കാരൻ പറഞ്ഞു: "കഷ്ടമായിപ്പോയി. സ്വതവേ ഇത്തരം പണക്കാർ ഇടവകയിൽ കാഴ്ചയുമായി വരാറില്ല. പണക്കാരെല്ലാം പട്ടണത്തിലെ ബിഷപ്പിനെക്കാണാനാണ് വരുന്നത്! ആദിവാസിയച്ചനോട് വലിയവർക്ക് ഒരു ബഹുമാനവുമില്ല. അപ്പോപ്പിന്നെ വല്ലപ്പോഴും ഒന്നു വരുമ്പോൾ സ്വീകരിക്കാൻ അച്ചൻ ഉണ്ടാവേണ്ടതല്ലേ."

കുട്ടകളും വട്ടികളും പള്ളിമുറ്റത്ത് ഇറക്കിവച്ചിട്ട് എണ്ണപുരട്ടിയ ശിരസ്സിൽ വെയിലുമായി അവർ കുറച്ചുനേരം കാത്തു നിന്നു.

പള്ളിയിൽ പ്രാർഥിക്കാൻ പോയ ആലീസ് പറഞ്ഞു: "അച്ചൻ ഇന്നു രാത്രിയേ വരൂ. അവധിയിലാണ്. അച്ചന്റെ മദറിന് രോഗമാണ്!"

അപ്പോൾ നിർമ്മലയുടെ മുഖം വാടി. അവൾ തന്റെ മൂത്ത കുഞ്ഞിനെ പട്ടണത്തിലെ സ്കൂളിൽ ചേർക്കാൻ കൊണ്ടുപോകുമ്പോൾ അനുഗ്രഹം തേടാൻ വന്നതാണ്. ഇളയ കുഞ്ഞ് വേലക്കാരിയുടെ ചുമലിൽ കമഴ്ന്നു കിടന്ന് ഉറക്കമായി.

ആലീസ് കുശിനിക്കാരനോട് പറഞ്ഞു.

"എല്ലാം അകത്തേക്ക് എടുത്തു വച്ചേക്കൂ."

"എല്ലാം വേണ്ട. ആ ഒരു വട്ടി, ചെറുത്, ആലീസിന്റെ കോൺവെന്റിലേക്കുള്ളതാണ്." വയസായ ഒരു സ്ത്രീ പറഞ്ഞു. പട്ടണത്തിൽ പോയി കിഴവിക്ക് കണ്ണിലൊഴിക്കാൻ മരുന്നു മേടിച്ചു കൊടുത്തതിന്റെ നന്ദിപ്രകടനമായിരുന്നു, ആ വട്ടി.

ആലീസും റോസിയും വീണ്ടും അന്തഃപുരത്തിലേക്കു നടന്നു. വട്ടി അടുക്കളയിൽ വച്ചു തുറന്നിട്ട്, ആലീസ് അതിനകത്തുനിന്ന് ഒരു തുണ്ടു കടലാസ് എടുത്തു. നന്നെ ചെറിയ ഒരു തുണ്ട്. അതിൽ ഒരൊറ്റ വാക്കു മാത്രം. തുണ്ട് വിരലുകൾക്കിടയിൽ ചുരുട്ടി കനലടുപ്പിലേക്കിട്ട് ആലീസ് റോസ്മേരിയുടെ മുഖത്തു നോക്കി. അതൊരു രഹസ്യമാണെന്നു മാത്രം റോസി മനസിലാക്കി. ഒരു നിമിഷം അവരുടെ നോട്ടം ഇടഞ്ഞു. പിന്നെ മൗനം. നിറഞ്ഞ മൗനം.

ഉച്ചയ്ക്ക് അടുക്കളയിലെ കൊച്ചു മേശയ്ക്കിരുവശവും ഇരുന്ന് അവർ ആഹാരം വിളമ്പി. ചോറും ദാലും വഴുതനങ്ങാ സബ്ജിയും.ഒരു സ്പൂൺ ചോറാണ് ആലീസ് കഴിച്ചത്. ഓരോ വറ്റും വേറിട്ടെടുത്ത് ദാലിൽ മുക്കി തിന്നു. വഴുതനങ്ങാ സബ്ജി അവൾ തൊട്ടില്ല. ജട്ടിങ്കി എണ്ണയുടെ മണം. "ഈ മണം എനിക്കു സഹിച്ചൂടാ, റോസീ."

റോസിക്ക് അത് അത്ര അസഹ്യമായി തോന്നിയില്ല.

യാതൊരു കാരുണ്യവും ലഭിക്കാത്ത ഒരു ഹോസ്റ്റലിൽ, ഏതാണ്ട് നൂറുശതമാനവും ദരിദ്രരുടെ കുട്ടികൾക്കിടയിലാണ് അവൾ പഠിപ്പ് പൂർത്തിയാക്കിയിരുന്നത്. വെളിച്ചെണ്ണയല്ലാത്ത എല്ലാ എണ്ണകളും അവൾക്കു ശീലമായിക്കഴിഞ്ഞിരുന്നു. വിദേശത്തുനിന്നു ദാനമായിക്കിട്ടിയ എണ്ണ ഡബ്ബകൾ ഹോസ്റ്റലിലെ സ്റ്റോർ മുറിയിൽ ധാരാളമുണ്ടായിരുന്നു.

ഊണിനുശേഷം റോസി പറഞ്ഞു:

"ഞാനിവിടെയിങ്ങനെ കഴിയാനുദ്ദേശിക്കുന്നില്ല."

"അതാണ് ശരിയും. നാളെ നിനക്കു മാർഗരറ്റിന്റെ കൂടെ പോവാം. ഇന്നു രാത്രി നമുക്കീ ഗ്രാമീണരുടെ നൃത്തം കാണേണ്ടേ?"

"അതു കഴിഞ്ഞ് - അപ്പോൾ ഉറങ്ങാനുള്ള സമയമാവും."

ക്രിസ്ത്യാനികൾ കാമപൂജാനൃത്തം കാണാൻ പോകുന്നത് നിയമത്തിനു വിരുദ്ധമാണെന്ന് ആലീസ് പറഞ്ഞു.

പക്ഷേ, വിജനമായ ഈ പീഠഭൂമിയിൽ കൊല്ലത്തിലൊന്നോ രണ്ടോ പ്രാവശ്യമാണ് ഗ്രാമീണർ ഒത്തുകൂടുന്നത്. മനുഷ്യരെക്കാണാതെ എന്തു സേവനമാണ് നമുക്കു ചെയ്യാൻ കഴിയുക! ഇവിടെ നിയമങ്ങൾ വഴി മാറുന്നു. യെൽസങ്കിയച്ചൻ ളോഹയിട്ടു നടന്നു കർത്താവിന്റെ സന്ദേശം പ്രചരിപ്പിക്കുന്നതോടൊപ്പം, ളോഹയൂരിവച്ച് ഗ്രാമീണരുടെകൂടെ മീൻ പിടിക്കാനും കാമപൂജ കാണാനും പോയെന്നു വരും. അതിനു വിലക്കു കൽപ്പിച്ചാൽ യെൽസങ്കി പിറന്ന ഗ്രാമത്തിലേക്കു നടന്നുകൊള്ളും. ആദിവാസികളെ, കർത്താവിന്റെ പഥത്തിലേക്കു കൊണ്ടുവരാനുള്ള ഒരേയൊരു പഴുത് അങ്ങനെ അടച്ചു കളയാമോ? ആലീസ് റോസിയുടെ മുഖത്തു നോക്കി.

റോസി ആകെ ചിന്താക്കുഴപ്പത്തിലായി. ഇത്തരം വിടുതികൾ സ്വന്തം നാട്ടിൽ അവൾ കണ്ടിട്ടില്ല. കുർബാന കൊള്ളാതെ ഒരു ഞായറാഴ്ച അവളുടെ ബാല്യകാലത്തുണ്ടായിട്ടില്ല. മുഴുക്കുടിയനായ അവളുടെ പിതാവുപോലും നേരത്തേയെണീറ്റ് കാലത്ത് അഞ്ചുമണിക്ക് ചാരായക്കട തുറപ്പിച്ച് ആറുമണിക്ക് 'ക്ലീനായി' തിരിച്ചെത്തും. അലക്കി വെൺമയാർന്ന വസ്ത്രം ധരിക്കും. പള്ളിയിലെ പിൻനിരയിൽ കൂട്ടുകാരൊത്തു സ്ഥാനമുറപ്പിക്കും. കൂട്ടുകാരൊപ്പം കുർബാന കഴിഞ്ഞ് നേരെ ചാരായഷാപ്പിലേക്ക്. വേനൽക്കാലത്ത് അടയ്ക്കയും റബറും തേങ്ങയും വിൽക്കുമ്പോൾ മാത്സര്യം മൂർധന്യത്തിലെത്തി. ഓരോരുത്തരും ആതിഥേയരായി. ഞായറാഴ്ച രാവുകൾ നരകമായിരുന്നു.

ചെറു ചെറു വിനോദങ്ങളിൽ മാത്രം ഏർപ്പെടുന്ന ആദിവാസിയായ യെൽസങ്കിയോടു റോസിക്കു സഹതാപം തോന്നി.

സിസ്റ്റർ കരുണയും ദീപ്തിയും അത്താഴശേഷം എട്ടുമണി മുതൽ ഒൻപതുവരെ നൃത്തം കണ്ടു തിരിച്ചു പോന്നു. പലകുറി അവർ കണ്ടിട്ടുണ്ട്. നൃത്തത്തിന്റെ ആവർത്തന വിരസതയെക്കുറിച്ച് ഇരുവരും പരാതിപ്പെട്ടു.

മതിലിനപ്പുറത്തെ ലോകം തീർത്തും വിഭിന്നമായിരുന്നു. വൃത്തിയായി മെഴുകിയ കുടിലുകൾ. ചതുരാങ്കണത്തിനു നാലു ഭാഗവും അത്തരം കുടിലുകൾ ഉണ്ടായിരുന്നു. മൺചുമരുകളുള്ള, പുരാതനമായ നറുക്കോടുപാകിയ കൂരകളോടുകൂടി ഒറ്റ മുറിയും അടുക്കളയുമുള്ള കുടിലുകൾ. അടുക്കളകളെല്ലാം ഉമ്മറത്ത്. ഓരോന്നും താൽക്കാലികമായി മറച്ചിരുന്നു. ഓരോ അടുപ്പിലും ജട്ടിങ്കി എണ്ണയിൽ പാകമാവുന്ന പലഹാരങ്ങൾ. മധുരപലഹാരങ്ങൾ.

വൃത്തിയുള്ള കടുംചുവപ്പു ചേല ചുറ്റിയ തലമുടി ചുരുണ്ട ഒരു മധ്യവയസ്ക മുറ്റത്തിന്റെ അരികിൽ ഗ്രാമീണർ വിരിച്ചുകൊടുത്ത പായിലിരുന്നു നൃത്തം കാണുന്ന ആലീസിന്റെ വലതുകൈ പിടിച്ച് എഴുന്നേൽപ്പിച്ചു.

ചായ കുടിക്കാം. ചിരപരിചിതരെപ്പോലെ അവർ ഗ്രാമ്യഭാഷയിൽ സംസാരിച്ചു. റോസി വിസ്മയിച്ചു. അന്തഃപുരത്തിലിരുന്നു രോഗചികിത്സ നടത്തുന്ന ആലീസിന് ഇവരെ എന്തു പരിചയം. ഇപ്പോൾ ആലീസിന്റെ കവിളിൽ വിളക്കു കത്തുന്നു. കണ്ണുകളിൽ അഗാധനീലിമ. കോൺവെന്റിനകത്തിരുന്നു വേദപുസ്തകം വായിക്കുകയും ഇടയ്ക്കിടെ ചൂടുള്ള ജീരകവെള്ളം കുടിക്കുകയും ചെയ്യുന്ന ആലീസല്ല, ഇത്.

നടുമുറ്റത്ത് നൃത്തം മുറുകുന്നു. ചുവന്ന പൂക്കളും തോരണങ്ങളും അലങ്കരിക്കുന്ന മണ്ഡപത്തിന്റെ നടുവിൽ കൊടിമരത്തിനു മുകളിൽ മഞ്ഞക്കൊടി നിലാവിൽ ജ്വലിക്കുന്നു. അനേകം ജനങ്ങൾ ചെണ്ടമേളത്തിൽ ലയിച്ചു പീഠഭൂമിയുടെ അനന്തതകളിൽ കുനി നിൽക്കുന്ന കുടിലുകളെ വിട്ട് ഉത്സവത്തിനെത്തിയിരിക്കുന്നു. ഗ്രാമങ്ങളുടെ വന്യവും ഋജുവുമായ താളലയത്തിൽ കന്യകമാർ നൃത്തമാടുന്നു. തന്നെക്കാൾ ഭാരമേറിയ കൂറ്റൻ ചെണ്ടകൾ കഴുത്തിൽ തൂക്കിയ യുവാക്കൾ അർധനഗ്നരായി പന്തങ്ങളുടെ വെളിച്ചം നെഞ്ചിലേറ്റു വാങ്ങി യുവതികളുടെ പിൻവലയത്തിൽ – മദിച്ച ചെണ്ടകൾ. ലഹരി കൂടിയ ചുവടുകൾ. നഗ്നമേനിയിൽ വെന്തിങ്ങയും കുരിശും തൂങ്ങിക്കിടക്കുന്നു. റോസി വിസ്മയത്തോടെ മിഴിച്ചു നോക്കി. ഇവിടെ വിശ്വാസങ്ങളില്ല. മനുഷ്യന്റെ ആദിമവികാരങ്ങളാണ്. പ്രേമത്താൽ ജ്വലിക്കുന്ന മിഴികൾ പെൺകിടാങ്ങളുടെ ഉലയുന്ന മേനികളിൽ തെന്നുന്നു. കൂറ്റനൊരു പമ്പരം കറങ്ങുമ്പോലെ. താളം മുറുകി, മുറുകി, ഒരേയൊരു ബിന്ദുവിൽ കേന്ദ്രീകരിക്കുന്നു.

നൃത്തക്കളത്തിനു തൊട്ട് ഒരു കുടിലിന്റെ അടുക്കളയിൽ വിരിച്ച പായിലിരുന്ന് ആലീസും റോസിയും പുതിയ ജട്ടിങ്കിയെണ്ണയിൽ വറു

ത്തെടുത്ത പുന്നെല്ലരിയുടെ മധുരവടകൾ തിന്നു. കടുപ്പമേറിയചായ കുടിച്ചു. കൊഴുത്ത ആട്ടിൻപാൽ മണക്കുന്ന, ഗ്രാമത്തിന്റെ രസമൂറുന്ന ചായ.

മധ്യവയസ്കയും ആലീസും കുറെനേരം സംസാരിച്ചു. "നൃത്തം പുലരും വരെ ഉണ്ടാവും. റോസി നമുക്കു പോകാം".

ആലീസിന്റെ പൊടുന്നനെയുള്ള ഈ തീരുമാനം റോസിയെ ചിന്തിപ്പിച്ചു.

കിടപ്പുമുറിയിൽ വസ്ത്രം മാറുമ്പോൾ ആലീസ് പറഞ്ഞു:

"കൃത്യം ഒൻപതരമണിക്ക് എനിക്കു പുറത്തു പോകാനുണ്ട്. പത്ത രയ്ക്കു ഞാൻ തിരിച്ചെത്തും. വാതിൽ അകത്തു നിന്നു കുറ്റിയിടേണ്ട."

മറുചോദ്യത്തിനിട കൊടുക്കാതെ, ആലീസ് മുറിയുടെ ഇരുണ്ട മൂല യിൽ ചെന്നു നിന്നു വേഷം മാറി. ഒരു ഗ്രാമീണ യുവതിയുടെ വേഷ ത്തിൽ അവൾ മെഴുകുതിരി വെളിച്ചത്തിൽ വന്നു നിന്നു.

ഒരു ഗൗരവമേറിയ പുഞ്ചിരിയോടെ അവൾ മന്ത്രിച്ചു.

"വേണ്ടാത്തതിനൊന്നും പോകുന്നില്ല. ഒരു യോഗത്തിൽ പങ്കെടു ക്കാൻ."

"ഒരു യോഗത്തിൽ?"

"അതെ. ആദിവാസികളുടെ ഒരു മീറ്റിംഗിൽ. ഒരു പ്രശ്നമുണ്ട്. പിന്നീടു പറയാം."

സാരിത്തലപ്പു തലയിലൂടെ ചുറ്റി, നാലുകെട്ടിന്റെ പുറത്തേക്കുള്ള കതകുതുറന്ന് ആലീസ് മഹുവാവൃക്ഷങ്ങളുടെ നിഴലിൽ മറഞ്ഞു. നിഴ ലിൽ മറ്റൊരു മനുഷ്യരൂപം അവൾക്കു വഴി കാണിച്ചു.

റോസി വാതിൽ ചാരി അകത്തു വന്നു കിടന്നു. അന്നു രാത്രി അവൾക്ക് തീരെ ഉറക്കം വന്നില്ല.

അന്തഃപുരം വിട്ടു പുറത്തുപോയ ആലീസിന്റെ തീക്ഷ്ണമായ നോട്ടം അവളുടെ മനസിന്റെ ഇരുളടഞ്ഞ അറകളിലേക്കു കടന്നുചെന്നു.

എനിക്കും പോകാമായിരുന്നു!

ഈ കോൺവെന്റിനകത്തു സുഖമായി കിടന്നുറങ്ങാനല്ലല്ലോ ഞാൻ വീടും നാടും വിട്ടു പോന്നത്?

റോസീ, നിനക്കെന്തു ചെയ്യാൻ കഴിയും?

കഴിഞ്ഞ കാലത്തെ മറക്കാൻ പറ്റിയ എന്തും!

ഒരിക്കലും എന്റെ നാട്ടിലേക്കു തിരിച്ചു പോകാനിടവരാത്ത ഒരു ജോലി.

യെൽസങ്കി ഇപ്പോൾ നൃത്തം ചെയ്യുന്നുണ്ടാവും. കഴുത്തിൽ മദ്ദളം കോർത്തിട്ട്, ചുവന്ന പട്ടുതുണി അരയിൽ കെട്ടി മതിവരെ കൊട്ടിയാടാൻ അയാൾ അർധരാത്രി വരെ കാത്തു നിൽക്കുകയായിരുന്നു, പിൻനിരക ളിൽ........

എട്ട്

ഞായറാഴ്ച.

വിളവെടുപ്പിന്റെ തുടക്കത്തിലുള്ള ഞായറാഴ്ച. തലയിൽ തേച്ച ജട്ടിങ്കി എണ്ണയുടെ മണവുമായി സ്ത്രീകളും എണ്ണതേച്ചു കുളിച്ചു തുടുത്ത കുഞ്ഞുങ്ങളും അലക്കിയ വെള്ളവസ്ത്രവും വെളുത്ത തലമുടിയുമുള്ള വൃദ്ധരും ഒരുപാട് പേർ. എല്ലാവരും റോസ്മേരിക്ക് അപരിചിതർ. പക്ഷേ, അവർ റോസ്മേരിയെ നോക്കി മനോഹരമായി ചിരിച്ചു. അവളെ കണ്ട നിമിഷം ഓരോരുത്തരും 'ജെയ്ശു' എന്നു പറഞ്ഞു.

"എന്താണിവർ പറയുന്നത്?" റോസി സ്വകാര്യമായി സിസ്റ്റർ ദീപ്തിയോടു ചോദിച്ചു.

"ജയ യേശു!" യേശു ജയിക്കട്ടെ എന്നു ചുരുക്കം.

മണ്ണിൽ വേലചെയ്തും കൈതനാരുകൊണ്ടു പായ് കെട്ടിയും കഴിഞ്ഞുകൂടുന്ന അവരുടെ കൈത്തലങ്ങൾ നിറയെ തഴമ്പായിരുന്നു. കൈപിടിച്ചു കുലുക്കി ജെയ്ശു എന്നു പറയുമ്പോൾ അവരുടെ ഊഷ്മളഹൃദയത്തിൽ നിന്ന് സ്നേഹം അദൃശ്യമായൊരുറവയായ് റോസ്മേരിയുടെ ഉൾത്തടത്തിൽ വന്നു നിറഞ്ഞുകൊണ്ടിരുന്നു. തുളുമ്പുന്ന മനസോടെ അവൾ അവർക്ക് പുതുതായിക്കിട്ടിയ ആശംസയുടെ രൂപത്തിൽ സ്നേഹം നല്കി.

"ജെയ്...ശു"

എല്ലാ കുടുംബങ്ങളിൽ നിന്നും ഓരോ കാഴ്ചയുണ്ടായിരുന്നു. ചെറുതും വലുതുമായ കുട്ടകൾ. ചണമ്പുനാരിൽ തീർത്ത വട്ടികൾ.

കാഴ്ചദ്രവ്യത്തിന്റെ പൊലിമ എല്ലാവരെയും അറിയിക്കാൻ ഓരോരുത്തരും തിടുക്കം പൂണ്ടു. മണ്ണിന്റെ മണവും നിറവുമുള്ള ബദാമാണ്

കൂടുതലും. കപ്പലണ്ടിക്ക് അവർ നൽകിയിരിക്കുന്ന ആ പേര് റോസിക്ക് നന്നെ ഇഷ്ടമായി.

യെൽസങ്കിയുടെ കുശിനിക്കാരൻ അത്യുത്സാഹത്തോടെ കാഴ്ച കൂടകൾ മേടിച്ചു പള്ളിയുടെ പണി പൂർത്തിയായിട്ടില്ലാത്ത നീണ്ട വരാന്തയുടെ പരുക്കൻ നിലത്തു നിരത്തി.

വൈകിട്ട് ലേലം ചെയ്യാനാണ്. ഇപ്രാവശ്യം വരാന്തയുടെ തറ സിമന്റിടും.അടുത്തതവണ പള്ളി ഗോപുരത്തിൽ ഒരു പുതിയ കുരിശു സ്ഥാപിക്കും. പഴയത് തടികൊണ്ടാണ്.

ആ പള്ളി തീർത്തും അവരുടേതുതന്നെ. ഗ്രാമീണരുടെ വിയർപ്പിന്റെ വിലകൊണ്ടു പണിതത്. ഹാളിന്റെ വളരെ ഉയർന്ന മേൽക്കൂരയിൽ പാകിയ അലുമിനിയം ഷീറ്റുകൾ വമിക്കുന്ന ചൂട് താഴെയെത്തുന്നില്ല.

"എന്റെ പൊന്നേ" – കരുണ പറഞ്ഞു.

വേനലിൽ ഇതിനകത്തോട്ടു കടക്കാറില്ല, ആരും. അല്ലെങ്കിൽ സീലിങ് ഇടേണ്ടിവരും. നാലഞ്ചു വർഷം കൊണ്ട് അതും ആവും.

പാടത്തു പണിയെടുക്കുന്നവർക്ക് ഹാളിനകത്തെ കഠിനോഷ്ണം ഒരു കാര്യമല്ലെന്ന് റോസിക്ക് തോന്നി. ഒരു പക്ഷേ, മതത്തിന്റെ ശീതളിമ അവർക്കു കൂടുതൽ ആകർഷകമായിത്തോന്നാം. ഗോത്രസംസ്കാരത്തിൽ വേരൂന്നിയവരിൽ കൃത്രിമമായൊരു അച്ചടക്കം ഉണ്ടാക്കാൻ കഴിഞ്ഞതിൽ റോസിക്ക് അത്ഭുതം തോന്നി.

പള്ളിപ്പെരുന്നാൾ ഗ്രാമീണരുടെ കാമപൂജ ഉത്സവത്തെക്കാളും വിജയദശമി ആഘോഷങ്ങളെക്കാളും അവരെ സംബന്ധിച്ച് ഒട്ടും ആകർഷകമല്ല. പക്ഷേ, അവർ ഞായറാഴ്ചകളിൽ കൃത്യമായി കുർബാനയ്ക്കെത്തുന്നു. പ്രത്യേകിച്ചും പ്രായം ചെന്നവർ. കാഴ്ചകളുടെ കൂട്ടത്തിൽ അവർ യെൽസങ്കിയച്ചനു പുന്നെല്ലരി പൊടിച്ചു മധുരം ചേർത്തു ജട്ടിങ്കിയെണ്ണയിൽ വറുത്ത വടകൾ കൊണ്ടു വന്നു. ചിലരുടെ കൂടകളിൽ ശർക്കര ചേർത്തു വേവിച്ച ബദാം പരിപ്പിന്റെ കൊച്ചു പൊതി ഉണ്ടായിരുന്നു.

ജന്മിയുടെ വൃദ്ധയായ അമ്മ രൂപാറാണി കൊണ്ടുവന്നത് നെയ്യിൽ പൊരിച്ച വലിയ പൂരികളായിരുന്നു.

കുശിനിയിൽ ആഹാരസാധനങ്ങൾ കുന്നുകൂടിയതു കണ്ടു കുശിനിക്കാരൻ സമാധാനത്തോടെ പ്രാർഥനാഹാളിലേക്കു നീങ്ങി.

അപ്പോൾ റോസ്മേരിയുടെ ചുമലിൽ ആരോ പുറകിൽ നിന്നു തോണ്ടി.

ആലീസ്!

"ആലീസ് നീ തിരിച്ചു വന്നുവോ?"

ഇടതു കൈയിന്റെ ചൂണ്ടാണിവിരൽ ചുണ്ടോടുചേർത്തു മിണ്ടരുതെന്ന് ആലീസ് ആംഗ്യം കാണിച്ചു.

ആലീസ് തലേന്നു രാത്രി തിരിച്ചു വന്നിരുന്നില്ല. ഉറക്കമിളച്ചതു കാരണമാവാം അവളുടെ കവിളുകൾ അസാധാരണമാം വിധം വിളർത്തതും കണ്ണുകൾ കുണ്ടിലാണ്ടും കാണപ്പെട്ടു. അലക്കി തേച്ച ഒരു ബ്ലൗസും ഇളം ചുമപ്പു നിറത്തിൽ കൊച്ചു പൂക്കളുള്ള ഒരു കോട്ടൺസാരിയുമാണ് അവൾ ധരിച്ചിരുന്നത്. ദീർഘകാലത്തെ ഉപയോഗത്താൽ വെണ്മ പൂണ്ടും അവിടവിടെ നൂലുകൾ പിഞ്ഞിയും ഇരുന്ന ആ സാരി ആലീസിന് അസാധാരണമായ ഒരു ലാളിത്യവും ഗാംഭീര്യവും നൽകി.

ആലീസിന്റെ പ്രാർഥനാഗാനം ഹാളിൽ മുഴങ്ങി. സ്റ്റേജിനു താഴെ ഒരു ഇരുമ്പു കസേരയിലിരുന്ന് ആരുടെ മുഖത്തും നോക്കാതെ വിദൂരത്തിലുള്ള ഏതോ ഒരു ബിന്ദുവിൽ മിഴികളും ആത്മാവും ഊന്നി അവൾ പാടി. കഷ്ടപ്പെടുന്നവന്റെ ദുഃഖങ്ങളെക്കുറിച്ചും ആത്മശാന്തിക്കുള്ള അവന്റെ ത്വരയെക്കുറിച്ചും ആവർത്തിക്കുന്ന ആ ഗാനം ഗ്രാമീണരുടെ ഭാഷയിലായിരുന്നു. അതിൽ ആകണ്ഠം അവർ മുഴുകിപ്പോയി. മുല കുടിച്ചിരുന്ന കുഞ്ഞുങ്ങൾ അമ്മമാരുടെ മാറിടത്തിൽ നിന്നു മുഖം വേർപെടുത്തി തിരിഞ്ഞുനോക്കി. കിഴവന്മാരുടെ മിഴികളിൽ നിന്നു കണ്ണീർക്കണങ്ങൾ തുള്ളിയിട്ടു. പക്ഷേ, ആലീസിന്റെ മിഴികൾ വേനൽച്ചൂടിൽ ഉറച്ചുപോയ അഞ്ജനക്കല്ലുകൾപോലിരുന്നു. മൂർച്ചയുള്ള ഒരു തിളക്കം അവളുടെ മിഴികളെ ചൈതന്യവത്താക്കി. അത് അവ്യാഖ്യേയവും അമാനുഷികവുമാണെന്നു തോന്നി.

സ്റ്റേജിന്റെ ഒരു മൂലയിൽ മഞ്ഞപ്പട്ടു പുതച്ചു കസേരയിലിരിക്കുകയായിരുന്ന യെൽസങ്കി സ്തബ്ധനായി ആലീസിനെ നോക്കി. അയാൾ ഇമ വെട്ടിയില്ല. ആ ഗാനത്തിനു മുൻപിൽ അയാളുടെ ഗോത്രരക്തം ചൂടു പിടിച്ചു. ആയിരമായിരം ചോദ്യങ്ങൾ അയാളുടെ മിഴികളിൽ ഇരച്ചു കയറി. പക്ഷേ, ആലീസ് ആ ഭാഗത്തേക്കു നോക്കിയതേയില്ല.

സന്യാസിമാരെ ഓർമ്മിപ്പിക്കുന്ന ആ മഞ്ഞപ്പുതപ്പുകൊണ്ട് അച്ചൻ ഗ്രാമീണരിൽ ഉറങ്ങിക്കിടന്നിരുന്ന പ്രാക്തനചിന്തകളെ തട്ടിയുണർത്തുകയായിരുന്നു.

ഏതോ ഒരു വൃദ്ധഗ്രാമീണന്റെ ഹൃദയത്തിൽനിന്ന് അയാളറിയാതെ ഒരു പ്രാർഥനാപദം ഇടറി വീണു.

ഹേ...... ഭഗവാൻ

സർവരും ഒരു ഞെട്ടലോടെ ആ വാക്കിന്റെ ഉറവിടത്തിലേക്ക് ഉറ്റുനോക്കി. നിശ്ചിന്തനും ശാന്തനുമായിരുന്ന കിഴവൻ പ്രാർഥന മതിയാക്കി ആളുകളുടെ ഇടയിൽനിന്ന് എണീറ്റു പുറത്തു കടന്നു. ശൈത്യകാല വെയിലിന്റെ പല രൂപത്തിലും വലിപ്പത്തിലുമുള്ള ശകലങ്ങൾ കളിക്കോപ്പുകൾ പോലെ വിടർന്നു കൈവീശി നിൽക്കുന്ന മഹുവാവൃക്ഷങ്ങളുടെ ചോട്ടിൽ വീണു കിടന്നു. അമ്മമാരുടെയും പിതാക്കളുടെയും പിടിവിടുവിച്ചു കുട്ടികൾ തണലിൽ ഓടിക്കളിക്കാൻ തുടങ്ങി.

യെൽസങ്കിയച്ചൻ അണിയറയിൽ പോയി ളോഹയും മഞ്ഞപ്പു തപ്പും ഊരിവച്ചു പാൻസും ഫുൾകൈ ഷർട്ടും ധരിച്ചു ചുറുചുറുക്കോടെ ഇറങ്ങി വന്നു.

കരുണ മുൻപിലേക്കിറങ്ങി വന്നു വികാരിയച്ചനോട്;"ഇന്ന് ബിഷപ്പ് വരുന്നുണ്ട്."

യെൽസങ്കി പരിഭ്രമിച്ചു. അയാളുടെ മിഴികൾ പള്ളിമുറ്റത്തും തോട്ടത്തിലും പതറി.

യെൽസങ്കിയുടെ ചുമതലയിലുള്ള കൃഷിയിടത്തിൽ ബദാം നടാമായിരുന്നു. നട്ടിട്ടില്ല. വിളവില്ലാതെ ഒരു ഋതു കഴിഞ്ഞുപോയി. ഇപ്പോൾ ഈ പരന്നു കിടക്കുന്ന മൈതാനം കിളച്ചു ജട്ടിങ്കി നടാമായിരുന്നു. ചെയ്തില്ല. കിണറിനോടു ചേർന്ന് ഇരുപതുസെന്റ് സ്ഥലത്ത് മധുരക്കിഴങ്ങു നടേണ്ടതായിരുന്നു. അക്കാര്യത്തെക്കുറിച്ചു ചിന്തിച്ചിട്ടേയില്ല. കരുണയും ദീപ്തിയും കോൺവെന്റിനോടു ചേർന്ന ഒരല്പം സ്ഥലത്ത് മധുരക്കിഴങ്ങ് നട്ടിരിക്കുന്നു. തുടുത്ത ഇലകൾ ഭൂമിയുടെ മറ നീക്കി എത്തിനോക്കുന്നു.

യെൽസങ്കി ജാള്യത്തോടെ കന്യാസ്ത്രീകളുടെ മുൻപിൽ ഒരു കൊച്ചുകുട്ടിയെപ്പോലെ നിന്നു. അക്കിടി പറ്റിയതുപോലെ അയാൾ വിരൽ കടിച്ചു.

കരുണ പറഞ്ഞു.

"അച്ചാ അദ്ദേഹം വരുന്നത് നിങ്ങളുടെ കൃഷിയിടം കാണാനല്ല. ആലീസിനു സുഖമില്ലെന്നറിഞ്ഞു വരികയാണ്. ആലീസിനോട് ഒരുങ്ങിയിരിക്കാൻ പറഞ്ഞിട്ടുണ്ട്. കുർജിയിലെ ആശുപത്രിയിൽ പരിശോധിപ്പിക്കാൻ കൊണ്ടുപോകുകയാണ്."

യെൽസങ്കിയുടെ ശ്വാസം നേരെ വീണു.

ശിക്ഷയിൽ നിന്നു വിടുതൽ കിട്ടിയ ഒരു കുട്ടിയുടെ ഉത്സാഹത്തോടെ അയാൾ റോസ്മേരിയെ നോക്കി.

യെൽസങ്കിയുടെ മുൻപിൽ നിൽക്കുമ്പോൾ തന്റെ മനസിന്റെ ഉള്ളറകളുടെ കതകുകൾ തുറക്കുന്നതും അവിടെ വെളിച്ചം വീശുന്നതും റോസ്മേരി അറിഞ്ഞു.

അയാൾ രണ്ടടികൂടി അടുത്തേക്കു വന്നു. വസ്ത്രങ്ങളിൽനിന്ന് ഓഡി–കൊളോണിന്റെ മണം ഉയർന്നു. പുരാതനമായൊരു സുഗന്ധം. ആ ഗന്ധം അയാളുടെ ഗ്രാമീണതയെ ഓർമിപ്പിക്കുന്നു. ഗ്രാമ്യ ജീവിതത്തിൽ നിന്നുകൊണ്ട് നാഗരികതയെ എത്തിപ്പിടിക്കാനുള്ള അഭിവാഞ്ഛയെ ഓർമിപ്പിക്കുന്നു. ഒരു നൂറ്റാണ്ടിനുമുൻപ് ഗ്രാമാന്തരാളത്തിൽ എത്തിച്ചേർന്നു കതകുകൾ തുറന്നിട്ടു പുഞ്ചിരിതൂകി മുൻപിൽ നിൽക്കുന്ന പാതിരിയെക്കുറിച്ച് റോസ്മേരി ചിന്തിച്ചു. ആ പാതിരിയിൽനിന്ന് യെൽസങ്കിയെന്ന ഈ യുവ ആദിവാസി പുരോഹിതനിലേക്കുള്ള ദൂരം അളക്കാൻ പറ്റില്ല. അവർ രണ്ടു സമാന്തരങ്ങളിൽ അകന്നു നിൽക്കുന്നു.

അവരുടെ മാർഗം രണ്ട്. ലക്ഷ്യവും രണ്ട്. പരസ്പര പൂരകമാവാത്ത കർമമണ്ഡലം.

ഗ്രാമത്തിലെ യുവാക്കൾക്കൊപ്പം കർമ്മവൃക്ഷത്തിന്റെ ചില്ലകൊണ്ടുവരാൻ ആരവത്തോടെ പോകുന്ന യെൽസങ്കി. വാദ്യമേളങ്ങളുടെ അകമ്പടിയോടെ വിശാലമായ ഗ്രാമചത്വരത്തിനു നടുവിൽ കൊടിമരം നാട്ടുന്നതിൽ മുമ്പനായ യെൽസങ്കി. കൊടിമരത്തിന്റെ നിറുകയിൽ നിന്ന് എട്ടു ദിക്കിലേക്കും നീളുന്ന തോരണങ്ങൾ. അനേക വർണങ്ങളുള്ള തോരണങ്ങൾ. കൊടിമരത്തിനു കടയ്ക്കൽ കർമവൃക്ഷത്തിന്റെ ചില്ല നടുന്ന യുവാവ്. കർമവൃക്ഷത്തിനു ചുറ്റും കുരുതി കലക്കിയ തളികകൾ, പൂക്കൾ നിറച്ച താലങ്ങൾ, താലങ്ങളിൽ മിഴി മിന്നിത്തുറക്കുന്ന മൺചെരാതുകൾ, ചെരാതുകളുടെ നെയ് വെളിച്ചത്തിൽ നൃത്തമാടുന്ന പെൺകിടാങ്ങൾ. അവർക്കു ചുറ്റും മദ്ദളം കൊട്ടി, കുഴലൂതി നൃത്തം ചെയ്യുന്ന യുവാക്കൾക്കിടയിൽ യെൽസങ്കി. യെൽസങ്കിക്ക് ഈ പുരോഹിതപ്പട്ടം ചേരുകയില്ലെന്ന് റോസ്മേരിക്ക് തോന്നി. പട്ടം അണിയുമ്പോൾ അയാൾ നാടകത്തിലെ ഒരു വേഷമായി മാറുന്നു. കിളരം കൂടിയ അയാളുടെ നീണ്ടുറച്ച ബാഹുക്കൾ വേല ചെയ്യാനുള്ളതാണ്. മൂന്നടിയിലധികം നീളമുള്ള വലിയ മദ്ദളം മുഴക്കാനുള്ളതാണ്. രണഘോഷം ഉതിർക്കുന്ന പെരുമ്പറ കൊട്ടി ഗ്രാമീണരെ ജാഗരൂകരാക്കാനുള്ളതാണ്. അയാളുടെ ചുണ്ടുകൾ നൂറ്റാണ്ടുകളായി ജീർണതയിൽ ഉറങ്ങിക്കിടക്കുന്നവരെ അട്ടഹാസം മുഴക്കി ഉണർത്താനുള്ളതാണ്. എങ്ങനെ ശാന്തമായ മന്ത്രങ്ങൾ ഉരുവിടാൻ യെൽസങ്കിക്കു കഴിയും എന്നതാണ് ഇപ്പോൾ ബിഷപ്പിന്റെ മുൻപിലുള്ള പ്രശ്നം എന്നു കരുണ പറഞ്ഞു. സിസ്റ്റർ കരുണയ്ക്ക് യെൽസങ്കിയുടെ അച്ചടക്കരാഹിത്യത്തെക്കുറിച്ച് ഏറെ പരാതികളുണ്ട്.

എന്തിനാണയാൾ ളോഹ ഊരിവച്ചു ഗ്രാമീണർക്കൊപ്പം മീൻ പിടിക്കാൻ പോകുന്നത്?

എന്തിനാണ് എക്സ്മിലിറ്ററിക്കാരൻ ശ്രീനാരായണന്റെ വീട്ടിൽ സൊറ പറയാൻ പോകുന്നത്?

വേലിക്കപ്പുറത്തുകൂടി ഗ്രാമീണർ കൊണ്ടുവരുന്ന ത്സരയെന്ന മദ്യം നിറച്ച കുപ്പികൾ മേടിക്കുന്നതെന്തിന്? ത്സരയുടെ വീര്യത്താൽ ചുവന്ന കടക്കണ്ണും വിയർക്കുന്ന മുഖവും തുടുത്ത ചുണ്ടുകളുമായി അയാൾ വേദപുസ്തകം വായിക്കുന്നത് തീർത്തും ഉത്തരവാദിത്വരാഹിത്യമാണെന്ന് അവൾ പറഞ്ഞു.

കരുണയുടെ വാക്കുകൾ കേട്ട് ആലീസ് മന്ദസ്മിതം തൂകി.

അവർ അത്താഴവിരുന്ന് ഒരുക്കാനുള്ള ശ്രമത്തിലാണ്. ബിഷപ്പിന്റെ സന്ദർശനം ഔദ്യോഗികമല്ല. ബിഷപ്പ് ജോൺ ആലീസിന്റെ അമ്മാവന്റെ സുഹൃത്താണ്. ആലീസിന്റെ പുതിയ രക്ഷാകർത്താവു കൂടിയാണദ്ദേഹം. വിദൂരഗ്രാമത്തിൽ സേവനനിരതരായിക്കഴിയുന്ന കരുണയുടെയും ദീപ്തിയുടെയും പ്രവർത്തനമണ്ഡലം ഒരുക്കിക്കൊടുത്തിട്ടുള്ളത്

ബിഷപ്പ് ജോൺ മുൻകൈയെടുത്തിട്ടാണ്. മൈനിയുടെ ഇക്കരെ ഏകാന്തതയുടെ പ്രാചീന സ്വപ്നങ്ങളിൽ മുഴുകിക്കഴിഞ്ഞിരുന്ന ഈ ഗ്രാമത്തിൽ ഒരു ആധുനിക പ്രസവ ശുശ്രൂഷാകേന്ദ്രവും ഡിസ്പെൻസറിയും തുറക്കാനുള്ള ധൈര്യം കാണിച്ചത് ബിഷപ്പ് ജോൺ ആകുന്നു.

ഫാദർ ജോൺ വരുന്നത് യെൽസങ്കിയുടെ പുരോഗതി നിരീക്ഷിക്കാൻ കൂടിയാണെന്ന് കരുണ പറഞ്ഞു. ആലീസിനെ ബിഷപ്പ്സ് ഹൗസിലേക്കു വിളിപ്പിച്ചാലും മതിയായിരുന്നല്ലോ.

യെൽസങ്കി പരിഭ്രമം പുറത്തുകാണിച്ചില്ലെങ്കിലും സാധാരണ അയാളുടെ മുഖത്തു കാണാറുള്ള മൃദുമന്ദസ്മേരം ഇന്നു കാണാനില്ല.

കരുണ ഒരു കോഴിയെ അറുത്തു കഷ്ണം നുറുക്കുകയാണ്. പടിപ്പുരവാതിലിനപ്പുറം വന്നുനിന്ന് യെൽസങ്കി ചോദിച്ചു.

"പെങ്ങളേ, ശ്രീനാരായണൻ ഇന്നു ചൂണ്ടലിടുന്ന ദിവസമാണ്. ഞാൻ പോയി കുറച്ചു മീൻ കിട്ടുമോ എന്നു നോക്കട്ടെ?"

മീൻ ഫാദർ ജോണിനു വളരെ ഇഷ്ടമാണ്. മൈനി ഗ്രാമത്തിൽ എവിടന്നു മീൻ കിട്ടിയെന്നു ചോദിക്കും. യെൽസങ്കി ഫാദർ, ശ്രീനാരായണന്റെ വീട്ടിൽ നിന്നു കൊണ്ടുവന്നു എന്നു പറയേണ്ടേ?

ശ്രീനാരായണൻ തോട്ട പൊട്ടിച്ചു പിടിക്കുന്ന മീനുകൾ ഇവിടത്തെ ഗ്രാമീണർ കൊണ്ടുവന്നു എന്നു പറയാനൊക്കുമോ?

യെൽസങ്കി രോഗബാധിതനായ ഒരു ഗ്രാമീണന് അന്ത്യകൂദാശ നൽകാൻ വേണ്ടി, രോഗിയുടെ ബന്ധുവിനെ ബൈക്കിന്റെ പുറത്തു കയറ്റി ഗ്രാമത്തിലേക്കു ഓടിച്ചുപോയി.

കോഴിക്കറി വെന്തു. ചപ്പാത്തിമാവ് കുഴച്ചുവച്ചു. അടുക്കളയോടു ചേർന്ന് ഇടനാഴിയിലെ ഇത്തിരി വെളിച്ചത്തിരുന്നു സാലഡിനു കാരറ്റും കക്കിരിയും അരിയുന്ന ആലീസ് മന്ത്രിച്ചു:

"എന്തുവന്നാലും ശരി ഞാൻ ഈ ഗ്രാമം വിട്ടു പോകില്ല. ഫാദർ ജോണിനോടു ഞാൻ തുറന്നു പറയും."

"പക്ഷേ, രോഗം മാറേണ്ടേ ആലീസ്?" റോസ്മേരി ചോദിച്ചു. ഒരാഴ്ചത്തെ സഹവാസം അവരെ സഹോദരിമാരാക്കിയിരിക്കുന്നു. എന്നല്ല ആലീസിന്റെ മറ്റൊരു മുഖം കണ്ടെത്താനുള്ള ശ്രമത്തിൽ റോസ്മേരി പതുക്കെപ്പതുക്കെ മുന്നോട്ട് അടി വയ്ക്കുകയായിരുന്നു

"പട്ടണത്തിലെ വലിയ ഹോസ്പിറ്റലിൽ ചെന്നു കിടന്നാൽ എന്റെ ദീനവും മാറില്ല. ദിവസങ്ങളും നീങ്ങില്ല.

"രോഗം മാറേണ്ടേ?

"അത്ര വലിയ രോഗമൊന്നും എനിക്കില്ല. എന്റെ അമ്മച്ചിക്കും ആസ്ത്മയായിരുന്നു. നാട്ടിലുള്ള മരുന്നുകൾ മുഴുവനും കഴിച്ചിട്ടും മരണം വരെ എന്റെ അമ്മച്ചിക്ക് അസുഖമായിരുന്നു. റോസിക്കറിയാമോ, ഫാദർ ജോണിന്റെ ഉദ്ദേശ്യം?" ഒരു സ്വകാര്യ സ്വരത്തിൽ ആലീസ് ചോദിക്കുന്നു. മതിലിനപ്പുറം ഇരുണ്ടിലാണ്ട ഗ്രാമം ചെവിയോർക്കുന്നു. മഹു

വാവൃക്ഷത്തിന്റെ ചില്ലകളിലിരുന്നു രാപ്പക്ഷികൾ ഗൂഢസ്വരത്തിൽ കരയുന്നു. ആലീസിന്റെ ശബ്ദം ആ രാപ്പക്ഷികളുടെ ശബ്ദമാണെന്നു തോന്നി. ഇരുട്ടു പുതച്ചു നേരത്തേ നിദ്രയിലാണ്ട ഗ്രാമീണരുടെ ഹൃദയത്തിലെങ്ങോ ഉള്ള ഒരു വെളിച്ചത്തിൽ മിഴിയൂന്നി ആലീസ് മന്ത്രിക്കുന്നു.

"എന്റെ കർമം ഈ ഗ്രാമത്തിലാണ്. ഇവരെ ഇരുട്ടിൽ നിന്നു വെളിച്ചത്തിലേക്കു കൊണ്ടുവരാൻ....."

റോസ്മേരി ചിരിച്ചു. ചിരിയിൽ അടങ്ങിയിരിക്കുന്ന പരിഹാസത്തിന്റെ തിളക്കം വെളിയിൽ കാണാതിരിക്കാൻ അവൾ എണ്ണവിളക്കിന്റെ പ്രകാശത്തിന് എതിരെ മുഖം തിരിച്ചു.

"റോസ്മേരി വിചാരിക്കുന്നുണ്ടാവും, യെൽസങ്കിയുടെ പാതയെന്ന്, അല്ല തീർച്ചയായും അല്ല, പള്ളിക്കാര്യത്തിൽ ഞാനിടപെടില്ല. എന്റെ പാത പള്ളിക്കു പുറത്താണ്."

"ആലീസ്!"

"ഞാനൊരു കന്യാസ്ത്രീ ആയിട്ടില്ല, ഇനിയും പട്ടം സ്വീകരിക്കാൻ ഞാനൊരുക്കമാണ് ഒരു വ്യവസ്ഥയിൽ മാത്രം–"

"എന്താണ് ആ വ്യവസ്ഥ?"

"ഗ്രാമീണരുടെ ജീവിതത്തിൽ മുഴുകുക എന്നത്."

"അതെങ്ങനെ കഴിയും?"

"ആ പരീക്ഷണത്തിലാണ് ഞാൻ. ഞായറാഴ്ചകളിൽ അവർ നല്ല വസ്ത്രം ധരിച്ചു പ്രസന്നവദനരായി പള്ളിയിൽ വന്നു പ്രാർഥിക്കുന്നു. നല്ലതുതന്നെ!. അവർ തിരിച്ചു ചെന്നാലുള്ള ജീവിതത്തെക്കുറിച്ച് റോസിക്ക് എന്തെങ്കിലും അറിയാമോ?"

ഇല്ലെന്ന് റോസി തലയാട്ടി.

"പള്ളിയിൽ വന്നതുകൊണ്ടുമാത്രം അവർ സത്യക്രിസ്ത്യാനി ആവുമോ?"

റോസി തലയാട്ടി.

"കാമപൂജാനൃത്തം ചെയ്തതുകൊണ്ട് ഉത്തമ ഹിന്ദു ആവുമോ?"

റോസി ആലീസിനെ സൂക്ഷിച്ചു നോക്കി.

"റോസീ, ഇവരുടെ ഉള്ളിൽ ഉറങ്ങിക്കിടക്കുന്ന വെളിച്ചം മറ നീക്കി കൊണ്ടുവരികയാണ് എന്റെ ലക്ഷ്യം. ഗ്രാമങ്ങളിൽ പെണ്ണുങ്ങൾ പ്രസവിച്ചു കൂട്ടുന്നു. ആണുങ്ങൾ ത്സരയുണ്ടാക്കിക്കുടിച്ചു മത്തരാവുന്നു. പണ്ട് കാടുകളായിരുന്നുവത്രേ ഈ പീഠഭൂമി മുഴുവനും. മലഞ്ചെരിവുകൾ നിറയെയും. ഇപ്പോൾ മഹുവാവൃക്ഷങ്ങൾ ഓർമ്മകൾ മാത്രമായി."

"അതും ഗ്രാമത്തിലെ ജീവിതവും തമ്മിലെന്താണു ബന്ധം?"

"നീയിത്ര മണ്ടിയാണെന്നു ഞാൻ വിചാരിച്ചിരുന്നില്ല. കർമ്മവൃക്ഷത്തിന്റെ കൊമ്പുതേടി ഗ്രാമത്തിലെ യുവാക്കൾക്കിപ്പോൾ മുപ്പതും നാൽപ്പതും കിലോമീറ്റർ വരെ സഞ്ചരിക്കേണ്ടിവരുന്നു. ഇങ്ങനെ

പോയാൽ ഇവരുടെ ഭൂമിയിൽ കർമ്മവൃക്ഷങ്ങളില്ലാത്ത ഒരു നാൾ വരും. അപ്പോൾ ഇവർക്കു നൃത്തം ചെയ്യേണ്ടേ? വർഷത്തിലൊരിക്കൽ മനസു തുറന്ന് ആടിപ്പാടാനുള്ള അവസരവും നിഷേധിക്കപ്പെട്ടാൽ ഈ പാവങ്ങളുടെ സ്ഥിതിയെന്തെന്ന് റോസ്മേരിക്ക് ഊഹിക്കാൻ പറ്റുമോ?"

യെൽസങ്കിയുടെ പുഞ്ചിരിക്കുന്ന മുഖത്തിനുമീതെകൂടി ഏതോ അദൃശ്യകരങ്ങൾ ഒരു കറുത്ത മേലങ്കിയിടീക്കുന്നതു കണ്ട് റോസ്മേരി നടുങ്ങി.

ചേതനയറ്റ ഗ്രാമത്തിന്റെ ഞരമ്പുകളിൽ തടഞ്ഞുവീണു മരിക്കുന്ന ഒരു പാവം ചെറുപ്പക്കാരൻ.

ഒൻപത്

പണിതീരാത്ത പള്ളിയുടെ മട്ടുപ്പാവിൽ കയറിനിന്നു ഫാദർ ജോൺ ചുറ്റും നോക്കി. മട്ടുപ്പാവിനു മീതെയാണ് അത്താഴം വിളമ്പിയത്. നിലത്തു പായ് വിരിച്ചു. ഒരു മേശ നടുവിൽ. ചപ്പാത്തിയും ചോറും കോഴിക്കറിയും വഴുതനങ്ങാ സബ്ജിയും ബദാം ആവിയിൽ വേവിച്ചതും.

വേവിച്ച ബദാമിന്റെ നിശ്വാസം രാക്കാറ്റിൽ ലയിക്കുന്നു. നല്ല നിലാവ്. പീഠഭൂമിയിലെ പാലാഴിപോലെ. പാലാഴിയിൽ നീന്തുന്ന ചന്ദ്രൻ. മുഖം കോടിയ ചന്ദ്രൻ. രാത്രിയുടെ ഇരുണ്ട യാമം കഴിഞ്ഞതിനു ശേഷമാണ് അവർ ഉണ്ണാനൊരുങ്ങിയത്.

മഞ്ഞ പുതച്ച് ഫാദർ ജോൺ പ്രാർഥന നയിച്ചു. ഏതോ ഒരു സന്യാസിവര്യന്റെ മുൻപിലിരുന്ന നാളുകൾ റോസ്മേരിയുടെ ഉള്ളിൽ തെളിയുന്നു. വിദേശികളോടു മാത്രം സംസാരിക്കുന്ന സന്യാസി. അദ്ദേഹം നമ്രമുഖിയായി മുൻപിലിരുന്ന റോസ്മേരിയെ ഒരിക്കലും ശ്രദ്ധിച്ചിരുന്നില്ല. ഗൗതമിയമ്മ സന്യാസിയെ പരിചയപ്പെടുത്തി ദർശനം അനുവദിപ്പിക്കാമെന്നേറ്റു.

മഞ്ഞ പുതച്ച കണ്ണട ധരിച്ച, വെള്ളം പോലെ ഇംഗ്ലീഷിൽ സംസാരിക്കുന്ന സന്യാസി അവളുടെ മുഖത്തു നോക്കാതെ പറഞ്ഞു. "കുഞ്ഞേ എല്ലാവർക്കും അഭയം കൊടുക്കാൻ പറ്റിയ സ്ഥലമല്ലിത്. അച്ഛനമ്മമാരോടു വഴക്കിട്ടും, പരീക്ഷയിൽ തോറ്റും, ഭർത്താവിനാൽ തിരസ്കരിക്കപ്പെട്ടും മാനസികനില തെറ്റിയും എത്രയോ പെൺകുട്ടികൾ ജോലി കിട്ടാത്തതിലുള്ള നിരാശയോടെ എത്തിച്ചേരുന്നു." വാസ്തവത്തിൽ സംസാരിച്ചിരുന്നത് ഗൗതമിയമ്മയാണ്.

സന്യാസിയുടെ മുറിയിൽ പ്രവേശനം കാത്തു നിൽക്കുമ്പോൾ അവർ പിന്നെയും പറഞ്ഞുകൊണ്ടിരുന്നു.

കരുതിയതുപോലെ തന്നെ.

"കുഞ്ഞേ അച്ഛനമ്മമാരുടെ അടുത്ത് തിരിച്ചു പോകൂ. അല്ലെങ്കിൽ ഇവിടെ സന്യാസമഠത്തിൽ ചേരാമെന്നുറയ്ക്കണം.- അതിനു പക്വമായിട്ടില്ല നിന്റെ മനസ്സ്."

റോസ്മേരി ആർക്കും ഒരുറപ്പ് കൊടുക്കാൻ തയ്യാറല്ലായിരുന്നു. അവൾക്ക് മനശ്ശാന്തി വേണ്ടിയിരുന്നു. സ്വന്തം വീട്ടിൽ നഷ്ടപ്പെട്ട ശാന്തി തേടിയാണ് അവൾ ബാംഗ്ലൂരിൽ പോയത്. ഇത് മാർഗരറ്റു കാണിച്ചു തന്ന വഴി. ആദ്യം കണ്ട വഴി എന്നു പറയുകയാവും ഭേദം.

ആഹാരവേളയിൽ ഗൗരവമുള്ള ഒരു വിഷയവും തലപൊക്കിയില്ല. അകലെയുള്ള ഗ്രാമത്തിൽ പട്ടികൾ മോങ്ങുന്നു. മഹുവാവൃക്ഷങ്ങൾ ആലോചനയിലാണ്ട് അനങ്ങാതെ നിൽക്കുന്നു. കിളച്ച മണ്ണിന്റെ മദഗന്ധം വായുവിൽ തങ്ങി നിൽക്കുന്നു. മഞ്ഞിന്റെ കാലൊച്ച കേൾക്കാനില്ല.

ഫാദർ യെൽസങ്കിയുടെ പട്ടി കെട്ടിടത്തിനു താഴെ മണപ്പിച്ചു നടക്കുന്നു. കുശിനിക്കാരൻ ഒരു തുടലുമായി അതിന്റെ പുറകെ വരുന്നു. പട്ടി, തനിക്കർഹതപ്പെട്ട സ്വാതന്ത്ര്യം പ്രഖ്യാപിച്ചുകൊണ്ട് മധുരക്കിഴങ്ങ് വയലിലൂടെ ഓടിപ്പോകുന്നു.

ബിഷപ്പ് ജോൺ കൈ കഴുകി കരുണ നീട്ടിയ ടവ്വലിൽ തുടച്ചു. കീശയിൽ നിന്നു കൈലേസെടുത്ത് അദ്ദേഹം തന്റെ നീണ്ടുയർന്നു ഗാംഭീര്യം സ്ഫുരിക്കുന്ന നാസികയിലെ വേർപ്പുതുള്ളികൾ ഒപ്പി. രാവിന് ഉഷ്ണം തീരെയില്ല.

ഇരിപ്പുമുറിയുടെ ഒരു കോണിൽ ആലീസിനെ ഇരുത്തി ഫാദർ ജോൺ പറഞ്ഞു:

"നാളെ കൂർജിയിലെ ഹോസ്പിറ്റലിൽ ആലീസിനെ അഡ്മിറ്റു ചെയ്യുകയാണ്!"

ഒരു മിനിറ്റു നേരത്തെ നിശ്ശബ്ദതയ്ക്കുശേഷം ആലീസ് പറഞ്ഞു:

"ഞാൻ കൂർജിയിലേക്കില്ല. മരുന്ന് ഇവിടെയിരുന്നു കഴിച്ചോളാം. വേണമെങ്കിൽ കൂർജിയിൽ പോയി പരിശോധിപ്പിച്ചു വരാം."

"പരിശോധനയ്ക്കു മാത്രം അത്രയും ദൂരം പോകുന്ന സ്ഥിതിക്ക് അഡ്മിറ്റാവുകയാണ് നല്ലത്. നാളെ മാർഗരറ്റും കൂടെയുണ്ടാവും."ഫാദർ ജോൺ റോസ്മേരിയെ നോക്കി വാത്സല്യപൂർവം പുഞ്ചിരിച്ചു.

"ഇല്ല. ഞാൻ ആശുപത്രിയിൽപോയി കിടക്കാനാഗ്രഹിക്കുന്നില്ല."

"നിനക്കു വീട്ടിൽ പോണോ ആലീസ്?" അനുനയത്തിന്റെ സ്വരം പ്രകടമാകാതിരിക്കാൻ ബിഷപ്പ് ജോൺ പൊടുന്നനെ ഗൗരവഭാവം എടുത്തണിഞ്ഞു. കാഴ്ചയിലുള്ള ഗാംഭീര്യം ഫാദർ ജോണിന്റെ സ്വഭാവത്തിലില്ല. പക്ഷേ, ആലീസിന്റെ മുൻപിൽ പൂർണഗൗരവം പ്രകടിപ്പിക്കണം. ഒരു തരം അസ്വസ്ഥത അദ്ദേഹത്തെ പിടികൂടിയിരിക്കുന്നു. റോസ്മേരി അടുക്കളയിൽ സിസ്റ്റർമാരെ സഹായിക്കാൻ പോയി.

അഞ്ചു മിനിറ്റിനകം ആലീസ് കിടപ്പറയിലെത്തി. കതകു തുറക്കുന്ന ശബ്ദം അടുക്കളയിൽ കേട്ടു. കരുണ ഒന്നമർത്തി മൂളി. റോസ് മേരി

ഒന്നും കേട്ടതായി ഭാവിച്ചില്ല. പാതി വെന്ത ബദാംകലം അടുപ്പിലെ കനലിനു മീതെ കയറ്റിവച്ച് അടുക്കളയടച്ച് എല്ലാവരും കിടപ്പുമുറികളെ അഭയം പ്രാപിച്ചു. ഫാദർ ജോൺ യെൽസങ്കിയുടെ അതിഥിമുറിയിലേക്കു പോയ്ക്കഴിഞ്ഞു.

കിടപ്പറയുടെ ഇരുട്ടിൽ ആലീസ് പറഞ്ഞു:

"ഞാൻ നാളെ നിങ്ങൾക്കൊപ്പം കൂർജിയിലേക്കു വരുന്നില്ല.

എനിക്കിവിടെ കഴിയാനാണിഷ്ടം."

"അതുകൊണ്ട്?"

"നാളെമുതൽ നമ്മൾ രണ്ടു ദേശങ്ങളിലായിരിക്കും. റോസി കൂർജിയിൽ.ഞാൻ മൈനിയുടെ കരയിലെ ഗ്രാമത്തിൽ."

പിന്നെ ആലീസ് തന്റെ അങ്കിളിനു ദീർഘിച്ച ഒരു കത്തെഴുതാനിരുന്നു. മെഴുകുതിരിയുടെ കണ്ണീർക്കണങ്ങൾ അതിന്റെ ദേഹത്തു തന്നെ ഉറച്ചുപോയി. നേരിയ വിറയലോടെ പ്രകാശിക്കുന്ന തിരിക്ക് ശാലീനയായ ഒരു പെൺകുട്ടിയുടെ മുഖഭാഗം. മെഴുകുതിരിയിൽ നോക്കിയിരിക്കെ റോസ്മേരി ഉറക്കത്തിലേക്കു വഴുതി വീണു. നിദ്രയുടെ വഴിയോരത്ത് യെൽസങ്കി കാത്തു നിൽക്കുന്നു. നേരിയ ലജ്ജ കലർന്ന ഒരു മന്ദസ്മിതത്തോടെ.

റോസ്മേരി അയാളുടെ മുഖത്തു നേർക്കുനേരെ നോക്കിയിട്ടു ചോദിച്ചു.

'യെൽസങ്കി എന്തിനാണിവിടെ?'

'ഞാൻ, ഞാൻ കാത്തു നിൽക്കുകയായിരുന്നു.'

'എന്തിന്?'

'ഒന്നു കാണാൻ. പോകുന്നതിനുമുൻപ് രണ്ടു വാക്കു സംസാരിക്കാൻ.' അയാളുടെ മുറി ഇംഗ്ലീഷിൽ നിന്ന് വേദനിക്കുന്ന ഹൃദയത്തിന്റെ പതറിച്ച പ്രകടമായിരുന്നു.

'ഞാൻ ഒരു തൊഴിൽ തേടി പോവുകയാണ്. അച്ചൻ അനുഗ്രഹിക്കണം.'

'അച്ചൻ' എന്ന പദം ഉറച്ച് ഉച്ചരിക്കാൻ റോസി ആഗ്രഹിച്ചു. അതിന്റെ ശബ്ദം നേർത്തുപോയതിൽ അവൾ വിസ്മയിച്ചു. സ്വന്തം മനസിനെ ശാസിച്ചു നിർത്തീട്ട് അവൾ പറഞ്ഞു:

'അച്ചനെ പിന്നീടെപ്പോഴെങ്കിലും കാണാം. ദൈവത്തിന്റെ വഴിയിൽ വച്ച് ആർക്കും എപ്പോഴും കണ്ടുമുട്ടാം. ഒരുപക്ഷേ, ഞാൻ തന്നെ.'

'വേണ്ട. ഇത് മേരിയുടെ മാർഗമല്ല. മേരിക്കു മറ്റനേകം വഴികൾ കിടക്കുന്നു. സിസ്റ്റർ ആലീസ് പോലും തിരിച്ചുപോകാനാണിട.'

മേരി എന്ന സംബോധന അവളുടെ ഹൃദയത്തിന്റെ ഉള്ളറയിലെത്തി. ഒരു വജ്രസൂചിപോലെ.

ഇപ്പോൾ യെൽസങ്കിയുടെ മുഖത്ത് ലജ്ജാശീലമില്ല. പതർച്ചയില്ല. ദീർഘകായനായ ഒരു ചെറുപ്പക്കാരൻ വഴിയിൽ നിന്നു ചോദിക്കുന്നു.

'പോയാൽ കത്തെഴുതുമോ? നിങ്ങളുടെ ഗ്രാമത്തിൽ ഞാൻ പണ്ടൊരിക്കൽ, രണ്ടു വർഷങ്ങൾക്കു മുൻപ് വിരുന്നു പാർത്തിട്ടുണ്ട്.

ഇറവെള്ളത്തിന്റെ സംഗീതം കേട്ട് രണ്ടാഴ്ച അവിടെ ഞാൻ താമസിച്ചിട്ടുണ്ട്. ഫാദർ ജോണിന്റെ സഹോദരിയുടെ വീട്ടിൽ. എനിക്കൊരിക്കലും മറക്കാൻ കഴിയില്ല. മേരി അവധിക്കു നാട്ടിൽ പോകുമ്പോൾ ഞാനും വരാം.'

'ഞാൻ നാട്ടിൽ പോവുകയില്ല.' ആത്മാവിന്റെ നൊമ്പരം മറച്ചുവയ്ക്കാൻ അവൾക്കു കഴിഞ്ഞില്ല.

'മിസ്സ് മേരീ. പിന്നെ'

'ഇല്ല, മിസ്റ്റർ യെൽസങ്കി, ഞാൻ സ്വന്തമായൊരു വഴി തിരഞ്ഞെടുക്കും. അതെന്താണെന്ന് ഇപ്പോഴെനിക്കു പറയാൻ പറ്റില്ല. അത് താങ്കൾ തിരഞ്ഞെടുത്തിരിക്കുന്ന മാർഗമാവില്ല, ഏതായാലും.'

അങ്ങനെ പറയരുതായിരുന്നു എന്ന് അടുത്ത നിമിഷം അവൾക്കു തോന്നി.യെൽസങ്കി ഒരു നേർത്ത മൂടുപടത്താൽ മറയ്ക്കപ്പെടുന്നു. തിരശ്ശീലയുടെ സുതാര്യത നഷ്ടമായി, അതൊരു കനത്ത, കറുത്ത മറയായിത്തീരുന്നു.

മേരിക്ക് ശൂന്യതയിൽ മിഴിയൂന്നി ഒന്നുറക്കെ കരയണമെന്നു തോന്നി.

ഒരുങ്ങാനൊന്നുമില്ല. റോസ്മേരി രണ്ടു സാരികൾ ബാഗിൽ നിറച്ചു. അവയിലൊന്നു മാർഗരറ്റിന്റെ ചേച്ചി തന്നതാണ്. മഠത്തിന്റെ ഇരുണ്ട ഇടനാഴിയിൽ കിഴക്കെ അററത്തുള്ള കൊച്ചു ജാലകത്തിനു സമീപം രണ്ടു ഭിത്തികൾ ചേരുന്ന മൂലപ്പലകമേൽ ഇരിക്കുന്ന ചെറിയ കണ്ണാടിയിൽ അവൾ മുഖം നോക്കി. നീണ്ടു മെലിഞ്ഞു വിളർത്ത ഒരു മുഖം. ചുവന്ന ചുണ്ടുകളുടെ വലത്തെ കോണിൽ മേൽച്ചുണ്ടിൽ ഒരു കാക്കപ്പുള്ളി. ചുരുളില്ലാത്ത അവളുടെ തലമുടി നീലച്ചിരുണ്ട് മാറിലൂടെ ഒഴുകുന്നു.

മേരീ..... അവൾ പതുക്കെ മന്ത്രിച്ചു. യെൽസങ്കിയുടെ സംഗീതാത്മകമായ സ്വരം അതിൽ കലർന്നിട്ടുണ്ടെന്ന് അവളറിഞ്ഞു.

റോസ്മേരീ.........

റോസീ .....

റോസിക്കുട്ടീ..... അമ്മയുടെ കാതരവും ദുർബലവുമായ സ്വരം പീഠഭൂമികളും താഴ്വരകളും പർവതങ്ങളും താണ്ടി വിളിക്കുന്നു.

—നീയിപ്പോൾ എവിടെയാണ്?

—ഞാനിവിടെയുണ്ട് അമ്മച്ചീ. ഭൂമിയുടെ നെഞ്ചിൽ. ഇന്നുതന്നെ ഞാൻ മറ്റൊരിടത്തേക്കു യാത്രയാവും.

തികട്ടിവന്ന തേങ്ങൽ കടിച്ചൊതുക്കി, അവൾ പരുഷമായ മൺചുമരിൽചാരി നിന്നു. കരിപുരണ്ട മൺചെരാതുപോലുള്ള അവളുടെ മിഴികളിൽ ശീതകാലത്തിന്റെ തീക്ഷ്ണത കുറഞ്ഞ പുലർവെയിൽ നിറഞ്ഞ് എണ്ണപോലെ ഒഴുകി. വെളിച്ചത്തിനൊപ്പം കണ്ണീർ വാർന്നു വീണു.

ഇടനാഴിയിലൂടെ ഇരുണ്ട അങ്ങേ അറ്റത്തുനിന്ന് ഒരു കറുത്ത തുരങ്കത്തിൽ നിന്നെന്നോണം കരുണ നടന്നു വരുന്നു. അവരുടെ കാലൊച്ചയ്ക്കു സാമാന്യത്തിലധികം മുഴക്കമുണ്ട്.

അടുത്തുവന്ന് അളന്നുമുറിച്ച വാക്കുകളാൽ കരുണ ചോദിച്ചു.

"ആലീസ് എങ്ങോട്ടാണ് പോയിരിക്കുന്നത്?"

"അറിയില്ല. ഞാനുണർന്നപ്പോൾ മുറിയിൽ ഇല്ലായിരുന്നു. കുളിച്ചു പള്ളിയിൽ പോയതാണെന്ന് കരുതി."

"ഊൗം." അവർ അതേ ദൃഢതാളത്തിൽ നടന്നുപോയി.

യെൽസങ്കി ജീപ്പുമായി പടിവാതിലിനു പുറത്തെ പുൽത്തകിടിയിൽ കാത്തുനിൽപ്പുണ്ട്.

"ജീപ്പ് പുഴയിലൂടെ ഓടുമോ"? റോസി ചോദിച്ചു.

"നമ്മൾ നേരെ എതിർ ദിശയിലേക്കാണ് പോകുന്നത്." മാർഗരറ്റ് പറഞ്ഞു."കൂർജിയിലെ ആശുപത്രിയിൽ നിനക്കൊരു ജോലി കിട്ടാനിടയുണ്ട്. ബിഷപ്പ് ജോണച്ചന്റെ ഒരു കത്തുണ്ട്."

"ബിഷപ്പ് നമ്മുടെ ഒപ്പം വരുന്നില്ല. അല്ലേ?"

"പാതി വഴി വരെ. അവിടെ പട്ടണത്തിൽ അദ്ദേഹം ഇറങ്ങും."

യെൽസങ്കി വണ്ടിയിൽനിന്നിറങ്ങിയില്ല. അയാൾ മറുപുറത്തെ മഹുവാവൃക്ഷങ്ങൾക്കിടയിലൂടെ നീണ്ടുപോകുന്ന ഒറ്റയടിപ്പാതയിൽ നോക്കിയിരുന്നു. തരം കിട്ടിയാൽ അയാൾ അതിലൂടെ നടന്നു ചക്രവാളത്തിൽ അപ്രത്യക്ഷമാവുമെന്നു റോസിക്കു തോന്നി. അദൃശ്യമായ ഒരു ചങ്ങലയുടെ നിയന്ത്രണത്തിലാണ് അയാളുടെ ഓരോ ചലനവും.

കരുണ, യെൽസങ്കിയോട് എന്തെങ്കിലും തമാശ പറഞ്ഞു ചിരിക്കേണ്ട അവസരമാണിത്. ഇന്ന് അവരുടെ മുഖം ഗൗരവത്താൽ കനത്തിരിക്കുന്നു. അടുക്കളയിൽ ജോലിത്തിരക്കിലാണെന്ന ഭാവം. സിസ്റ്റർ ദീപ്തി നാലു പാക്കറ്റുകളിൽ ലഞ്ചുകളുമായി അടുക്കളയിൽ നിന്നിറങ്ങിവന്നു. മാർഗരറ്റ് അവ മേടിച്ച് ഒരു ചെറിയ പ്ലാസ്റ്റിക് ബാഗിൽ അടുക്കി റോസ്മേരിയെ ഏൽപ്പിച്ചു.

ഒരു മന്ദസ്മിതത്തോടെ ദീപ്തി പറഞ്ഞു:

"വഴിക്കു ചപ്പാത്തിയും സബ്ജിയും കഴിക്കാം". അവർ മുറ്റത്തിറങ്ങി വണ്ടിയെ സമീപിച്ചു. ഒരു ചെറിയ പാക്കറ്റ് റോസ്മേരിയുടെ മടിയിൽ വച്ചിട്ട് അവർ പറഞ്ഞു:

"കപ്പലണ്ടി വറുത്തതാണ്. ഇവിടത്തെ പുഴുങ്ങിയ കപ്പലണ്ടി റോസിക്കിഷ്ടമല്ലല്ലോ. ഞാനിന്നലെ രാത്രി റോസിക്കു പ്രത്യേകം വറുത്തെടുത്തതാണ്." അവരുടെ ഹൃദയത്തിന്റെ ഊഷ്മളത ആ പാക്കറ്റിനുണ്ടെന്ന് മേരി അറിഞ്ഞു.

ആലീസിന്റെ തിരോധാനം ആരുടെയും സംസാരവിഷയം ആയില്ല. അവൾ നിശ്ശബ്ദയായി തന്റെ മുറിയിലെ മെത്തയിൽ ചെരിഞ്ഞു കിടന്നു. ആസ്തമയുടെ മരുന്നു ശ്വസിച്ചു കഴിയുകയാണ് എന്ന ഭാവം.

ഇവരുടെ മനക്കരുത്ത് അസാധാരണം തന്നെ. കരുണ ആലീസിനെ 'വീണ്ടെടുക്കാൻ' അവളുമായി നിരന്തരം സമ്പർക്കം പുലർത്തിയിരുന്നു. പ്രാർഥന കഴിഞ്ഞ് എല്ലാവരും എണീറ്റു പോന്നാലും കരുണ തന്റെ സ്ഫുടവും പതുങ്ങിയതുമായ സ്വരത്തിൽ ആലീസിനെ ഗുണദോ

ഷിച്ചുകൊണ്ടിരിക്കും. ആലീസാകട്ടെ അവരുടെ ഗൗരവത്തിനു തരിമ്പും പോറലേൽപ്പിക്കാതെ ഭൂമിയിൽ നോക്കി എല്ലാം ക്ഷമയോടെ കേൾക്കും. ഒരു നേർത്ത പുഞ്ചിരി ആലീസിന്റെ ചുണ്ടിൽ എപ്പോഴും തങ്ങി നിൽപ്പുണ്ടാവും. ആലീസിന്റെ അസാധാരണ മനോനിയന്ത്രണം റോസിയെ ആശ്ചര്യപ്പെടുത്തിയിട്ടുണ്ട്. പേപ്പറുകൾക്കു മീതെ ഭാരമുള്ള, എങ്കിലും രൂപത്തിൽ ചെറിയ, ഒരു പേപ്പർവെയ്റ്റു പോലെ അവരുടെ സംഭാഷണങ്ങൾക്കുമീതെ ആലീസിന്റെ മൗനം നിലയുറപ്പിച്ചു....

യെൽസങ്കി തനിച്ചാണ് മുൻപിലെ സീറ്റിൽ. ഗ്രാമത്തിനു പുറത്ത് ഹൈസ്കൂൾ പാർലറിൽ ബിഷപ്പ് കാത്തു നിൽക്കും. യെൽസങ്കി നിരന്തരം വാച്ചിൽ നോക്കിക്കൊണ്ടിരുന്നു. തന്റെ കൃത്യനിഷ്ഠ ബിഷപ്പുമായുള്ള തന്റെ ബന്ധത്തിനു സംരക്ഷണം നൽകുമെന്ന് യെൽസങ്കി വിശ്വസിക്കുന്നു. കുർബാനയ്ക്കു വരുന്ന ഗ്രാമീണർ ക്ഷമയോടെ കാത്തു നിൽക്കുമ്പോൾ ഒരു വിടർന്ന ചിരിയുമായി, ഇടവകയിലെ സംതൃപ്തചിത്തനായ ഒരു ഗൃഹസ്ഥന്റെ മട്ടിൽ അയാൾ സ്വന്തം മുറിയിൽ നിന്നിറങ്ങി ചർച്ചിനകത്തെ പ്ലാറ്റ്ഫോമിലേക്ക് പിൻവാതിലിലൂടെ കയറിവരും. ഒരു കുശലാന്വേഷണത്തിന് അയാളുടെ മിഴികൾ സഭയിലെ ഓരോ അംഗത്തിന്റെയും അടുത്തുചെല്ലും. അമ്മമാർ കുഞ്ഞുങ്ങളുടെ ശ്രദ്ധ തിരിച്ച് അച്ചനെ ചൂണ്ടിക്കാണിക്കും. – കരയരുത്, മുലകുടിക്കാൻ കരയരുത്. – ഇതാ നമ്മുടെ അച്ചൻ വന്നിരിക്കുന്നു.

അച്ചൻ പ്ലാറ്റ്ഫോം ഇറങ്ങി താഴെ ഇരിപ്പിടങ്ങൾക്കിടയിലൂടെ നടന്ന് എല്ലാവർക്കും ഓരോ ചിരിയും ഓരോ വാക്കും സമ്മാനിച്ച്. തിരിച്ചു പ്ലാറ്റ്ഫോമിൽ കയറി, വശത്തെ വാതിലിനപ്പുറത്തു ചെന്നു ളോഹയണിഞ്ഞു കൈയിൽ ഒരു മെഴുകുതിരിയുമായി ഒരു യഥാർഥ പള്ളിവികാരിയുടെ ഭാവത്തിൽ സ്റ്റേജിനു നടുക്ക്, അൾത്താരയുടെ ഒരു വശത്തായി നിലകൊള്ളുന്നു......

ഇന്നത്തെ കുർബാനയ്ക്കു റോസി പോയിട്ടില്ല. പ്രാതൽ ഒരുക്കിവച്ചു ദീപ്തിയും കരുണയും പോയിരുന്നു.

"അവർ തിരിച്ചു വന്നു". ദീപ്തി പറഞ്ഞു.

"അച്ചൻ റോസിയെ തിരക്കിയിരുന്നു. ഇന്നവസാനത്തെ ദിവസമല്ലേ ഇവിടെ? കുർബാന കൈക്കൊള്ളാൻ വരാമായിരുന്നു!"

റോസി വിഷാദം പുരണ്ട ഒരു ചിരി ചിരിച്ചു.

അവൾ ഒരുങ്ങി നിന്നു. കോതിമിനുക്കിയ നീണ്ട തലമുടി മെടഞ്ഞു പിൻഭാഗത്തിട്ടു. ഒരു സ്കാർഫ് കൈത്തണ്ടയിൽ ചുറ്റി. അവൾ ഒരു ദീർഘയാത്രയ്ക്ക് ഒരുങ്ങിക്കഴിഞ്ഞു. വിലകുറഞ്ഞതും ഉപയോഗത്താൽ അവിടവിടെ പിഞ്ഞിയതുമായ അവളുടെ സാരിയിൽ മിഴിയോടിച്ചു മാർഗരറ്റു പറഞ്ഞു.

"ഇതാ ഈ സാരി ഉടുക്കൂ. മുഷിയില്ല എളുപ്പം." മാർഗരറ്റ് അവൾക്കായി കൊണ്ടുവന്ന സാരി മേരി മേടിച്ചു സഞ്ചിയിൽ നിക്ഷേപിച്ചു.

"ഇതു മതി. മലമ്പ്രദേശത്തുകൂടിയല്ലേ യാത്ര. പുതിയ സാരി അവിടെച്ചെന്നാലുപയോഗിക്കാം." സിസ്റ്റർ കരുണ ഹൗസ് വിസിറ്റുകൾക്കു

ഉപയോഗിക്കുന്ന കാവി വർണത്തിലുള്ള ഒരു സാരി കൂടി റോസ്മേരിക്കു സമ്മാനിച്ചു.

സ്നേഹം നിറഞ്ഞ പെരുമാറ്റം കണ്ട് റോസിയുടെ മിഴികൾ നിറഞ്ഞു. മഴയിലെ വെയിലുപോലെ അവൾ പുഞ്ചിരിച്ചു.

ജീപ്പിലിരുന്ന് അവൾ തിരിഞ്ഞുനോക്കി.

ഇടിഞ്ഞു പൊളിഞ്ഞു വീഴാറായ മണ്ണുകൊണ്ടു മെനഞ്ഞ പടിവാതിലിറങ്ങി നിന്നു കരുണയും ദീപ്തിയും കൈ വീശുന്നു. ഇളവെയിലേറ്റ് അവരുടെ പുഞ്ചിരിക്കു ശോഭ കൂടുന്നു. കൂറ്റൻ മഹുവാവൃക്ഷങ്ങൾക്കിടയിൽ രണ്ടു വലിയ ഉറുമ്പുകളായി അവരുടെ രൂപം പരിണമിക്കുന്നു.

ദൈവമേ, ഈ വഴിക്ക് ഞാൻ ഇനിയൊരിക്കലും വരികയുണ്ടാവില്ല. തളിരിലകളിൽ വീര്യം ഒതുക്കിവച്ചു കാര്യഗൗരവത്തോടെ സമതലം കാക്കുന്ന ഈ കാരണവന്മാരായ മഹുവാവൃക്ഷങ്ങളുടെ നിഴലിൽ ഇനിയൊരുനാളും ഞാൻ അഭയം തേടിയെന്നു വരില്ല. എത്ര ദൂരെയാണ് എന്റെ പിറന്ന വീട്. എത്ര അകലെ ഒരു പട്ടണത്തിലേക്കാണ് ഞാൻ യാത്രയാവുന്നത്!

ജട്ടിങ്കിയുടെ കൊച്ചു കണ്ണുകൾ അവളെ അനുധാവനം ചെയ്തു. ഭൂമിയുടെ മാറുപിളർന്നപ്രത്യക്ഷമായ ഏതോ ചെടിയുടെ വലിയ ചുമന്ന തളിരിലകൾ വെയിലിൽ അത്ഭുതം സ്ഫുരിപ്പിച്ചു. ഭൂമിയുടെ ഹൃദയം പൂത്തുലയുന്നു. - ഒടുങ്ങാത്ത ആഗ്രഹങ്ങൾപോലെ.

പീഠഭൂമിയിലൂടെ ആഞ്ഞു വീശുന്ന തണുത്ത പുലർകാറ്റിനു പോറലേൽപ്പിച്ചുകൊണ്ടു ജീപ്പ് പൊടി പറത്തി മുന്നോട്ടു പാഞ്ഞു.

തിരിഞ്ഞുനോക്കി യെൽസങ്കി പറഞ്ഞു: " സ്ക്രീൻ നീക്കിയിട്ടോളൂ, പൊടിക്കാറ്റുണ്ടാവും."

റോസ്മേരി വിചാരിച്ചു.

—ഞാൻ അകലങ്ങളിലേക്ക് — അകലങ്ങളിലേക്കു പോവുകയാണ്. ഒരു മാസത്തിനകം അവളുടെ വഴികൾ എത്ര കണ്ടു മാറിപ്പോയി. കാണാത്ത ലോകങ്ങളും അറിയാത്ത മനുഷ്യരും അവൾക്കുവേണ്ടി കാത്തിരിക്കുന്നു. അറ്റുപോവുന്ന പഴയ വേരുകളെക്കുറിച്ച് അവൾ ചിന്തിച്ചില്ല. കൈയിലുള്ള ആയുസ്സുകൊണ്ടു തനിക്കെന്തു ചെയ്യാൻ പറ്റും?

തീർത്തും അവിചാരിതമായൊരു യാത്ര. അപ്രതീക്ഷിതനായ സഹയാത്രികൻ. ബിഷപ്പ് ജോണിന്റെ സ്ഥിരം ഡ്രൈവർ രോഗം ബാധിച്ചു കിടപ്പിലാണ്.

പത്ത്

സാൽമരങ്ങളുടെ ഇടയിൽ റോഡുവക്കിൽ വണ്ടി നിർത്തി യെൽസങ്കി ചോദിച്ചു.

"നമുക്ക് ലഞ്ച് കഴിക്കേണ്ടേ?"

അവർ വാച്ചു നോക്കിയത് അപ്പോഴാണ്. സമയം ഒന്ന് പത്ത്. ഫാദർ ജോൺ യാത്ര നീട്ടിവച്ചിരിക്കുന്നു. അദ്ദേഹത്തിന്റെ ശിപായി കൊടുത്ത യച്ച ഒരു വലിയ കെട്ടു ഫയലുകൾ ഹെഡ് ആപ്പീസിൽ എത്തിക്കേണ്ട ചുമതല യെൽസങ്കിക്കാണ്. അതിനുപുറമെ പ്രസ്സിൽ നിന്ന് പുസ്തക്കെ ട്ടുകൾ. അവയും തലസ്ഥാനത്ത് എത്തിക്കേണ്ടതുണ്ട്. പുസ്തകങ്ങൾ ഏതു തരത്തിൽപ്പെട്ടവയാണെന്ന് അറിയാൻ മേരിക്കു താൽപ്പര്യമുണ്ട്. പാക്കറ്റ് നീങ്ങിപ്പോയ ഒരു ബണ്ടിലിനകത്ത് മഞ്ഞച്ചായത്തിൽ അച്ചടിച്ച കവറിൽ നിന്ന് അവൾ മനസിലാക്കി. നന്മ ചെയ്യുന്നതിനെക്കുറിച്ചുള്ള ചർച്ചകളാണ്. പ്രസിദ്ധരായ മതപണ്ഡിതന്മാരുടെ പ്രഭാഷണസംഗ്രഹം. ഏതോ ഒരു പുരോഹിതൻ സമാഹരിച്ച ചെറിയ ഒരു കൃതി. അവയി ലൊന്നെടുത്തു വായിച്ചു നോക്കാമെന്ന് റോസ്മേരിക്കു തോന്നി. വേണ്ട, പുതിയ സ്ഥലങ്ങളിലൂടെയുള്ള യാത്ര. വണ്ടിയുടെ കുലുക്കം കാരണം വായന ശരിയാവില്ല. യെൽസങ്കി ഒരു നല്ല ഡ്രൈവറല്ല. നിമിഷംതോറും സഡൺ ബ്രേക്കിട്ടു യാത്രക്കാരെ അലോസരപ്പെടുത്തുന്ന ഒരു ഡ്രൈവർ. ആവശ്യമില്ലാതെ അയാൾ ഹോൺ മുഴക്കിക്കൊണ്ടേയിരുന്നു. തികച്ചും അബോധത്തിലാണ് അയാളുടെ കൈ പ്രവർത്തിക്കുന്നത്. നീണ്ടു നിൽ ക്കുന്ന ഹോണിന് ഒരു വന്യസംഗീതത്തിന്റെ താളമുണ്ട്.

കുറെക്കൂടി ശാന്തചിത്തനായി അയാൾ വണ്ടിയോടിക്കുമായിരുന്നു, ഫാദർ ജോൺ അടുത്ത സീറ്റിൽ ഇരിക്കുന്നുണ്ടായിരുന്നു എങ്കിൽ.

പുസ്തകക്കെട്ടുകൾക്കിടയിൽ നിന്നു കാലുകൾ പ്രയാസപ്പെട്ടു ഊരിയെടുത്തു മാർഗരറ്റ് ആദ്യം ഇറങ്ങി. പുറകെ റോസി. അവളുടെ

കൈയിലിരുന്ന ചപ്പാത്തിപ്പൊതിയുടെ പാക്കറ്റിനുമേൽ സമതലങ്ങളിൽ നിന്നു പാറിവീണ മഞ്ഞമണ്ണ് പറ്റിപ്പിടിച്ചിരിക്കുന്നു. റോസിയുടെ അളകങ്ങളിൽ മഞ്ഞ നിറം പടർന്നിരുന്നു. സ്ക്രീൻ ഉയർത്താതെ മുൻവശത്തെ ഒഴിവിൽകൂടി പറന്നുവന്ന പൊടിക്കാറ്റ് അവളെ ഏതാണ്ടഭിഷേകം ചെയ്തിരുന്നു.

ഭക്ഷണം കഴിക്കുന്നതിനു മുൻപേ നന്നായിട്ടൊന്നു മുഖം കഴുകണം. സാലവനം തെക്കോട്ടു ചാഞ്ഞു കിടക്കുകയാണ്. കുറെ ദൂരെ നിന്നു കിളികളുടെ കലമ്പൽ കേട്ടു. ഒരരുവിയെങ്കിലും കാണും.

ഹൈറോഡിൽ കുറെ ദൂരെ രണ്ടു വണ്ടികൾ കൂടി കിടപ്പുണ്ട്.

യെൽസങ്കി പറഞ്ഞു.

"ഇവിടെ ഒരു ദൈവമുണ്ട്."

സാൽവനത്തിൽ ഒരു കൊച്ചുമുറ്റത്ത്, വലിയൊരു വൃക്ഷത്തിനു ചുവട്ടിൽ ചായം തേച്ചിരിക്കുന്ന ഹനുമാൻ. ആറടിപൊക്കത്തിൽ വളഞ്ഞ വാൽ ചുമലോടുചേർത്ത് പിടിച്ച് ഉത്സവത്തിനൊരുങ്ങി നിൽക്കുന്ന ഹനുമാൻ പ്രതിമ. വിജയദശമിക്ക് പുതുതായി അലങ്കരിച്ചതാവാം. പല വർണങ്ങളിൽ ഹനുമാൻ ഒരു കോമാളിയെപ്പോലെ അവരുടെ മുൻപിൽ നിന്നു. സൂക്ഷിച്ചുനോക്കിയപ്പോൾ വർണാഞ്ചിതമായ ചായക്കൂട്ടുകളാണ് പ്രതിമയ്ക്ക് കോമാളിവേഷം നൽകുന്നതെന്ന് റോസ്മേരിക്കു മനസിലായി. തികഞ്ഞ ഗൗരവത്തോടെ അകലങ്ങളിൽ മിഴിയുറപ്പിച്ചു നിൽക്കുന്ന ദൈവം ഏതു നിമിഷവും ശ്രദ്ധ തിരിച്ചു നോക്കാം.

അപ്രതീക്ഷിതമായി യെൽസങ്കി ഹനുമാന്റെ മുൻപിൽ മുട്ടുകുത്തി, താഴെ കിടക്കുന്ന കരിയിലകളുടെ മേൽ മുഖമമർത്തി പ്രണമിച്ചു.

മാർഗരറ്റ് പാതയുടെ അപ്പുറത്ത് ഒരു കുറ്റിക്കാടിന്റെ മറവു തേടി പോയിരിക്കയായിരുന്നു.

പ്രണമിച്ചെഴുന്നേറ്റ യെൽസങ്കിയുടെ മുഖത്തു പ്രകടമായ ചാരിതാർഥ്യം; മുൻപിൽ നിൽക്കുന്ന റോസ്മേരിയെക്കണ്ടപ്പോൾ പരിഭ്രമത്തിന്റെ പർദയിലൊളിച്ചു, അയാൾ.

"ഇതിനാണ്, അതാ ആ കവലയിൽ നിർത്തുന്നതിനു പകരം വണ്ടി ഇവിടെ നിർത്തിയത് അല്ലേ?"

യെൽസങ്കി ശബ്ദിച്ചില്ല.

"ഫാദർ ജോൺ കൂടെ ഉണ്ടായിരുന്നെങ്കിലോ?"

"വണ്ടി ഇവിടെങ്ങും നിർത്താതെ അങ്ങ് ദൂരെ ലോഹാർദഗ്ഗാ പട്ടണത്തിലേ നിൽക്കുമായിരുന്നുള്ളൂ."

"നന്നായി. ഒന്നു മുഖം കഴുകണമല്ലോ?"

സീറ്റിനടിയിൽ നിന്നു വലിയ വാട്ടർകാൻ വലിച്ചെടുത്ത് യെൽസങ്കി പറഞ്ഞു.

"നിങ്ങളുടെ സീറ്റിനു കീഴെ ഒരു മഗ്ഗ് ഉണ്ട്. നീല നിറത്തിലുള്ളത്. എടുത്തോളൂ."

വഴിയോരത്തെ വൃക്ഷച്ചോട്ടിൽ നിന്നു മുഖം കഴുകി, ശേഷിച്ച ഇളം ചൂടു വെള്ളം പാദങ്ങളിലൊഴിച്ചിട്ട് റോസ് മേരി പറഞ്ഞു:

"പൊടി കഴുകിക്കളയാൻ പറ്റിയതു ഭാഗ്യം."

ഫ്ളാസ്കിലെ ഐസ്കട്ടകൾ മഗ്ഗിലിട്ട് അതു നിറയെ വാട്ടർ ബോട്ടിലിലെ വെള്ളം പകർന്നിട്ട് യെൽസങ്കി പറഞ്ഞു:

"മാർഗരറ്റിന്റെ ഹാന്റ്ബാഗിൽ ചെറുനാരങ്ങയും ചെറിയ പേനക്കത്തിയും കാണും. പഞ്ചസാരഡപ്പിയും."

പുൽത്തകിടിയിലിരുന്ന് അവർ നാരങ്ങാവെള്ളം കുടിച്ചു. മധുരത്തെ തോൽപ്പിക്കുന്ന പുളി. ചപ്പാത്തിയും പഴവും കഴിച്ചു. വനത്തിൽ നിന്നു തണുത്ത കാറ്റടിച്ചു.

വണ്ടിയിൽ കയറുന്നേരത്തു മാർഗരറ്റു പറഞ്ഞു:

"റോസ്മേരി മുൻപിലിരുന്നോളൂ. എനിക്കൊന്നു കാലു നീർത്തി ഇരിക്കാമല്ലോ."

യാത്ര തുടർന്നപ്പോൾ റോസ്മേരി ചോദിച്ചു:

"പഴയ ഭഗവാനെ യെൽസങ്കി ഫാദർ മറന്നിട്ടില്ല, അല്ലേ?"

"പ്ലീസ് എന്നെ ഫാദറെന്നു വിളിക്കരുത്."

"എന്റെ ഗ്രാമത്തിലുള്ളവർ എന്നെ വിളിക്കുന്നത് യെൽസങ്കി എന്നാണ്. ഞാൻ ഫാദറായിത്തീർന്നത് അവരിപ്പോഴും അംഗീകരിക്കുന്നില്ല."

"നിങ്ങളുടെ ഭാഷയിൽ ഈ പേരിനർഥമെന്താണ്?"

കാറ്റിലുലയുന്ന ചുരുണ്ട തലമുടി പുറകോട്ടൊതുക്കി പരാജയപ്പെട്ട് യെൽസങ്കി പറഞ്ഞു.

"വൺ ഹു ഈസ് തോട്ട്ഫുൾ."

"റിയലീ?"

"യാ. പക്ഷേ, ഞാനൊരു മണ്ടനാണെന്നറിയാതെയാവും എന്റെ പിതാവ് എനിക്ക് ഈ പേരിട്ടിരിക്കുന്നത്."

"നിങ്ങൾക്ക് ഒരു പുതിയ പേര് കിട്ടിയില്ലേ, പള്ളിവക?"

"പീറ്റർ യെൽസങ്കി, പക്ഷേ, ഫാദർ ജോൺ പറയുന്നത് പേരു മാറ്റുന്നതിലൊന്നും ഒരർഥവുമില്ലെന്നാണ്. അദ്ദേഹം ഒരു മഹാനാണ്. അദ്ദേഹത്തിന്റെ കാരുണ്യത്തിലാണ് ഞാൻ പഠിച്ചത്. ഗ്രാമത്തിൽ ഒരു മുറ്റം പോലും സ്വന്തമായിട്ടില്ലാത്ത എന്റെ പിതാവിന് ഒരു നേരം സര കുടിക്കാനുള്ള കാശിനു വകയില്ല."

"യെൽസങ്കി എന്താണ് പഠിച്ചത്?"

"സാമ്പത്തിക ശാസ്ത്രം. തിയോളജി. പിന്നെ കുറച്ചു സംഗീതവും."

"ആ പുൽത്തകിടിയിലിരിക്കുമ്പോ ഒരു പാട്ടു പാടാമായിരുന്നു."

"പിന്നീടാവാം. ഞാൻ പഠിച്ച കോളേജിൽ പഴയ സംഗീതത്തിന്റെ ക്ലാസുകൾ നടക്കുന്നുണ്ട്".

"എന്നു പറഞ്ഞാൽ?"

"എന്റെ ഗ്രാമീണരുടെ ഹൃദയത്തിൽനിന്നു വരുന്ന സംഗീതത്തിന്റെ."

"അതാണോ കഴിഞ്ഞ ദിവസം ആലീസ് പാടിയത്?"

"അതു മുഴുവനുമായില്ല. മദ്ദളവും കുഴലും പെരുമ്പറയുമില്ലാതെ ഞങ്ങളുടെ സംഗീതം മുഴുവനാവുകയില്ല."

യെൽസങ്കിയുടെ മിഴികളിൽ അസാധാരണമായ ഒരു പ്രകാശം തങ്ങിനിന്നു. മഴക്കാറുകൾക്കിടയിൽ നിന്ന് എത്തിനോക്കുന്ന നിലാവെളിച്ചം പോലെ. അയാളുടെ ശ്വാസം മേരിയുടെ കവിളിൽ ഊഷ്മളത പകർന്നു. കാറ്റിൽ കുതറിമാറിയ ഒരു നീലച്ചീന്ത് തലമുടി യെൽസങ്കിയുടെ ചുമലിനെ സ്പർശിച്ചു. കഴുത്തിൽ തൊട്ടു, ഇടത്തെ കവിളിൽ നിമിഷനേരം പറ്റിപ്പിടിച്ചു നിന്നു. വീണ്ടും കാറ്റിലുലയാൻ തുടങ്ങി. അവൾ അടുത്ത നിമിഷം തന്റെ മുടിയിഴകളെ ബന്ധനത്തിലാക്കാൻ ശ്രമിച്ചു. പറ്റുന്നില്ല. കാറ്റുവീശുന്നത് നേരെ എതിർഭാഗത്തുനിന്നാണ്. സമതലം വിട്ടു താഴ്വരയിലേക്കു കുതിക്കുന്ന കാറ്റിന്റെ പരിലാളനത്തിൽ യെൽസങ്കിയുടെ വണ്ടി ഹനുമാനെ ഓർമിക്കുന്നതുപോലെ തോന്നി.

"യെൽസങ്കീ, സ്പീഡ് കൂടുന്നുണ്ട്." റോസ്മേരി മന്ത്രിച്ചു.

ബ്രേക്ക് ചവുട്ടി. അവളുടെ തലനാരിഴയിൽ പിടിച്ച് യെൽസങ്കി പറഞ്ഞു:

"ഈ തലമുടിയാണ് എന്റെ കൺട്രോൾ നശിപ്പിച്ചത്." അടുത്ത നിമിഷം അയാളുടെ ഇടതുകൈത്തലം അവളുടെ വലതുകൈത്തണ്ടയിൽ ചേക്കേറി. ആദിചോദനയുടെ പുളകത്താൽ റോസ്മേരിയുടെ ഉള്ളം പിടഞ്ഞു. അവൾ ശ്വാസമടക്കി അനങ്ങാതിരുന്നു. പുറകിൽ മാർഗരറ്റിന്റെ കൂർക്കം വലി തുടരുന്നു. ലോഹാർദഗ്ഗായിലെ ആകാശങ്ങൾക്കു മീതെ അലൂമിനിയം അയിരുനിറച്ച ലോഹക്കൂടകൾ ഗഗന സഞ്ചാരം നടത്തി ദൂരെ കുന്നിൻചെരിവിൽ ക്രെയിനുകളുടെ തുമ്പത്തു പിടിച്ചു താഴുന്നു.

എത്ര നേരമാണ് യെൽസങ്കിയുടെ കൈത്തലം റോസ്മേരിയുടെ കരത്തിനുമേൽ വിശ്രമിച്ചതെന്നറിഞ്ഞുകൂടാ. സാലവനങ്ങൾ അവസാനിച്ചിരിക്കുന്നു. മഴ കാണാത്ത മേടുകളുടെ തരിശിലൂടെ പരസ്പരം പുണർന്നു നിൽക്കുന്ന മഴക്കാറുകൾ പോലെ അവർ നീങ്ങുന്നു. അവരുടെ അന്തരാള ആകാശത്തിൽ മിന്നലുകൾ പുളയുന്നു.

യെൽസങ്കി ഒറ്റക്കൈകൊണ്ടാണ് സ്റ്റിയറിങ് വീൽ നിയന്ത്രിക്കുന്നത്.

വെയിലിനു ചൂടു കൂടുന്നു. തെക്കുകിഴക്ക് നീലിച്ച ആകാശത്തുനിന്നു സൂര്യൻ കോപത്തോടെ ഉറ്റുനോക്കുന്നു. യെൽസങ്കിയുടെ മിഴികൾ പാതയിൽ ഉരസി മുന്നോട്ടു പോയി. അയാളുടെ മനോഹരമായ താടിയിലെ കൊച്ചു കുഴിയിൽ വിയർപ്പുകണങ്ങൾ വീഴാൻ കാത്തുനിന്നു.

റോസ്മേരി അനക്കമറ്റിരിക്കയായിരുന്നു.

മാർഗരറ്റിന്റെ കൂർക്കംവലി നിൽക്കുന്നു. കൈത്തലം പിൻവലിച്ചു മേരി പറഞ്ഞു.

"യെൽസങ്കി സ്പീഡ് കൂടുതലാവുന്നു."

ഒരു മോഹനിദ്രയിൽ നിന്നെന്നോണം അയാൾ ഞെട്ടിയുണർന്നു. അയാളുടെ ഷേവ് ചെയ്ത സുന്ദരമായ കവിളിൽ തിരമാലകൾ ഉയർന്നുതാണു. ചുവന്ന വെയിലേറ്റ തിരമാലകൾ.

മരുഭൂമിയിൽ മഞ്ഞുവീഴാൻ തുടങ്ങി. കനം കുറഞ്ഞ കുറ്റിക്കാടുകൾ വെയിൽ കുടിച്ചു മയങ്ങിക്കിടന്നു. വണ്ടി ഒരു സീൽക്കാരത്തോടെ മുൻപോട്ടു നീങ്ങി. പാത വിജനമായി വരുന്നു. ആട്ടിൻകൂട്ടത്തെ മേച്ചു കുടിലുകളിലേക്കു തിരിച്ചുപോകുന്ന നാമമാത്ര വസ്ത്രധാരികളായ ഇടയന്മാർ യാന്ത്രികമായി വഴിമാറുകയും കുറ്റിക്കാടുകളെ പകുക്കുന്ന ഒറ്റയടിപ്പാതയിലൂടെ അരിച്ചു നീങ്ങുകയും ചെയ്യുന്നു. മനുഷ്യവാസം കുറഞ്ഞു വന്ന ഭൂമികൾ താണ്ടി അവർ ഒരു ജനവാസസ്ഥലത്തെത്തുന്നു. ദൂരെ പുക ഉയരുന്ന ഗ്രാമാന്തരീക്ഷം. നഗരം ലക്ഷ്യമാക്കി പാഞ്ഞു പോവുന്ന ട്രക്കുകൾ. യെൽസങ്കി ഇപ്പോൾ ഓരോ വണ്ടിക്കും വഴിമാറിക്കൊടുക്കുന്നു. സ്പീഡ് നന്നെ കുറഞ്ഞ് വണ്ടിയുടെ എഞ്ചിൻ മുരളുന്നു. മുരൾച്ച കേട്ടു ജാഗരൂകനാകുന്ന യെൽസങ്കി പറയുന്നു:

"ഇനി ഏതാനും മിനുട്ടുകൾ മാത്രം."

സായാഹ്നത്തിന്റെ മുഖം ദുഃഖപൂർണമാകുന്നു. തരുലതാദികൾക്കിടയിലൂടെ ഒരു കാറ്റ് തേങ്ങുന്നതു കേൾക്കാം.

നഗരത്തിൽ നിന്നു കുടിയിടങ്ങളിലേക്കു തിരിച്ചു പോകുന്ന അനേകം കാളവണ്ടികൾ, റിക്ഷകൾ, സൈക്കിളുകൾ, ഒഴിഞ്ഞ തട്ടുകൾ തലയിൽവച്ചു വിചാരത്തിലാണ്ടു നീങ്ങുന്ന വഴിവാണിഭക്കാർ, ചന്തയിൽ നിന്നു മടങ്ങുന്നവർ. ഒരു പകൽ നഗരത്തോടു വിട പറയുന്നു. ബഹളങ്ങൾ കുറഞ്ഞ നഗരം. വാണിഭം കൊണ്ടു തളർന്ന തെരുവുകൾ. മരച്ചോട്ടിൽ നിന്നു ചുണ്ടത്തെ ബീഡിയുടെ അവസാനത്തെ പുകയും വലിച്ചെടുത്ത് എണീറ്റു പോകുന്ന ചുമട്ടുകാർ.

അജ്ഞാത മുഖങ്ങൾ. അജ്ഞാത ഗന്ധങ്ങൾ തന്റെ ലോകത്തിന്റെ പരിമിതിയെക്കുറിച്ച് റോസിക്കു ബോധ്യമായി. മലയോരത്തെ ഒരു കുടുസ്സായ ചെരിവിൽ ഇടുങ്ങിയ ഇടനാഴിയും കോണിപ്പടികളുമുള്ള ജീർണ്ണ ഭവനത്തിൽ നിന്ന് റോസ്മേരി എത്രയോ ദൂരം താണ്ടിയിരിക്കുന്നു. എണ്ണമറ്റ ജനപദങ്ങൾ, പർവതങ്ങൾ, നദികൾ, പീഠഭൂമികൾ, തടങ്ങൾ, പട്ടണങ്ങൾ. എല്ലാത്തിനും പഴക്കത്തിന്റെ ഗന്ധം പൊതുവെ മുദ്രയായിരിക്കുന്നുവെന്ന് അവൾക്കനുഭവപ്പെട്ടു. ത്രിശങ്കുവിൽ നിൽക്കുന്ന യെൽസങ്കി അവളുടെ അകക്കാമ്പിനെ ആകുലയാക്കി. അസ്വസ്ഥത അയാളുടെ സ്വഭാവമായിരിക്കുന്നു. അതിൽ നിന്ന് അയാൾ മോചിതനായി കാണപ്പെട്ട ഏതാനും നിമിഷങ്ങൾ.

റോസ്മേരി തന്റെ കൈത്തണ്ടയിൽ മിഴിയൂന്നി. ഒരു കാലത്ത് ബാല്യകാലസ്വപ്നങ്ങൾപോലെ വിവിധ വർണാഞ്ചിതമായ കുപ്പിവളകൾ ഇട്ടിരുന്ന കൈ. കുപ്പിവളകൾ അവളുടെ കൈയിൽ എളുപ്പത്തിൽ ഉടഞ്ഞു തീർന്നു. മഴക്കാലത്ത് നിറഞ്ഞു പതഞ്ഞൊഴുകുന്ന തോട്ടിൽ

നിന്ന് അപ്പൻ കൈ പിടിച്ചു കരകയറ്റിയപ്പോൾ അവസാനത്തെ ചുവന്ന വളകൾ ചെളിയിൽ മുറിഞ്ഞുവീണു. എന്നല്ല, അതിൽ ചവിട്ടി അവളുടെ കാൽവിരലിൽ മുറിവുണ്ടായി. ആ മുറിവ് നിഗൂഢമായി കരളിലെത്തിയെന്ന് അറിയാൻ പിന്നെയും വേണ്ടിവന്നുവല്ലോ വർഷങ്ങൾ! അവൾ ഒരു നടുക്കത്തോടെ തന്റെ നഗ്നമായ കൈയിൽ ഉറ്റുനോക്കി. നനുത്ത രോമങ്ങൾ അവിടവിടെ പതിഞ്ഞു കിടക്കുന്ന കൂമ്പാളയുടെ നിറമുള്ള കൈകൾ. അവ തന്റേതാണെന്നു വിശ്വസിക്കാൻ അവൾക്കു കഴിയുന്നില്ല. കൈകൾ മാത്രമല്ല ഉടലാകെ നഗ്നമായിത്തീരുന്നുവോ? അവളുടെ ശരീരം വിറച്ചു. അവൾ ചെരിഞ്ഞ മിഴികളോടെ യെൽസങ്കിയെ നോക്കി. അയാൾ നഗരത്തിന്റെ സിരകളിലൂടെ ഒഴുകുകയാണ്. ഇത് മൈനീഗ്രാമത്തിൽ വച്ചു കണ്ട പ്രസരിപ്പുള്ള ചെറുപ്പക്കാരനല്ല. യാത്ര തുടങ്ങിയതിൽപിന്നെ നിരയൊത്ത ആ പലകപ്പല്ലുകൾ വെളിക്കു കണ്ടിട്ടേയില്ല. യെൽസങ്കി ചിരിക്കാൻ മറന്നുവോ ഇത്ര പെട്ടെന്ന്?

പുറകിൽ നിന്നു മാർഗരറ്റ് ചോദിക്കുന്നു.

"യെൽസങ്കിയച്ചാ ഇന്നെന്തുപറ്റി? ഗ്രാമത്തിൽ കറങ്ങാൻ കഴിയാഞ്ഞിട്ടാണോ?"

യെൽസങ്കി തിരിഞ്ഞു നോക്കാതെ ഒരർധമന്ദഹാസം പൊഴിച്ചു. ജീവചൈതന്യം ഇല്ലാത്ത ഒരു ചിരി.

"സാരമില്ല, നാളെ തിരിച്ചെത്തീട്ട് മീൻപിടിക്കാൻ പോകാം. വറുത്തമീൻ തിന്നുമ്പോ ഞങ്ങളേ ഓർക്കുമോ?"

"ഞാൻ ഇന്നു രാത്രി തന്നെ മടങ്ങും."

"അപകടം പിടിച്ച വഴിയാണ്. രാത്രിയിൽ...." മാർഗരറ്റ് പറഞ്ഞു. "അച്ചനെ ജോൺ ഫാദർ ശാസിക്കാതിരിക്കില്ല. രാത്രിയിൽ നിയന്ത്രണമില്ലാതെ ഓടുന്ന ട്രക്കുകളായിരിക്കും, വഴി നീളെ. അപകടം വിലയ്ക്കു വാങ്ങേണ്ട, അച്ചാ."

യെൽസങ്കി മറുപടി പറഞ്ഞില്ല. അയാൾ ഇന്നു രാത്രി തന്നെ ഇതിലും വേഗതയിൽ തിരിച്ചു പോകുമെന്നു റോസിക്ക് ഉറപ്പായി.

കുറെനേരം നഗരത്തിലെ നൂലാമാലകളിൽ കുരുങ്ങി. ഒരൊഴിഞ്ഞ കോണിൽ വൻ വൃക്ഷങ്ങൾ കാവൽ നിൽക്കുന്ന പാതയിൽ, പഴയ ബ്രിട്ടീഷ് ശൈലിയിൽ പണിത കൂറ്റൻ ഗേറ്റിനു മുൻപിൽ യെൽസങ്കിയുടെ വണ്ടി നിന്നു.

മെഡിക്കൽ മിഷ്യൻ അഡ്മിനിസ്ട്രേറ്റീവ് ബ്ലോക്ക് എന്ന വലിയ അക്ഷരങ്ങൾ പാൽപ്പുഞ്ചിരി തൂകി സ്വാഗതം ചെയ്യുന്നു. ഗേറ്റിനിരുവശത്തും ആയുധമേന്തിയ സെക്യൂരിറ്റി ഗാർഡുകൾ. കാവലാളുകൾ യെൽസങ്കിയെ നോക്കി സലാം വച്ചു. പിന്നീട് അവർ വണ്ടിയിൽ നിന്നിറങ്ങിയ രണ്ടു സ്ത്രീകളെ സൂക്ഷിച്ചുനോക്കി.

"നഴ്സിങ് സ്റ്റുഡന്റ്സാണല്ലേ?" കൂടുതൽ പരിചയഭാവമുള്ള ഗാർഡ് അടുത്തുവന്നു യെൽസങ്കിയുടെ ചുമലിൽ കൈവച്ചു.

"സഹോദരിയാണോ?"

"അല്ല."

മാർഗരറ്റിനെ അയാൾക്കു നേരത്തെ പരിചയമുണ്ട്. ബ്രാഞ്ചുകളിലേക്കു മരുന്നുകൊണ്ടുപോകുന്നത് ഇവിടെ നിന്നാണ്. മാർഗരറ്റ് ജോലി ചെയ്യുന്ന മറ്റേർണിറ്റി സെന്ററിലേക്കു മരുന്നു വാങ്ങാൻ വരുന്നത് ഡോക്ടറും മാർഗരറ്റും കൂടിയാണ്. ഡോക്ടർ ഈ നഗരത്തിലെയാണ്. അവരുടെ മാതാപിതാക്കളെ കാണാം. രണ്ടു ദിവസത്തെ അവധിക്ക് ഇവിടെ വന്നു താമസിക്കാം. മാസത്തിലൊരിക്കലേ ഞങ്ങൾ സപ്ലൈ എടുക്കാൻ വരൂ.

മാർഗരറ്റ് തലയാട്ടി.

"ഡോക്ടർ വിമല ഇപ്പോൾ ഇവിടെയാണുള്ളത്. അവരുടെ അമ്മായി അത്യാസന്നനിലയിലാണ്. നമുക്കു നാളെ കാലത്ത് അവരെ ചെന്നു കാണാം."

യെൽസങ്കി ഗേറ്റിനു പുറത്ത് മതിൽ ചാരി നിന്നു.

"ഇതാ നാം ഇവിടെ വച്ചു യാത്ര പറയുകയാണ്." അയാൾ റോസ്മേരിയുടെ മുഖത്ത് ഗാഢമായി നോക്കി.

"ഇനിയെന്ന്? എവിടെവച്ച്?"

"മിസ്സ് മേരി ഇവിടെത്തന്നെ ഉണ്ടാവുമല്ലോ? രണ്ടു വർഷമെങ്കിലും ട്രെയിനിങ് കഴിയാതെ ആശുപത്രിയിൽ ജോലികിട്ടില്ല. ഈ ആശുപത്രിയിൽ ജോലി ചെയ്യാൻ ഭാഗ്യം വേണം. മാർഗരറ്റിനോടാണ് നന്ദി പറയേണ്ടത്."

"അതിന് അഡ്മിഷൻ കിട്ടിയില്ലല്ലോ ഫാദർ." മാർഗരറ്റ് ചിരിച്ചു. ഒരു കുട്ടിയെപ്പോലെ മനസ്സുതുറന്ന് ചിരിക്കുകയും കളങ്കമില്ലാതെ സംസാരിക്കുകയും ചെയ്യുന്ന മാർഗരറ്റ്, പരിചയപ്പെടുന്ന ആരെയും സുഹൃത്താക്കുന്നതിൽ അത്ഭുതമില്ല.

ഗേറ്റിങ്കൽ പരിചയപ്പെട്ട ഗാർഡ് ഒരു ട്രേയിൽ മൂന്നു ഗ്ലാസ് സർബ്ബത്തുമായി എത്തി.

"കരിമ്പുനീരാണ്. യാത്രാക്ഷീണം മാറും!" അയാൾ പറഞ്ഞു.

"ഈ ദിവസം ഞാനെന്നും ഓർക്കും, മേരീ."

"ഓർക്കാതിരിക്കുമോ? ഇങ്ങനെ പൂവമ്പഴംപോലത്തെ ഒരു പെങ്കൊച്ചിനെ നിങ്ങളുടെ ഗ്രാമത്തിൽ മഷിയിട്ടു നോക്കിയാൽ കാണുമോ!"

മാർഗരറ്റിന്റെ ചിരികേട്ട് ഗേറ്റുകടന്നു പുറത്തു പോകുന്നവർ തിരിഞ്ഞു നോക്കി.

ഗാർഡുകൾ കൂറ്റൻ ഗേറ്റിന്റെ ഒരു പാളി സാവധാനം ഉരുട്ടി വഴി മധ്യത്തിലെ കുറ്റിയിൽ ഉറപ്പിച്ചു. പിന്നേയുമുണ്ട് ഒരു വണ്ടിക്കു കടന്നു പോകാൻ ഇടം. ഇത്രയും വിശാലമായ ഒരു പടിവാതിൽ റോസി മറ്റൊരു ദിക്കിലും കണ്ടിട്ടില്ല. ആശുപത്രിയുടെ ലോകം വിസ്മയകരമാം വിധം അന്യാദൃശമാണെന്ന് അകത്തേക്കുള്ള ഒരൊറ്റ നോട്ടത്തിൽ അവളറിഞ്ഞു. പൂവാടിക്കു നടുവിലെ ഫൗണ്ടനിൽനിന്നു സംഗീതാത്മകമായ

നീർത്തുള്ളികൾ ഗാർഡൻ ലൈറ്റുകളുടെ പ്രകാശവലയത്തിൽ നൃത്തം വയ്ക്കുന്നു. ജലാശയത്തിനു നടുവിൽ ഉയർന്ന സ്തംഭത്തിനു മീതെ അപരിചിതമായ ഒരു മനുഷ്യബിംബം. ഭൂതകാലത്തിൽനിന്ന് എത്തി നോക്കുന്ന ഒരു മനുഷ്യൻ. അയാൾക്ക് യെൽസങ്കിയുമായി എന്തോ സാദൃശ്യമുണ്ടെന്നു റോസ്മേരിക്കു തോന്നി.

അവൾ തിരിഞ്ഞു നോക്കി. യെൽസങ്കി വണ്ടിയിൽ കയറി സ്റ്റിയറിങ് വീലിൽ കൈ മടക്കി വച്ചു തല കുമ്പിട്ടിരിക്കുകയാണ്.

ഒരിക്കൽകൂടി അയാളോടു വിട പറയേണ്ടതാണെന്നു മേരിക്കു തോന്നി.

അപ്പോഴേക്കും മാർഗരറ്റ് തോട്ടത്തിലേക്കുള്ള കമാനത്തിനു കീഴെ എത്തിക്കഴിഞ്ഞിരുന്നു.

അവൾ സാവധാനം, നിശ്ശബ്ദം, അടക്കിവച്ച ഒരു തേങ്ങലോടെ തന്റെ വിധിയെ പിൻതുടർന്നു.

പതിനൊന്ന്

കൂർജിയിലെ ഹോസ്പിറ്റൽ കണ്ട നിമിഷം റോസ്മേരിക്കു തോന്നി. ഇതു മറ്റൊരു തടവായിപ്പരിണമിക്കും.

അത്യന്തം വിശാലമായ ക്യാമ്പസ്. മൂന്നു മീറ്ററിലധികം ഉയരമുള്ള ചുറ്റുമതിൽ. ക്യാമ്പസിനകത്തെ ലോകം വൈകുന്നേരം വരുന്ന നേരത്തു കണ്ട പൊടിയണിഞ്ഞ നഗരത്തിൽനിന്നു വ്യത്യസ്തമാണ്. എന്നല്ല, പരസ്പര ഭിന്നമായ രണ്ടു ലോകങ്ങൾ. വൃക്ഷത്തഴപ്പുകൾക്കിടയിൽ നിലകൊള്ളുന്ന ബ്രിട്ടീഷ് മാതൃകയിലുള്ള ബംഗ്ലാവുകൾ, പഴത്തോട്ടങ്ങൾ. പൂവാടികൾ, ലതാനികുഞ്ജങ്ങൾ, ജലധാരായന്ത്രങ്ങൾ. ഭക്ഷണശാല. ഇരിപ്പുമുറികൾ. എങ്ങും പുൽത്തകിടിയുടെ ഓരോതുണ്ട്. കാൽനടപ്പാതയിൽ കറുക കൺപീലി വിടർത്തിനിൽക്കുന്നു. ചരലിട്ട വണ്ടിപ്പാതകൾ. രോഗികൾക്കു പ്രത്യേകം വഴികൾ, സന്ദർശകർക്കു വേറെ പാതകൾ.

റോസ്മേരിയുടെ സങ്കൽപ്പത്തിനതീതമായ ഒരു ലോകം. രോഗികളുടെ ഞരക്കംകൊണ്ടു വേദനാപൂർണമായ ആശുപത്രികളെക്കുറിച്ചു റോസ്മേരി ഓർത്തു. അവളുടെ അമ്മച്ചി അത്തരം ഒരു സർക്കാരാശുപത്രിയിൽ കിടന്നിരുന്നു. കിടന്നു നരകിക്കുന്ന അനേകം രോഗികളുടെ യാതന നിറഞ്ഞ നോട്ടങ്ങൾ പിന്നീട് ദിവസങ്ങളോളം അവളെ വേട്ടയാടിയിരുന്നു. രാവിൽ, നിദ്രയുടെ കട്ടിൽചോട്ടിലും കിടപ്പറയുടെ മൂലകളിലും ഇരുന്ന് ആരോ ഞരങ്ങുന്നതു കേട്ട് അവൾ ഞെട്ടിയുണർന്നിരുന്നു. ആശുപത്രികൾ ഇതുപോലാണെങ്കിൽ രോഗം വന്നു മരിക്കാൻ ആരും ഭയപ്പെടേണ്ടതില്ലെന്നു റോസിക്കു തോന്നി.

വന്നത് രാത്രിയാണെങ്കിലും, അന്നത്തെ അത്താഴത്തിനുശേഷം ക്യാമ്പസ് ഡയറക്ടർ റോസിക്കു സന്ദർശനം അനുവദിച്ചു. മാർഗര

റ്റിന്റെ ബന്ധങ്ങൾ താൻ പ്രതീക്ഷിച്ചതിലും കൂടുതൽ പരന്നു പന്തലിച്ചതും ആഴത്തിൽ വേരുന്നിയതും ആണെന്ന് അവൾക്കു ബോധ്യമായി.

സന്ദർശകഹാളിന്റെ പുറത്തെ പുൽത്തകിടിയിൽ നാലു കസേരകളിലൊന്നിൽ ഡയറക്ടർ മിസ്സ് ഹാർഡിഗ്നർ ഇരിക്കുന്നുണ്ടായിരുന്നു. നിലാവും നനഞ്ഞ വൈദ്യുതിവെളിച്ചവും കലർന്നു പ്രകാശിക്കുന്ന അന്തരീക്ഷത്തിൽ ഒരു നനുത്ത സംഗീതത്തിന്റെ അലപോലെ മിസ്സ് ഹാർഡിഗ്നറുടെ സ്വരം അവളെ തലോടി. അവർ യൂറോപ്യനാണ്. ഇംഗ്ലീഷും ഹിന്ദിയും നന്നായി സംസാരിക്കും. റോസിക്ക് ഇംഗ്ലീഷ് വശമാണെന്നു കണ്ട് അവർ സന്തോഷത്തോടെ ഇംഗ്ലീഷിലേക്കു മാറി. മാർഗരറ്റിനോട് ഹിന്ദിയിലാണ് അവർ സംസാരിച്ചത്.

"റോസ്മേരി ഒരു ജോലി പഠിക്കാൻ ഉറച്ചുതന്നെയാ വന്നത്?"

"അതെ, മാഡം."

"യു ക്യാൻ കാൾ മി സിസ്റ്റർ ഹാർഡി. സത്യത്തിൽ ഞാനിവിടെ ഒരു നഴ്സായി തുടങ്ങിയതാണ്. അന്നിവിടെ മൊത്തം മൂന്ന് കെട്ടിടങ്ങളേ ഉണ്ടായിരുന്നുള്ളൂ!" ഒരു ജോടി തേൻകുരുവിപോലെ അവരുടെ മിഴികൾ കെട്ടിടത്തിൽനിന്നു കെട്ടിടത്തിലേക്കു പറന്നു. പിന്നെ മധുരം നിറഞ്ഞ സ്വരത്തിൽ അവർ തുടർന്നു.

"ഇവിടെ കുറെ നാൾ കഴിഞ്ഞാൽ മിസ്സ് റോസി മനുഷ്യരെയെന്നല്ല, വൃക്ഷലതാദികളെയും സ്നേഹിക്കാൻ തുടങ്ങും! സൗന്ദര്യം പൂക്കൾക്കും യുവത്വത്തിനും മാത്രമല്ല ഉള്ളത്. രോഗികളും സുന്ദരന്മാരാണ്!"

പാലുപോലത്തെ വെളിച്ചത്തിൽ അവരുടെ കവിളുകൾ തിളങ്ങി. അവർ തലമുടി ഡൈ ചെയ്തിട്ടില്ല. സ്വർണ്ണതലമുടിയിൽ വെള്ളിരേഖകൾ ധാരാളം ഓടിയിട്ടുണ്ട്. സ്വർണ്ണവും വെള്ളിയും ഇലകലർത്തി നിർമ്മിച്ചൊരു കിരീടംപോലെ അവരുടെ തലമുടി മുഖത്തെ അലങ്കരിക്കുന്നു. തൂവെള്ളയിൽ മഞ്ഞമൂക്കുറ്റിപ്പൂവുകൾ വിതറിയ മുട്ടുവരെ എത്തുന്ന ഒരു ഫ്രോക്കാണ് അവൾ ധരിച്ചിരിക്കുന്നത്. തവിട്ടുനിറത്തിലുള്ള ഒരു കമ്പിളി സാൽവ അവരുടെ മടിയിൽ ചുരുണ്ടു കിടക്കുന്നു. അതിന്റെ ഒരറ്റം ഉയർത്തി കഴുത്തിൽ ചുറ്റിക്കൊണ്ട് അവർ പറഞ്ഞു.

"ഇക്കുറി തണുപ്പ് കൂടുതലായിരിക്കും. നോക്കൂ."

അവരെ പിൻതുടർന്നു റോസിയുടെ മിഴികൾ. ആകാശത്തിന്റെ നീല ആഴിയിൽ പാൽവെളിച്ചം നിറഞ്ഞിരിക്കുന്നതുകണ്ടു. മഴക്കാറിന്റെ ഒരു കരടുപോലും ഇല്ല. എണ്ണമറ്റ നക്ഷത്രങ്ങൾ താഴത്തെ സുന്ദരദൃശ്യത്തിനു കമനീയമായ മേലാപ്പൊരുക്കുന്നു.

റോസിയുടെ ഹൃദയം വിഷാദനിർഭരമായി.

യെൽസങ്കി മടക്കയാത്രയിൽ, സാലവനത്തിലെത്തിയിരിക്കാം. വഴിക്ക് അയാൾ ഭക്ഷണം കഴിക്കാനിടയില്ല. മാർഗരറ്റ് എത്ര നിർബന്ധിച്ചിട്ടും അയാൾ ആശുപത്രി ക്യാമ്പസിൽ കടക്കുകയോ വൈകുന്നേ

രത്തെ ചായ കുടിക്കാൻ സ്വീകരണമുറിയിലേക്കു വരികയോ ചെയ്തില്ല.

"ഇന്നു യെൽസങ്കിക്ക് എന്തുപറ്റി?"

കോഫീ റൂം എന്നു പേരെഴുതിവച്ച വലിയ മുറിയിൽ അപ്പോൾ റോസിയും മാർഗരറ്റും മാത്രമെ ഉണ്ടായിരുന്നുള്ളു. ഇവിടെ ഗസ്റ്റ് ഹൗസിൽ താമസിച്ചിട്ട് അയാൾക്കു പിറ്റേന്നു പോയാൽ മതിയായിരുന്നു!

"യു ആർ ബീയിങ്ങ് നോസ്റ്റാൽജിക്?" മിസ്സ് ഹാർഡിഗ്നർ ചോദിച്ചു.

റോസി പരിഭ്രമിച്ചു. ഒരു തരം കുറ്റബോധം അവളെ വലയം ചെയ്തു.

"ഇല്ലില്ല, വീടുവിട്ടു താമസിച്ചിട്ട് അവൾക്കു ശീലമായി!" മാർഗരറ്റ് പറഞ്ഞു. "ഇടയ്ക്കിടെ ലീവ് ചോദിച്ചു ശല്യപ്പെടുത്തുകയും ഇല്ല."

മാർഗരറ്റ് കെണിയൊരുക്കുകയാണെന്ന് റോസി ഭയപ്പെട്ടു.

"രണ്ടു വർഷത്തെ പഠനം. രാവിലെ പഠനം. ഉച്ച കഴിഞ്ഞ് ഹോസ്പിറ്റലിൽ പ്രാക്ടിക്കൽ ട്രെയിനിംഗ്!"

മിസ്സ് ഹാർഡിഗ്നർ പറഞ്ഞു.

"റോസിയെ കണ്ടാൽ ഫ്ളോറൻസ് നൈറ്റിംഗേലിനെപ്പോലിരിക്കും. അപ്പോൾ, യു ആർ റിയലി ബ്യൂട്ടിഫുൾ ആന്റ് വെരി ക്യയറ്റ്."

റോസ്മേരി വെള്ളവസ്ത്രങ്ങളാണ് ധരിച്ചിരുന്നത്. കുളികഴിഞ്ഞു ഡയറക്ടറെ ദർശിക്കാൻ പോകുമ്പോൾ അവൾ തന്റെ വസ്ത്രം ലളിതവും ശുദ്ധവുമായിരിക്കാൻ പ്രത്യേകം മനസ്സിരുത്തി. മാർഗരറ്റിനോട് എങ്ങനെയാണ് നന്ദി പറയുക? ഒരമ്മയുടെ മുൻകരുതലോടെയാണ് അവൾ തന്നെ ഒരുക്കുന്നത്.

"കർത്താവേ, ഈ പരീക്ഷയിലെങ്കിലും ഞാൻ പാസ്സാകേണമേ!"

"ക്ലാസ്സുകൾ തുടങ്ങീട്ട് ഒരാഴ്ചയായി. പക്ഷേ, റോസിക്ക് എളുപ്പത്തിൽ പിക്കപ്പ് ചെയ്യാൻ പറ്റും. റോസി ഒരു ഗ്രാജ്വേറ്റാണല്ലൊ! ഏറെപ്പേരും മട്രിക്കുലേറ്റ്സ് ആണ്."

റോസിക്ക് ആശ്വാസമായി.

യാത്ര പറയുമ്പോൾ മിസ്സ് ഹാർഡി റോസിയുടെ മുഖത്തു സൂക്ഷിച്ചുനോക്കി.

"സാരമില്ല, കുട്ടീ,എല്ലാം നേരെയാവും. ചെയ്യാനെന്തെങ്കിലും ഉണ്ടായാൽ തന്നത്താൻ വിഷമിക്കാൻ നേരം കിട്ടില്ല." അവർ തന്റെ ദീർഘമായ വെളുത്ത കൈയുയർത്തി റോസിയുടെ ചുമലിൽ തട്ടി. അതൊരനുഗ്രഹമായിരുന്നു.

കിടപ്പറയിലേക്കു തിരിക്കുമ്പോൾ മാർഗരറ്റ് ആഹ്ലാദവതിയായിരുന്നു.

"പെണ്ണേ നീ ഭാഗ്യം ചെയ്തവളാണ്!"

"എന്താ!"

"വന്നു കയറിയതും നേഴ്സിങ്സ്കൂളിൽ അഡ്മിഷൻ. പിന്നെ സൗജന്യഭക്ഷണം, താമസം, വസ്ത്രം. ഭാഗ്യം ചെയ്യണം! നിന്റമ്മച്ചീടെ ദൈവഭക്തിയാണ് ഇതിനടിത്തറ. അല്ലാതെ നീ......"അവൾ അർധോക്തിയിൽ വിരമിച്ചു.

"മാർഗരറ്റിനോടു ഞാൻ നന്ദി പറയേണ്ടതില്ല. എന്നാലും പറയുന്നു."

"നീ അമ്മച്ചിക്ക് കത്തെഴുതണം! പാവം!"

അതിഥിമന്ദിരത്തിലാണ് അന്നുരാത്രി അവർ കഴിച്ചു കൂട്ടിയത്.

അതിഥിമന്ദിരം മറ്റൊരു മായാലോകമാണ്.

അടുത്തെവിടെയോ ഒരു ജലാശയമുണ്ടെന്നു തണുത്ത കാറ്റു പറയുന്നു.

ബ്രൗൺ നിറത്തിലുള്ള തടിച്ച തിരശ്ശീലകൾ നിലത്തറ്റം ഞാണു കിടക്കുന്ന മുറി ഒരു കാരാഗാരംപോലെ തോന്നിച്ചു. മങ്ങിയ വെളിച്ചത്തിൽ അവിടെ രണ്ടു കട്ടിലും മെത്തയും കൊതുകുവലയും കണ്ടില്ലായിരുന്നെങ്കിൽ റോസി ഭയംകൊണ്ടു നിലവിളിച്ചേനെ. ലൈറ്റ് തീർത്തും നഷ്ടമായി. ഇരുണ്ട മുറിയിൽ നിൽക്കുമ്പോൾ, ഇടനാഴിയിലൂടെ ഒരു മെഴുകുതിരി വെളിച്ചം നീങ്ങിവന്നു.

"സിസ്റ്റർ മാർഗരറ്റ്"

"ഞാൻ തന്നെ!"

"അയ്യോടീ നിന്റെയൊരു ഗൗരവം!"

"ലീനയാണോ? പെണ്ണേ കോഴ്സ് കഴിഞ്ഞിട്ടും നീ പോയില്ല, അല്ലേ! അമ്പടി കേമീ, ജോലി സമ്പാദിച്ചു സ്വന്തമാക്കിക്കളഞ്ഞു ഇവിടം!"

മാർഗരറ്റ് മെഴുകുതിരി മേടിച്ചു ടീപ്പോയിൽ വച്ചു.

ലീന ടോർച്ചടിച്ചു കാണിച്ചു.

"എന്തുപറ്റി?"

"ലൈൻ ആരോ കത്തിച്ചു കളഞ്ഞിരിക്കുന്നു! ഈയിടെ അങ്ങനെയാണ്. ഇത് പഴയ ആശുപത്രിയല്ല. പഴയ കുർജി പട്ടണമല്ല. പഴയ രാജ്യവുമല്ല."

"നീ ഫിലൊസൊഫിക്കാവാതെ കാര്യം പറ!"

"ചുറ്റും ശത്രുക്കളാണ്. ഹാർഡ്ഡിസിസ്റ്റർ പിടിച്ചു നിൽക്കുകയാണ്. ഇങ്ങനെയായാൽ അവർ എല്ലാം വിട്ടെറിഞ്ഞു പോകും. പിന്നെക്കാണാം കളി!"

"പുറമെ കണ്ടപ്പോൾ അങ്ങനെയൊന്നും തോന്നിയില്ലല്ലോ! അങ്ങനെ വരട്ടെ, സെക്യൂരിറ്റിക്കാരന്റെ കൈയിലെ തോക്കു കണ്ടപ്പോ ഞാൻ വിചാരിച്ചു, ഒരു പരിഷ്കാരമാണെന്ന്!"

"അല്ല. ആവശ്യം. അത്യാവശ്യം ഓരോ വാർഡിലും തോക്കുകാരൻ വേണമെന്ന നിലയാണ്!"

മാർഗരറ്റ് വല്ലാതെ അസ്വസ്ഥയായിരിക്കുന്നെന്ന് അവളുടെ മൗനം പറയുന്നു.

ലീന മെത്ത തട്ടിക്കുടഞ്ഞു. അലമാരയിൽനിന്നു തൂവെള്ള വിരികളും ബ്രൗൺ നിറത്തിലുള്ള കരിമ്പടവും പുറത്തെടുത്തു വിരിച്ചു.

രാത്രി നല്ല തണുപ്പാരംഭിച്ചിരിക്കുന്നു.

....

"അയ്യോടീ നീ പേടിച്ചു പോയല്ലോ! കലാപക്കാർ ഇതിനകത്തെങ്ങും വരൂല്ല. സൗജന്യചികിത്സയ്ക്കുള്ള വാർഡ് വലുതാക്കണമെന്നാണ് അവരുടെ ആവശ്യം."

മെഴുകുതിരി നാളത്തിൽ മുറിക്കകത്തെ രൂപങ്ങൾ തെളിമയാർജിക്കുന്നു.

"ലീന പോയ്ക്കോ, ഗുഡ്നൈറ്റ്!" തണുത്ത സ്വരത്തിൽ മാർഗരറ്റ് പറഞ്ഞു. ലീനയുടെ പുറകെ വാതിൽ ഭദ്രമായടച്ചു കൊളുത്തിട്ടിട്ട് മാർഗരറ്റ് പറഞ്ഞു:

"യെൽസങ്കിയച്ചൻ ഇന്നു രാത്രി നാട്ടിലേക്കല്ലാ പോയത്. ആലീസും മറ്റു നേതാക്കളും ഇവിടെ പട്ടണത്തിൽ എത്തീട്ടുണ്ടാവും! ഇന്നിവിടെ ഒരു യോഗമുണ്ട് അവരുടെ!"

"ആരുടെ?"

"ദളിത് മോർച്ചക്കാരുടെ!"

"അതാരാ?"

"ഇവിടത്തെ ആദിവാസികൾ. അവർക്കു പ്രത്യേകം സംസ്ഥാനം വേണമെന്നതിനെപ്പറ്റി നീ കേട്ടിട്ടില്ലേ?"

"ഐ ആം നോട്ട് ഇന്ററസ്റ്റഡ്!"

"ആലീസും യെൽസങ്കിയും അതിൽ ഉൾപ്പെട്ടിട്ടുണ്ടുപോലും?"

"പ്ലീസ്, മാർഗരറ്റ് എനിക്കുറക്കം വരുന്നു."

പക്ഷേ, അന്നു രാത്രി റോസ്മേരിക്ക് ഉറക്കം വന്നതേയില്ല. കരിമ്പടം അവളെ നുള്ളിനോവിച്ചുകൊണ്ടിരുന്നു. ചിന്തകൾ അവളെ കൊത്തിപ്പറിച്ചു. ശുദ്ധഹൃദയനായ യെൽസങ്കി എങ്ങനെ വിപ്ലവകാരികളുടെ കുടുക്കിൽപ്പെട്ടു എന്ന് അവൾ അതിശയിച്ചു. യെൽസങ്കി പുതിയൊരു വേദനയായി മാറുന്നു.

അത്താഴത്തിന് അവിഹിതമായ ആഹാരം കഴിച്ചിട്ടെന്നപോലെ അവളുടെ ഉള്ളിൽ ചിന്തകൾ ഉരുണ്ടു കളിച്ചു. തിളച്ചു പതഞ്ഞു.

വലിയ ജാലകത്തിലെ കുറ്റൻ തിരശ്ശീല ഏതോ വന്യവിഹഗത്തിന്റെ ചിറകുപോലെ ശക്തിയോടെ അഴികളിൽ അടിച്ചുകൊണ്ടിരുന്നു.

ലീന എല്ലാ ജാലകങ്ങളും അടച്ചുകൊളുത്തിട്ടതായിരുന്നു. വാതിലും ജനലും ഭദ്രമായടച്ച ഒരു മുറിയിൽ ഉറങ്ങാൻ വയ്യെന്നു തോന്നി.

ഫാൻ ഒരു കഴുകനെപ്പോലെ കറങ്ങുന്നു. എപ്പോഴോ വൈദ്യുതി വന്നിരിക്കുന്നു. മങ്ങിയ വെളിച്ചം. വെളിച്ചം ഒരു കൊഴുത്ത ദ്രാവകം പോലെ മുറിയിൽ നിറയുന്നു. നിറഞ്ഞു നിറഞ്ഞു ശ്വാസം മുട്ടിക്കുന്നു.

അവൾ എണീറ്റു ജാലകങ്ങൾ തുറന്നിട്ടു. അപ്പോൾ കാറ്റിനു വാശി ഉണ്ടായിരുന്നില്ല. റോസി ജനലുകളിൽ ചിലതെങ്കിലും അടയ്ക്കാൻ തീരുമാനിച്ചു. രാക്കാറ്റിൽ തണുത്തുപോയ വെളിയട കൈയിൽ തൊട്ടപ്പോൾ റോസി തെന്നിമാറി. ശബ്ദമുണ്ടാക്കാതെ ജനൽപ്പാളികൾ അടച്ചു കുറ്റിയിട്ടു. ഒരെണ്ണം തുറന്നിട്ടു. തണുത്ത കാറ്റിന്റെ ഉറവിടം എവിടെയെന്ന് അവൾ വിസ്മയിച്ചു. വരുന്ന വഴിക്കെങ്ങും ജലാശയങ്ങൾ കണ്ടില്ല. ഒരുപക്ഷേ,. ശ്രദ്ധിക്കാഞ്ഞിട്ടാവും. പിന്നിരുട്ടുള്ള രാത്രിയിൽ, തുറന്നിട്ട ജാലകത്തിന്റെ മുമ്പിൽനിന്നു പുറത്തേക്കു നോക്കി.

ക്യാമ്പസ്സിൽ വഴിവിളക്കുകൾ മങ്ങിക്കത്തുന്നു. പൂവാടി മഞ്ഞു പുതച്ചുറങ്ങുന്നു. കുഞ്ഞുങ്ങളുടെ മുറിയിൽ അമ്മ കത്തിച്ചുവച്ച ഒരു ബെഡ്റൂം ലാമ്പുപോലെ ചെടികൾക്കിടയിൽ നേരിയ പ്രകാശം.

തോട്ടത്തിലിറങ്ങിച്ചെന്നു പുൽത്തകിടിയിൽ മലർന്നു കിടന്ന് അനന്തവിസ്തൃതിയാർന്ന ആകാശത്തിലെ നക്ഷത്രദീപങ്ങൾ കാണാനാഗ്രഹിച്ചു. ഇവിടെ ചുവരുകൾ ചുറ്റും നിന്നു ഞെരുങ്ങുന്നു. വെളിയടകൾ കാഴ്ചകൾക്ക് അതിരിടുന്നു. ഇരുട്ടിൽ ഒരു ഏകാന്തപഥികയെപ്പോലെ അവൾ നിദ്രയുടെ നടപ്പാതകൾ താണ്ടുന്നു. ഇടയ്ക്ക് തടഞ്ഞു വീഴുന്നു. വീണ്ടും തട്ടിപ്പിടഞ്ഞെണീറ്റ്.....

കൊതുകുവല ചുരുട്ടി മേക്കട്ടിലിലേക്ക് ഒതുക്കിവച്ചു മാർഗരറ്റ് മുഖം കുനിച്ചു നോക്കുന്നു.

"നല്ല തണുപ്പ്, നല്ല ഉറക്കം, അല്ലേ?"

റോസ് മേരി പരിഭ്രമത്തോടെ എണീറ്റു.

മിഴിതുറന്ന നിമിഷം അവൾ ജനലിലൂടെ പുറത്തേക്കു നോക്കി. തണുത്ത രാക്കാറ്റിന്റെ ഉറവിടം അതാ അവിടെ!

"അതാണ് ഗംഗ!"

"സമുദ്രം പോലെ!"

"അല്ല നദിയാണ്. അനങ്ങുന്നുണ്ട്. നാമറിയുന്നില്ല. അത്ര വിശാലമാണ് ഗംഗ. ഇന്നലെ രാത്രി യെൽസങ്കി തീർച്ചയായും ഗംഗയിൽ കുളിച്ചുകാണും! കൂർജിയിൽ വരാനുള്ള അയാളുടെ പ്രഥമതാൽപ്പര്യം അതാണ്."

നിറം കെട്ടതെങ്കിലും ഗാംഭീര്യം തുടുത്തജലം. തള്ളിത്തള്ളി നീരാളം പോലെ ഉലഞ്ഞ ഉപരിജലം, അനന്തതയിലേക്കു മായുന്നു. ആകാശവും ജലധിയും ഒന്ന്. ഇടയ്ക്കുള്ള ചക്രവാളരേഖ മാഞ്ഞുപോവുന്നു.

"എനിക്ക് ഗംഗയെ അടുത്തുചെന്നു കാണണം."

"പറ്റില്ല, പെണ്ണേ! അതു വിലക്കപ്പെട്ട തീരം!"

"നമുക്കു പോവാം മാഗീ, മഞ്ഞ് മായും മുമ്പ്."

"അത്തരം മോഹങ്ങളെല്ലാം ഇപ്പോഴേ വെടിയുക. വൈകുന്നേരമോ മറ്റോ നോക്കട്ടെ, ലാബിൽ സാമ്പിൾ കൊടുക്കാൻ വരുന്ന പരിചയക്കാരാരെങ്കിലും വന്നാൽ കൂടെ അയയ്ക്കാം!"

"തമാശ! വീടു വിട്ട് അനേകം സഹസ്രം കിലോമീറ്ററുകൾ സഞ്ചരിച്ചിട്ട് ഈ അപരിചിതഭൂമിയിൽ വന്നപ്പോൾ, കൂട്ടിനാളില്ലാതെ ഗംഗയുടെ തീരത്തു പോകാൻ വയ്യ!"

"ഒന്നും വളരെ അടുത്തറിയാതിരിക്കുന്നതാണ് നല്ലത്!" മാർഗരറ്റ് ഒരു കിഴവിയെപ്പോലെ ഉപദേശിക്കുന്നു.

ജലരാശിയിൽനിന്ന് ഓടിവരുന്ന ഇളംകാറ്റ് അവരെ പുണർന്നു.

"നോക്ക് അക്കാണുന്നത് ഹിന്ദുക്കളുടെ ശ്മശാന ഘട്ടങ്ങളാണ്. അവിടെ നിന്നെപ്പോലൊരു പെൺകുട്ടിയെ പുരോഹിതന്മാർ പ്രതീക്ഷിക്കയില്ല. വേണമെങ്കിൽ മദാം ഹാർഡി നടക്കാനിറങ്ങുമ്പോൾ പോകാം. മദാം ഹാർഡിക്കു വിലക്കുകളില്ല. വെളുത്ത തൊലി അവർക്കു സർവ സ്വാതന്ത്ര്യവും നൽകുന്നു. ആശുപത്രിക്കെതിരെ സമരം പ്രഖ്യാപിക്കുന്ന ഗ്രാമീണർപോലും അവരോടെതിർത്തു പറയില്ല. മറിച്ചു ബഹുമാനവുമാണ്."

മദാം ഹാർഡിഗ്നർ ഇവിടെയുള്ളവരുടെ ദൈവമാണെന്നു റോസിക്കു തോന്നി. ജനലിനപ്പുറം, കൂറ്റൻ മതിൽക്കെട്ടിനും മഹാതീരത്തിനും അപ്പുറം സർവംസഹയായ ഗംഗ ഒന്നുമറിഞ്ഞില്ലെന്നു ഭാവിച്ചു നടന്നു പോകുന്നു. ധൃതിയില്ല. നിറഞ്ഞ മനസ്സിന്റെ ശാന്തി. അഴുക്കിനെ അശിച്ച് പരിസരം ശുദ്ധീകരിക്കുന്നവൾ. കോണിപ്പടിയുടെ മുകളിൽ നിന്നു റോസി ഒരിക്കൽകൂടി പുറത്തേക്കു നോക്കി. ശവശരീരം ദഹിപ്പിക്കാൻ കിടത്തുന്ന തട്ടുപലകകൾ നനഞ്ഞ പൂഴിയിൽ മുഖം കുത്തി വീണു കിടക്കുന്നു. വഴിയോരങ്ങളിൽ ഗ്രാമീണർ തല കാണിക്കുന്നു.

കോണിയുടെ കീഴെനിന്നു മാർഗരറ്റ് ഓർമിപ്പിക്കുന്നു.

"ബ്രേക്ക് ഫാസ്റ്റിനു സമയമായി."

തീൻമുറിയിൽ വച്ച് അവൾ തന്റെ സഹപാഠിനികളാകാനിരിക്കുന്നവരെ പരിചയപ്പെട്ടു. നാട്ടുകാരികളായ മെലിഞ്ഞു നീണ്ട രണ്ടു പെൺകുട്ടികൾ അത്ഭുതത്തോടെ അവളുടെ മുമ്പിൽ വന്നുനിന്നു. ഒരു വെളുത്ത പെൺകുട്ടിയും ഇരുണ്ട തൊലിയുള്ള ഒരുവളും. ഷീലയും ദീനാമ്മയും. ദൈന്യഭാവം പുരണ്ട ഒരു ചിരിയോടെ അവർ റോസിയെ സ്വീകരിച്ചു.

"ഞങ്ങളുടെ കൂടെ പഠിക്കാനാണോ?" ഷീല.

"അതെ!"

"ഹോസ്റ്റലിൽ, രാത്രി കണ്ടില്ലല്ലോ!"

" ഞാൻ ഹോസ്റ്റലിലേക്കു വരുന്നേയുള്ളൂ, ഇന്ന്!"

"അപ്പോ ഇന്നലെ രാത്രി എത്തിയോ?"

"എത്തി!"

ഹോംമെയ്ഡ് ബ്രെഡ്ഡും ജാമും വെണ്ണയും മേശകളിൽ നിരക്കുന്നു. ഒരു പൊടിപോലും കാണാൻ പറ്റാത്ത ഊണു മുറി, ഒരു വലിയ ഹാൾ. വെളുത്ത ഭിത്തികൾ. തൂവെള്ള മേശവിരികൾ, നിരയൊത്ത ചെറുമേശകൾ. കൗണ്ടറിൽ നിരത്തിയ തളികയിൽ നിന്നു

തീറ്റസാധനങ്ങൾ പ്ലെയിറ്റിലേക്കു പകർന്നെടുത്തു പെൺകുട്ടികൾ ഒരു പ്രാർഥനയുടെ ഭാവത്തിൽ മേശകൾക്കു സമീപം ചെന്നിരിക്കുന്നു. കുരിശുവരച്ചു പ്രാർഥിച്ചു വീണ്ടും ഇരിക്കുന്നു. ഭക്ഷണമുറിയിലെ പരമ നിശ്ശബ്ദത റോസിയെ അസ്വസ്ഥയാക്കി. ഒരു സ്പൂണോ കത്തിയോ താഴെ വീണു ശബ്ദിച്ചെങ്കിൽ എന്ന് അവളാഗ്രഹിച്ചു. ഒന്നും സംഭവിച്ചില്ല. പ്ലേറ്റുകൾ ഒഴിയുന്നു. കപ്പുകൾ നിശ്ശബ്ദം ഉയരുന്നു. കാപ്പി ഒരു പ്രാർഥനപോലെ അവരുടെ ഉള്ളിലേക്ക് ഇറങ്ങുന്നു.

ഇവരുടെ കൂടെ രണ്ടുവർഷം ഞാൻ കഴിച്ചുകൂട്ടണം! റോസി വിചാരിച്ചു. അതിനെന്തു കുഴപ്പം! മിണ്ടാപ്രാണികൾ, അനുസരണശീലകൾ. ശാന്തസ്വഭാവികൾ, പല ഗ്രാമങ്ങളിൽനിന്നും എത്തിച്ചേർന്നു വിലക്കപ്പെട്ട മാതൃഭാഷയെ മറക്കാൻ ശ്രമിച്ചു മുറി ഇംഗ്ലീഷിൽ അത്യാവശ്യത്തിന് ആശയങ്ങൾ കൈമാറുന്ന പെൺകുട്ടികൾ. പലർക്കും തന്റെ അനിയത്തിമാരാവാനുള്ള പ്രായമേ കാണൂ. കൗമാരത്തിന്റെ സംഭ്രമം സ്ഫുരിക്കുന്ന മുഖങ്ങൾ.

ഭക്ഷണം കഴിഞ്ഞ് അവർ ഒരു നിരയായി പുറത്തു കടന്നു. വരാന്തയിൽ മാർഗരറ്റ് കാത്തുനിൽക്കുന്നു.

മാർഗരറ്റ് പറഞ്ഞു:

"നിന്റെ ബാഗ് ഞാൻ ഹോസ്റ്റലിൽ എത്തിച്ചിട്ടുണ്ട്. ഇവിടെ വച്ചു ഞാൻ യാത്ര പറയുകയാണ്. ഇന്നുച്ചയ്ക്ക് സപ്ലൈ എടുത്തിട്ടു ഞാൻ തിരിച്ചുപോകും!"

അവിചാരിതമായി ഒരനാഥാവസ്ഥ റോസിയെ പിടികൂടി. വീടുവിട്ടതിനുശേഷം ഇതുവരെ അനുഭവിച്ചിട്ടില്ലാത്ത ഒരു ശൂന്യത. മനുഷ്യരും മരങ്ങളും പൂങ്കാവനങ്ങളും കിളികളും നിറഞ്ഞ ഒരു ലോകം പൊടുന്നനെ ഇരുട്ടിൽ മുങ്ങുന്നു.....

റോസി ഭിത്തി ചാരി ഒരു നിമിഷം കണ്ണടച്ചു.

പിന്നെ മാർഗരറ്റിനോടു പറഞ്ഞു:

"ഇനി വരുമ്പോൾ എന്നെ കാണാതെ പോകരുത്." പൊട്ടിവന്ന ഒരു കരച്ചിൽ അവൾ കടിച്ചമർത്തി.

"ബാഗ് സൂക്ഷിക്കണം!" മാർഗരറ്റ് ഓർമ്മിപ്പിച്ചു.

പറയാനാഗ്രഹിച്ച കാര്യം റോസി വിഴുങ്ങി.

പന്ത്രണ്ട്

ഉച്ചയ്ക്ക് ക്ലാസ്സ് കഴിഞ്ഞപ്പോൾ സൂപ്രണ്ട് പറഞ്ഞു:

"ലേഡി വെല്ലിങ്ടൺ ഹാളിൽ നമ്പർ മൂന്നിൽ ഒരു നഴ്സിങ് അസിസ്റ്റന്റിനെ വേണം! മിസ് റോസ്മേരി ചെല്ലൂ. സ്ഥലം പരിചയപ്പെടുകയും ആവാം."

ലേഡി വെല്ലിങ്ടൺ ഹാളിലെത്താൻ വലിയ പൂന്തോപ്പു മുറിച്ചു കടക്കണം. ചാപങ്ങളും അർധവൃത്തങ്ങളും സമാന്തരങ്ങളും രചിക്കുന്ന കവിടിക്കല്ലു പാകിയ നടപ്പാതയിലൂടെ ചെരിപ്പ് ഒരു പ്രത്യേക സ്വരത്തിൽ ശബ്ദിക്കുന്നു. രാത്രി മഴ പെയ്തിരിക്കുന്നു. ചാറ്റൽമഴ. കവിടികൾ തെളിഞ്ഞു. പുഴിത്തരികൾ കീഴിലൊതുങ്ങി മിനുത്തു വിളങ്ങുന്ന പാത.

ലേഡി വെല്ലിങ്ടൺ ഹാൾ വടക്കെ മതിലോരത്തെ ഒരു പ്രത്യേക ബംഗ്ലാവാണ്. ഇന്നലെ ഉറങ്ങിയ അതിഥിമന്ദിരത്തിനു തൊട്ടടുത്ത് പുറകിൽ ചിറകു വിരുത്തി ആടുന്ന കാറ്റാടിമരങ്ങളുടെ നിര.

റോസി വിശാലമായ കോണിപ്പടികൾ കയറി. വഴിക്കു കണ്ടവരെല്ലാം അവളെ തിരിഞ്ഞു നോക്കി. ഒരു പുതുക്കക്കാരിയെന്ന് അവൾ ഭാവിച്ചതേയില്ല. ചിരപരിചിതമായ ഒരു ലോകത്തിൽ നടന്നു തേഞ്ഞ പാതയിലൂടെ ആരുമല്ലാതെ നടന്നു പോകുന്നവളെന്നമട്ടിൽ.

പത്തു മുറികളുടെ ഒരു നിര. വീതി കൂടിയ വരാന്തയിൽ പ്രവേശിച്ചപ്പോൾ നമ്പർ ടെൻ അവളുടെ മുഖത്തു നോക്കുന്നു. ഒരു വണ്ടിക്കു കടന്നു ചെല്ലാൻമാത്രം വീതിയുള്ള വാതിൽ. മൂന്നായി പകുത്ത കതകിൽ നടുവിലെ പാളി തുറന്നിരിക്കുന്നു. അവൾ മുമ്പോട്ട് നടന്നു. അഞ്ച്, നാല്, അതാ മൂന്ന്. ഒന്നവസാനിക്കുന്നേടത്ത്. ആദ്യം കയറിയതുപോലെ തന്നെ മറ്റൊരു കോണി. അതിലേ കയറിയാൽ കുറെ

നടത്തം ലാഭിക്കാം. മുറികൾ മുറികളല്ല. ഓരോന്നും ഓരോ ഫ്ളാറ്റ്. കടന്നു ചെല്ലുന്ന സിറ്റൗട്ട്. പുറകിൽ വിശാലമായ കിടപ്പറ. രണ്ടുകട്ടിലുകൾ രോഗിയുടേത്, പതിവുപോലെ ഉയരക്കൂടുതലുള്ളത്. ഇടത്ത് കിച്ചൺ. വലത് ഡ്രസ്സിങ്ങ്റും പിന്നൊരു സൈഡ്റൂം.

ആദ്യം അവളെ ആകർഷിച്ചത് കിടപ്പറയുടെ വലത്തെ മൂലയ്ക്ക് സിംഹക്കാലുകളിൽ നിൽക്കുന്ന ചേലൊത്ത ടീപ്പോയിമേൽ പുഞ്ചിരിതൂവുന്ന പൂപ്പാത്രമാണ്. പൂപ്പാത്രത്തിന്റെ കവിളിൽ ഒരു യുവാവിന്റെ മുഖം പ്രതിബിംബിക്കുന്നു.

റോസ്മേരി തിരിഞ്ഞുനോക്കി. ഇടതുഭാഗത്ത് ചെറുപ്പക്കാരൻ. ദീർഘകായൻ. അൽപ്പം ചെമ്പിച്ച തലമുടി. അയാൾ ഒരു സായിപ്പോ ഉത്തരേന്ത്യനോ എന്ന് അവൾക്ക് ഊഹിക്കാൻ കഴിഞ്ഞില്ല.

അയാളുടെ കൺകോണുകൾ കട്ടിലിനുനേർക്കു തിരിഞ്ഞു. അടുക്കിവച്ച നാലഞ്ചു തൂവെള്ള തലയണകൾ ചാരി വാടിയ പൂക്കുല പോലെ ഒരു വൃദ്ധ.

"അമ്മ!" അയാൾ മനോഹരമായ ഇംഗ്ലീഷിൽ പറഞ്ഞു.

"മാഡം ദേവിക?"

അയാൾ "അതെ"യെന്നു തലകുലുക്കി.

"അവസാനം ഞങ്ങൾക്കൊരു പ്രൈവറ്റ് നേഴ്സിനെ കിട്ടിയിരിക്കുന്നു!"

റോസി ഞെട്ടി. പ്രൈവറ്റ് നേഴ്സ്! ഐ ആം നോട്ട് ഈവൺ ഏ നേഴ്സ്! കർത്താവെ!

"നിങ്ങളുടെ സുന്ദരമായ പേര്?"

"റോസ്മേരി. സുന്ദരമോ എന്നറിഞ്ഞുകൂടാ."

റോസിയുടെ ഇംഗ്ലീഷ് അയാൾക്ക് നന്നെ ഇഷ്ടമായെന്നു തോന്നി. ഇംഗ്ലീഷ് സംസാരിക്കാനറിയുന്ന ഒരു നേഴ്സിനെ അന്വേഷിച്ചുകൊണ്ടിരിക്കയായിരുന്നു അയാൾ.

ദേവികാറാണി തന്റെ നീലക്കണ്‍ ഉയർത്തി റോസിയെ അടിമുടി അളന്നു. ചെമ്പിച്ച തലമുടിത്തഴപ്പിനെ അവർ നിറുകയിൽ ഒരു ബൺ പോലെ കെട്ടിവച്ചിരിക്കുന്നു. മുടിക്കെട്ടിനെ അലങ്കരിക്കുന്ന ഒരു നേർത്ത മുത്തുമാല.

"ഇതൊരു ആശുപത്രിമുറിയല്ലെന്നു വിശ്വസിക്കണം." ജനലിലെ നീരാളങ്ങൾ കാറ്റിലാടുന്നു. ഗംഗയുടെ അനന്തതയിലേക്കു മിഴിയയച്ച് അവർ പറഞ്ഞു.

"ഒഴുകുന്ന നദിയെ നോക്കിയിരിക്കുമ്പോൾ എനിക്കൊരു പാട്ടു കേൾക്കണം."

റോസി ഇമയനക്കാതെ നിന്നു. സ്നേഹമൂർത്തിയായ മകൻ സ്റ്റീരിയോവിൽ നന്നെ നേർത്ത ഒരു ഗാനം തുടങ്ങിവച്ചു. സംഗീതം ഗംഗയുടെ ഓളങ്ങളിൽനിന്ന് ഓടി വരികയാണെന്നു തോന്നി. ഒഴുക്കിന്റെ ലയത്തിൽ വൃദ്ധ സാവധാനം കൺകളടച്ചു. അവർ ഉറങ്ങാൻ തുടങ്ങുകയാണ്.

റോസി ചെറുപ്പക്കാരനോടു ചോദിച്ചു:

"അമ്മയെ കിടത്തേണ്ടേ? ഇരുന്നുറങ്ങാമോ?"

യുവാവു പറഞ്ഞു."കിടന്നാൽ അമ്മയ്ക്കു ശ്വാസം മുട്ടും. ഇതാണ് പതിവ്. അമ്മ ഇരുന്നുറങ്ങാൻ തുടങ്ങീട്ട് നാലു വർഷങ്ങളായി...."അതു പറയുമ്പോൾ അയാൾ വല്ലാതെ അസ്വസ്ഥനാകുന്നു.

"എത്രനേരം ഉറങ്ങും?"

"മരുന്നിന്റെ മയക്കമാണ്. ഏറിയാൽ ഒരു മണിക്കൂർ!"

"ഉറങ്ങിയെണീറ്റാൽ എന്താണ് കഴിക്കുക? മരുന്നോ, പാലോ, പഴ സ്സത്തോ എന്തെങ്കിലും....?"

ചെറുപ്പക്കാരൻ ക്ലോക്കിനു കീഴെ തൂങ്ങിക്കിടക്കുന്ന ചാർട്ടെടു ക്കാൻ അവളുടെ സമീപത്തൂടെ കടന്നുപോയി. കഴുത്തറ്റം നീട്ടി ചീകി ഒതുക്കിവച്ച അയാളുടെ തലമുടിയിൽനിന്ന് അസാധാരണമായ ഒരു ലേപനത്തിന്റെ സുഗന്ധം പ്രസരിച്ചു.

അയാൾ ചാർട്ട് അവളുടെ നേർക്ക് നീട്ടി.

ഡയറ്റ് ഷീറ്റിൽ ഓറഞ്ചുനീർ കുറിച്ചിരിക്കുന്നു.

അയാൾ കബോഡിൽനിന്നു രണ്ടു തുടുത്ത ഓറഞ്ചുകൾ എടു ത്തു. അവളുടെ നീട്ടിയ കൈത്തലത്തിൽ ഓറഞ്ചുകൾ കൊടുത്തിട്ട് അയാൾ പറഞ്ഞു:

"പ്ലേറ്റുകളും മറ്റും ഇന്ന് എത്തുകയേ ഉള്ളൂ."

ആശുപത്രിവക രണ്ടു പ്ലേറ്റും കപ്പുകളും അലമാരയിലിരിക്കുന്നു. അവ ഉപയോഗിക്കാമോ? ഇവർ ഏതു തരക്കാരാണ്? ഓറഞ്ച് കൈവെ ള്ളയിൽവച്ച് റോസ്മേരി അനിശ്ചിതാവസ്ഥയിൽ നിന്നു.

ചെറുപ്പക്കാരന്റെ ചുണ്ടിൽ ഒരു പുഞ്ചിരി വിടർന്നു.

അവൾ ചിരിച്ചില്ല.

"അതിനകത്ത് സ്ക്വീസർ കാണും!"

അയാൾ സിറ്റൗട്ടിലേക്കു പോയി.

അത്യന്തം വിചിത്രമായ ഒരവസ്ഥയിലാണ് താനെന്ന് റോസ് മേരിക്കു തോന്നി. ഇത് നഴ്സിങ് പഠനത്തിന്റെ ഒരു ഭാഗമാണ്. ജീവിത ത്തിലൊരിക്കലും ഒരു നഴ്സിന്റെ കുപ്പായമിടണമെന്ന് റോസി ആഗ്രഹി ച്ചിട്ടില്ല. മാർഗരറ്റ് കാണിച്ചുതന്ന വഴി. മറ്റൊരു വഴി മാർഗരറ്റിനു കണ്ടെ ത്താനാവില്ല. മാഗിയുടെ അഭിപ്രായത്തിൽ ഇതു ഭാഗ്യമാണ്. ഇത്ര പെട്ടെന്ന് ഒരു വഴി തെളിഞ്ഞുവല്ലോ.

ഓറഞ്ചുനീർ കുടിച്ചിട്ട് ദേവികാറാണി പറഞ്ഞു. "തുവാലകൊണ്ട് എന്റെ ചുണ്ട് തുടച്ചുതരൂ." ഗംഗയുടെ കാറ്റിന്റെ കൈകളും ഫാനും അവരെ വീശിത്തണുപ്പിക്കുന്നു. അപ്പോൾ ദേവികാറാണി പറഞ്ഞു.

"ആ വിശറിയെടുത്ത് എന്നെ വീശുക!"

ഒരു റാണിയുടെ പ്രൗഢിയോടെ അവർ തലയണകളിൽ ചാരിയി രുന്നിട്ടു കൽപ്പിച്ചു---"അതാ ആ കബോഡിനകത്തുനിന്ന് എന്റെ നിറ്റിങ് സാധനങ്ങളെടുത്തു തരൂ."

പാതി പണിതീർത്ത ഒരു മഫ്ളറും വൂളൻ നൂലുണ്ടയും രണ്ടു നീണ്ട സൂചികളും എടുത്തുകൊണ്ടുവന്ന് റോസി അവരുടെ മുമ്പിലെ ടീപ്പോയിമേൽ സ്ഥാപിച്ചു.

വീണ്ടും അവളോടു വീശാനാജ്ഞാപിച്ചു. സ്വപ്നം കാണുന്ന അവരുടെ മിഴികൾ തന്നെ ഒരു മനുഷ്യരൂപം എന്ന നിലയിൽ തിരിച്ചറിയുന്നില്ലെന്ന് റോസി അറിഞ്ഞു. മഹാഗണിയിൽ ശിൽപ്പഭംഗിയാർന്ന കട്ടിലുകൾ, വട്ടമേശ, കബോഡ്, ഇരിപ്പിടങ്ങൾ, പൂപ്പാത്രം, പട്ടുനീരാളങ്ങൾ എന്നിവയിലൊന്ന് വിശറിയെടുത്തു വീശുന്ന കൈയും അതിനുടമയും—

റോസിയുടെ മനസിൽ ഉണർന്നിരുന്ന കനിവിന്റെ ഉറവ കല്ലിച്ചുപോയി. ഇവരുടെ രോഗം എന്താണ്?

വിശറിമേൽ ഇടയ്ക്ക് സൂക്ഷിച്ചു നോക്കുകയും മഫ്ളറിൽ രോമനൂലുകൾ നെയ്തു ചേർക്കുകയും ചെയ്യുന്നതിനിടയിൽ നീണ്ട്, താമരയിതൾ പോലെ മനോഹരമായ അവരുടെ കൺപോളകൾ മന്ദമന്ദം കൂമ്പി അടയുന്നത് റോസിയുടെ ശ്രദ്ധയിൽപെട്ടു. കൈ കഴച്ചപ്പോൾ അവൾ നിർത്തി. പെട്ടെന്നു മിഴിതുറന്ന് അവർ ചോദിച്ചു.

"വിശറിക്കെന്തു സംഭവിച്ചു?"

വിശറി അവിടെയിട്ട് ഇറങ്ങിപ്പോകണോ ഈ അടിമവേല തുടരണോ എന്ന് റോസി നിമിഷനേരം ആലോചിച്ചു.

ഗംഗയിൽനിന്നു വീശുന്ന സായന്തനത്തിലെ കുളിർകാറ്റ് മുറിയെ വേണ്ടതിലധികം തണുപ്പിക്കുന്നുണ്ട്. വിശറിയുടെ സാന്നിധ്യം മാത്രമാണ് അവരുടെ ആവശ്യം.

അവരുടെ സ്വപ്നങ്ങളിൽ ഹിമാലയസാനുക്കളിൽ നഷ്ടമായ പഴയ രാജത്വം ഇപ്പോഴും നിറഞ്ഞുനിൽപ്പുണ്ട്. പഴയ സിംഹാസനവും പരിവാരവും പ്രൗഢിയും ദേവികാറാണിക്ക് മറക്കാനാവുന്നില്ല.

റോസി ക്ലോക്കിൽ നോക്കി. ഏലക്കാ ചതച്ചിട്ട പാൽ. ഫ്ളാസ്കിൽ പാലുമായി ഒരു പെൺകുട്ടി എത്തി. പഴയ കസവു പട്ടുസാരി മുറിച്ചു തയ്ച്ച വസ്ത്രം ധരിച്ച പെൺകുട്ടി പോയകാലത്തിന്റെ മറ്റൊരു അംശമാണെന്നു തോന്നി.

സിറ്റൗട്ടിലിരുന്നു നദിയുടെ സൗന്ദര്യം നുകരുകയായിരുന്ന ചെറുപ്പക്കാരൻ പറഞ്ഞു:

"ഞാൻ അമ്മയെ ഉണർത്താം. മിസ് റോസ്മേരി ഉണർത്തുന്നത് അവർക്കിഷ്ടമാവില്ല. വിശറി താഴെ വച്ചേക്കൂ."

റോസി മട്ടുപ്പാവിലേക്കു മാറി. മഴവില്ലിന്റെ വിവിധ വർണങ്ങൾ മാറി മാറി ഉടുത്തു നോക്കുന്ന ഗംഗ. വർണം മാറുന്ന തുകിലുകളിൽ സൂര്യപ്രഭ കസവു ചാർത്തുന്നു. തെളുതെളെ തിളങ്ങുന്ന പട്ടുചാർത്തി അലസഗമനം നടത്തുന്ന ഗംഗാദേവിയെ അവൾ വിസ്മയത്തോടെ നോക്കി. അനന്തമായ വഴികളിലൂടെ സഞ്ചരിക്കുന്ന അവൾക്കൊപ്പം ഒരു ബിന്ദുവായി സഞ്ചരിക്കാൻ റോസി ആഗ്രഹിച്ചു.

ശ്മശാനഘട്ടങ്ങൾ ശൂന്യമാണ്. ഉച്ചനേരത്ത് അഞ്ചെട്ടു കടുത്ത പേക്കോലങ്ങൾ ഏതോ ഗ്രാമത്തിൽനിന്നെത്തിച്ചേർന്ന്, വിറകുകമ്പുകൾ ചേർത്തു കെട്ടിയ മഞ്ചത്തിൽ അസ്ഥിമാത്രശേഷനായ ഒരു മൃതദേഹവുമായി എത്തിയിരുന്നു. ദഹനമഞ്ചത്തിലേക്ക് ആ ഗ്രാമീണന്റെ പ്രേതം കയറ്റി വയ്ക്കാൻ ഏതോ ശക്തികൾ സമീപം നിന്നു വിലക്കുന്നുണ്ടായിരുന്നു. അവസാനം ഒരു മൺകുടത്തിൽ ഗംഗാജലം കോരിയെടുത്ത് ഒരു ബാലനായ പൂജാരിയും ഒരു മെലിഞ്ഞുനീണ്ട മധ്യവയസ്കനും മൃതശരീരത്തിന്റെ ഏതാനും അടികൾക്കകലെ മാറിനിന്നു മന്ത്രം ചൊല്ലാൻ തുടങ്ങി. മന്ത്രം നിമിഷങ്ങൾക്കകം അവസാനിക്കുന്നു.

പൂജാരികളുടെ മുഖത്തു നോക്കിക്കൊണ്ട് ഗ്രാമീണർ അരുതാത്തതു ചെയ്യുമ്പോലെ പരേതനെ ചിതാഫലകത്തിൽ പൊക്കിവയ്ക്കുന്നു. മറ്റൊരാൾ അഞ്ചെട്ടു വിറകുകമ്പുകൾകൊണ്ട് മൃതശരീരത്തെ മറയ്ക്കാൻ ശ്രമിക്കുന്നു. അപ്പോഴും അയാളുടെ കാലും ശിരസ്സിന്റെ ഒരു ഭാഗവും പുറത്തേക്കു തള്ളിനിൽപ്പുണ്ട്. നിമിഷനേരം ആളിക്കത്തിയ ചെറിയ തീ അണയും മുമ്പ് ഗ്രാമീണർ തിരക്കിട്ടു തിരിച്ചുപോകുന്നു. അന്തിയാവും മുമ്പ് അകലങ്ങളിലുള്ള ഗ്രാമത്തിലെത്തിച്ചേരാനാവും. പുറമെ കരിഞ്ഞ ജഡം പാതിവെന്ത രണ്ടു കമ്പുകൾകൊണ്ട് രണ്ടുപേർ നദീജലത്തിലേക്ക് ഉരുട്ടിയിടുന്നു. ശേഷിച്ച വിറകുകമ്പുകൾ പെറുക്കി തിരിച്ചു പോവുന്നു.

റോസി ശ്വാസമടക്കിയാണ് ദൂരക്കാഴ്ചകൾ കണ്ടത്. ചക്രവാളത്തിൽ ലയിച്ചു ചേരുന്ന നദിയുടെ വിശാലതയിൽ ഒഴുക്കിലകപ്പെട്ട ഒരു ധൂളിപോലെ ആ ഗ്രാമീണന്റെ കരിഞ്ഞ ശരീരം അകപ്പെടുന്നു. ഗംഗ ഈ ലോകംപോലെ നിസ്സംഗയാണെന്ന് റോസി അറിഞ്ഞു. ആ അറിവിൽ മനുഷ്യന്റെ നിസ്സാരത അവളെ ആകുലയാക്കി. നീയൊരു നേഴ്സായാലെന്ത്, റാണിയായാലെന്ത് ഇതാണ് അവസാനം. തീയിലോ മണ്ണിലോ ജലത്തിലോ നീ അസ്തമിക്കുന്നു. പഞ്ചഭൂതങ്ങളുടെ ഒരു മുതൽക്കൂട്ടായി നിഷ്ക്രമിക്കുന്നു. ആ നിസ്സംഗതയോടെ റോസി ദേവികാറാണിയുടെ ഭൃത്യവേല, പരിചരണം എന്നിവ നിർവഹിച്ചു.

സുന്ദരനും പഠിപ്പുള്ളവനുമായ ആ ചെറുപ്പക്കാരൻ ചിലപ്പോൾ കാരുണ്യവും മറ്റു ചിലപ്പോൾ ആരാധനയും തുളുമ്പുന്ന ഓരോ നോട്ടം അവൾക്കു സമ്മാനിച്ചു. ചിലപ്പോൾ അയാൾ സാരംഗിയെടുത്തു ദേഹത്തോടടുപ്പിച്ചു മട്ടുപ്പാവിലെ പരവതാനിയിൽ പടഞ്ഞിരുന്നു സംഗീതം ആലപിച്ചു. അത്യന്തം വശീകരണാത്മകമല്ലെങ്കിലും അതിനു ഭൂതകാലത്തിൽനിന്ന് പൊടിച്ചുവരുന്ന പ്രകാശത്തിന്റെ തിളക്കവും സ്വപ്നങ്ങളുടെ മാധുര്യവും ഉണ്ടായിരുന്നു.

റോസിയുടെ കൈയിലെ വിശറിപോലെ, മകന്റെ സാരംഗിയും ദേവികാറാണിയുടെ ജീവിതത്തിന്റെ ഒഴിച്ചുകൂടാത്ത പൊരുത്തങ്ങളായിരുന്നു.

ദേവികാറാണിയുടെ ആഹാരം തേനും പാലും പഴങ്ങളുമാണ്. നാട്ടിൽ കിട്ടുന്ന പൂരിയൊന്നും അവർക്കു പഥ്യമല്ല. ആട്ടകൊണ്ടുണ്ടാക്കിയ റൊട്ടിയുമായി വന്ന പരിചാരികയെ അവർ നിഷ്കരുണം ആട്ടിയോടിച്ചു. തന്റെ മൗനംകൊണ്ട് അവർ ഹിതമല്ലാത്തവരെ ശകാരിച്ചു. ചിലപ്പോൾ അവർക്കു സംസാരശേഷി നഷ്ടപ്പെട്ടുവോ എന്ന് റോസി ആശങ്കിച്ചു. മകന് ആംഗ്യങ്ങൾകൊണ്ട് കാര്യം മനസിലാക്കാം. അമ്മയും മകനും ആംഗ്യംകൊണ്ടാണ് ഏറെയും സംസാരിക്കുന്നത്. ആദ്യദിവസത്തിൽ മാത്രമാണ് ദേവികാറാണി തന്റെ സ്വരത്തിന്റെ മണിച്ചെപ്പു തുറന്നത്. ക്രമേണ റോസിയും ആംഗ്യഭാഷ വശമാക്കി. ഓരോ നോട്ടംകൊണ്ട് അവർ തന്റെ ഇംഗിതങ്ങൾ സാധിച്ചെടുത്തു.

വാസ്തവത്തിൽ അവർ തന്റെ ജാട്ടുപ്രദേശത്തെ റാണിയായി ഭരിക്കേണ്ടതായിരുന്നു. നിയമത്തിനു കണ്ണില്ലല്ലോ. ഇന്ത്യയിലെ അനേക കോടി വോട്ടറന്മാരിൽ ഒരു നമ്പർ മാത്രമാണ് അവർ ഇന്ന്. സിംഹാസനം നഷ്ടപ്പെട്ട റാണി. പാരമ്പര്യമായി കിട്ടിയ കൊട്ടാരത്തിലെ സൗജന്യപാർപ്പുകാരിയായി കഴിയാൻ അവർ ഇഷ്ടപ്പെടുന്നില്ല. അമേരിക്കയിൽ ജോലി ചെയ്യുന്ന ഏക മകനെ നിഷ്കരുണം വിളിച്ചുവരുത്തി. ജോലിവിട്ടു വരാൻ അയാൾ തയ്യാറല്ലായിരുന്നു. അയാൾ അവധിയിൽ വന്നിരിക്കയാണ്. എന്നായാലും ശരി അയാൾ തിരിച്ചുപോകും. അമ്മ മഹാറാണി അനുവദിക്കണം. അനുവദിക്കയില്ല. പരിചാരകവൃന്ദവും അധികാരസിംഹാസനവും ഇല്ലാത്ത കൊട്ടാരത്തിൽ ദേവികാറാണി ശ്വാസംമുട്ടി മരിച്ചു പോകും. അവർ മകനെയും പരിചാരകരെയും കൂട്ടി കൊട്ടാരം വിട്ടിറങ്ങിയിരിക്കയാണ്. ചികിത്സ, അല്ലെങ്കിൽ തീർഥാടനം. തിരിച്ചുപോക്ക് അസഹനീയം. അതിനെപ്പറ്റി ചിന്തിക്കുന്നതേയില്ല. അന്തഃപുരത്തിലെ കിടപ്പറയിലെന്നപോലെ നിരവധി കുഷ്യനുകൾക്കും പട്ടുപുതപ്പുകൾക്കും കമ്പിളിവസ്ത്രങ്ങൾക്കും ഇടയിൽ അവർ നിശ്ചിന്തയായി കിടക്കുന്നു. ചിലപ്പോൾ അവർ തന്റെ വസ്ത്രശേഖരങ്ങളെ വെടിഞ്ഞു തൂവെള്ളപ്പട്ടു വസ്ത്രത്താൽ അലങ്കരിക്കപ്പെട്ട് മട്ടുപ്പാവിലെ വെൽവെറ്റ് സോഫയിൽ വന്നിരിക്കും. മുറിയിലൂടെ നടക്കും. നടത്തം മുറുകുമ്പോൾ കിതപ്പും ചുമയും വരും. വരാതെ നോക്കുകയാണ് റോസിയുടെ ചുമതല.

രാവിലത്തെ ചുമതലയേൽക്കാൻ ആരെയും ഇതുവരെ കിട്ടിയില്ല. പരിചാരികയും മകനും കൂടി പങ്കിട്ടെടുത്തിരിക്കയാണ് ആ കൃത്യം.

റാണിയുടെ സ്വപ്നങ്ങളിലെന്നല്ല, ജാഗ്രതയിൽപോലും റോസി ഒരിക്കലും കടന്നുവരികയില്ല. ഒരു കൃമിയെ എന്നപോലെ അവർ അവളെ അവഗണിച്ചു. ചുമ്മാ ലഭിക്കുന്ന ഗംഗയുടെ കുളുർതെന്നലിന്റെ ഭാഗമായി അവർ വിശറിയുടെ കാറ്റിനെ സ്വീകരിച്ചു.

അഞ്ചുമണി കൃത്യസമയത്ത് ഒരു വെള്ളക്കാരന്റെ കൃത്യനിഷ്ഠയോടെ അവരുടെ മകൻ പറയും:

"ഇനി നിങ്ങൾക്കു പോകാം മിസ്സ്. റോസ്മേരി"

വരാന്തയിലെത്തി അയാൾ കൈകൂപ്പി.

റാണി കേൾക്കാതെ അയാൾക്ക് മറ്റെന്തോ സംസാരിക്കാനുണ്ടെന്ന് റോസിക്കു വ്യക്തമായി.

"മിസ്സ് റോസ്മേരീ, മറ്റൊന്നും വിചാരിക്കരുത്!"

"പറയൂ."

"നിങ്ങൾ ഇവിടെ, അമ്മയുടെ അടുത്തു വരുമ്പോൾ ഒരു കാര്യം ശ്രദ്ധിക്കുമോ?"

തന്റെ വസ്ത്രങ്ങൾക്കു വേണ്ടത്ര വെടിപ്പോ അന്തസ്സോ പോരെന്ന ഒരു ഭയം നിമിഷനേരം അവളെ പിടികൂടി.

അവൾ പരിഭ്രമിച്ചു തുടുത്തു. അവളുടെ മനോഹരമായ കഴുത്തിൽ നിന്നു കയറിയ തുടുപ്പ് അവളെ മുഴുവനും ഗ്രസിച്ചു. ഒരു ചുവന്ന പൂങ്കുലപോലെ അവൾ മന്ദം വിറകൊണ്ടു.

"ഡോൺട് ബി വറീഡ്!" അയാൾ ചിരിച്ചു.

"ഒരു ചെറുകാര്യം. നാളെ വരുമ്പോൾ നിങ്ങൾ നെറ്റിയിലൊരു തിലകം ചാർത്തുമോ? ഐ അണ്ടർസ്റ്റാന്റ് ദാറ്റ് യു ആർ എ ട്രൂ ക്രിസ്റ്റ്യൻ, ബട്ട്.....ബട്ട്.....എന്റെ അമ്മ അവരുടെ മുറിയിൽ ഒരു അഹിന്ദുവിനെ പ്രവേശിപ്പിക്കുകയില്ല. അറിഞ്ഞ നിമിഷം അവർ നിങ്ങളെ പുറത്താക്കും. ഇവിടെ ഒരു ഹിന്ദുപെൺകുട്ടിയെ കിട്ടുകയുമില്ല. ബിലിവ് മീ ഐ വാൺട് യു റ്റു സ്റ്റേ. കീപ്പ് കമ്പനി വിത്ത് മൈ മദർ–ബി കൈന്റ്. പ്ലീസ് വോൺട് –യൂ–?"

റോസിയുടെ തുടുപ്പ് ചോർന്നുപോയി.

ഇവരെന്താണ് വിചാരിക്കുന്നത്! ഞാനിവരുടെ അടിമയോ? കളിക്കാനുള്ള പാവയോ? മുറിയിലെ ഒരു ഫർണീച്ചറോ? ഇവരുടെ ഹിതത്തിനനുസരിച്ചു കളിക്കാൻ!

പക്ഷേ, ചെറുപ്പക്കാരന്റെ മുഖത്തു മിഴിയൂന്നിയപ്പോൾ അവളിലുണർന്ന അമ്പരപ്പും അരിശവും പുച്ഛവുമെല്ലാം ചോർന്നുപോയി.

ശ്വാസമടക്കി അയാൾ ഒരു മറുപടിക്കു കാത്തുനിന്നു.

"നമസ്കാരം!" അവൾ തിരിഞ്ഞുനോക്കാതെ കോണിയിറങ്ങിപ്പോന്നു. അനുകൂലമോ പ്രതികൂലമോ ആയ ഒരു മറുപടി അയാൾ പ്രതീക്ഷിച്ചിരിക്കണം. അപ്പോൾ അവളുടെ മനസ്സ് കലുഷമായിരുന്നു. നിറഞ്ഞു നിന്നു. ഒരു വാക്കും തുളുമ്പാൻ കൂട്ടാക്കിയില്ല. ഇരുട്ടുവീണു തുടങ്ങിയ തോട്ടത്തിലൂടെ കവിടിക്കല്ലുകളിൽ മർമരം ഉളവാക്കി നടക്കുമ്പോൾ അന്നാദ്യമായി അവൾ അമ്മയെ ഓർത്തു. അവളുടെ ചിന്തകളുടെ പഴയ ചാലുകളിൽ ഉറവ ഉണർന്നു.

എന്റെ അമ്മച്ചി! പാവാടയും ബ്ലൗസും ധരിപ്പിച്ച് നീണ്ട തലമുടി ചീകിമെടഞ്ഞു നടുവെ മടക്കി പൂമ്പാറ്റകളെപ്പോലെ റിബ്ബൺ കെട്ടിത്തരാറുണ്ടായിരുന്ന അമ്മച്ചി! ഒരിക്കൽ കൂട്ടുകാരിയെപ്പോലെ പൊട്ടുതൊടണമെന്നു ശാഠ്യം പിടിച്ചപ്പോൾ, കരിമെഴുകിയ നിലത്തു വിരലുരസി പൊട്ടു തൊടുവിച്ച അമ്മച്ചി! പുസ്തകക്കെട്ടുമായി ഇറങ്ങുമ്പോൾ

അവർ ഓർമിപ്പിച്ചു--സ്കൂളിലെത്താറാവുമ്പഴ് മായിച്ചു കളയണം നിന്റെ പൊട്ട്!

പൊട്ടിനകത്തിരിക്കുന്ന മതചിന്ത എന്തെന്ന് അവൾക്കു മനസിലായില്ല. യെൽസങ്കിക്കും ഇത്തരം കാര്യങ്ങൾ ഗ്രഹിക്കാൻ പറ്റുന്നില്ല എന്ന് അവൾ ഓർമിച്ചു. കൊന്തയും വെന്തിങ്ങയും ധരിച്ച് അയാൾ കർമനൃത്തം ചെയ്തു കാമദേവനെ പൂജിക്കുന്ന പെൺകൊടികൾക്കു താളം കൊട്ടുന്നത് അവൾ കണ്ടതാണ്.

ഗ്രാമാങ്കണത്തിൽ അയൽഗ്രാമങ്ങളിൽനിന്ന് എത്തിയവരും ഉണ്ടായിരുന്നു. പുതുക്രിസ്ത്യാനികളും സനാതനഹിന്ദുക്കളും ഉണ്ടായിരുന്നു. എല്ലാവരും മനുഷ്യരായിരുന്നു. എല്ലാവരും കാമദേവനെ അറിയുന്നവരും കർമനൃത്തത്തിൽ തൽപ്പരരുമായിരുന്നു.

അർധരാത്രി, അന്തഃപുരം ഉറങ്ങിക്കിടക്കുമ്പോൾ ആലീസിന്റെ കൂടെയാണ് അവൾ ഗ്രാമാങ്കണത്തിലെ നൃത്തവേദിക്കു പുറകിലെത്തിയത്. ആലീസ് അവളെ നൃത്തം നന്നായി കാണാൻ പറ്റിയ ഒരിടത്തിരുത്തി, ഗ്രാമീണരുടെ വിജനമായ ഒരു ഭവനത്തിൽ യോഗം ചേരാൻ പോയി. രാത്രി രണ്ടരമണിക്ക് അവർ മഠത്തിനകത്തെ കിടപ്പറയിലെത്തി. ഗ്രാമാന്തരാളത്തിലെ ആ പഴയ നാലുകെട്ടിന്, പൊളിഞ്ഞു തുടങ്ങിയ മണ്ണുകൊണ്ടുമെനഞ്ഞ ഒരു ചുറ്റുമതിലേ ഉള്ളൂ. അവർ തിരിച്ചെത്തുമ്പോൾ പള്ളിയുടെ അടുത്ത് യെൽസങ്കിയുടെ മുറിയിൽ വെളിച്ചമുണ്ടായിരുന്നു. ആളില്ല.

ആലീസ്, മഹുവാവൃക്ഷങ്ങളുടെ ചുവട്ടിലെ ഇരുട്ടിലെ വഴി കാണിക്കുമ്പോൾ പറഞ്ഞു:

“യെൽസങ്കി പുലരുംവരെ നൃത്തം ചെയ്തിട്ടേ വരൂ. സിസ്റ്റർ കരുണയ്ക്കും സിസ്റ്റർ ദീപ്തിക്കും നാളെ അരിശത്തിന്റെ നാളുകളാണ്. ഫാദർ ജോൺ അറിഞ്ഞാലേ കുഴപ്പമുള്ളൂ. പക്ഷേ, ഫാദർ ജോണിന് എല്ലാം അറിയാമായിരുന്നു. ഗ്രാമീണമനസുകളെ അത്രയെളുപ്പം പറിച്ചു നടാനാവില്ലെന്ന് ഫാദർ ജോണിനറിയാമായിരുന്നു.”

ഹോസ്റ്റൽ കെട്ടിടത്തിന്റെ മുമ്പിൽ മാർഗരറ്റ് ഉലാത്തുന്നു.

“റോസീ, മൈനിയിലെ ആൾക്കാർ വന്നിട്ടുണ്ട്. പട്ടണത്തിൽ വച്ചു കണ്ടു.”

“ആരാ? എന്തിനാ?” അവൾ ചോദിച്ചില്ല. യെൽസങ്കിതന്നെ!

പതിമൂന്ന്

ക്ലാസിലിരിക്കുമ്പോൾ മൈനിഗ്രാമത്തിന്റെ ശബ്ദം അവളുടെ ഉള്ളിൽ മുഴങ്ങി. പെരുമ്പറയുടെ മുഴക്കത്തിൽ മറ്റെല്ലാ സൗമ്യസ്വര ങ്ങളും അസ്തമിച്ചുപോകുന്ന ആദിഗ്രാമം. നൂറ്റാണ്ടുകൾക്കപ്പുറത്തു കല്ലിച്ചുപോയ ഒരു ഗ്രാമം. ഗ്രാമത്തിന്റെ മോഹാലസ്യത്തിൽ നിന്നു ണർന്നു വരുന്ന യെൽസങ്കി. ഉണർന്നു കൺമിഴിച്ചപ്പോൾ അയാൾ മറ്റൊരു ലോകത്തായി. ബിഷപ്പ് ജോണിന്റെയും അതിനുമുമ്പുവന്നു ചേർന്ന ജർമൻ പാതിരിമാരുടെയും പരിശ്രമത്താൽ പടുത്തുയർത്ത പ്പെട്ട ഒരു പുതുജീവിതം. അക്ഷരദീപങ്ങൾ തെളിയിച്ച വഴിയിലൂടെ മുന്നോട്ടു ഗമിക്കുന്ന യുവപാദങ്ങൾ. അവരുടെ ബോധമനസ്സ് ഭൂതകാല ത്തിന്റെ കുണ്ടനിടവഴികളിൽ തപ്പിത്തടയുന്നു. സത്യത്തിൽ ഇടവഴി കൾ പിന്നീടുണ്ടായതാണ്. പോയ കാലത്തിനും വർത്തമാനത്തിനുമി ടക്ക്. ആദിചിന്തകൾക്കും വർത്തമാനം അടിച്ചേൽപ്പിക്കുന്ന ചിന്ത കൾക്കും ഇടയ്ക്ക്. ആദിതാളത്തിന്റെ നൈസർഗിക ചുവടുകൾ, ഒരു നിയന്ത്രിതവഴിയിലൂടെ ഇരുട്ടും വെളിച്ചവും കലർന്ന മാർഗത്തിലൂടെ തപ്പിത്തടഞ്ഞ് വർത്തമാനത്തിന്റെ ഉച്ചവെയിലിൽ വന്നു നിന്നപ്പോൾ അവരുടെ കണ്ണുകൾ മഞ്ഞളിക്കുന്നു. യെൽസങ്കിയെ അബോധമായി പിടികൂടിയിരിക്കുന്ന നൊസ്റ്റാൽജിയ, മൈനിയിലെ, ഹൃദയമുള്ള എല്ലാ ചെറുപ്പക്കാരുടേതുമാണ്. 'കർമനൃത്തത്തിൽ'നിന്നും ദുർഗാപൂജയുടെ ഗോത്രവർണങ്ങളിൽനിന്നും വിട്ടുപോരാൻ മടിക്കുന്ന ഗ്രാമ്യമനസുക ളുടെ ഗൃഹാതുരത്വം. അത് മൈനിയിലെ മനുഷ്യരിൽ പ്രകടമായിരുന്നു.

ഒരിക്കൽ സിസ്റ്റർ കരുണയുടെ കൂടെ ഒരു ഗ്രാമീണവസതിയിൽ സന്ദർശനത്തിനു പോയത് അവളോർത്തു. ഗൃഹനാഥന്റെ പുത്രി. വിദേ ശത്തെ കന്യാവൃത്തിയിൽനിന്ന് അവധിക്കു വന്നതായിരുന്നു. പൗരോ

ഹിത്യത്തിന്റെ പുണ്യവസ്ത്രം അഴിച്ചുമാറ്റാതെ ഗ്രാമീണഭവനത്തിന്റെ നാലുകെട്ടിൽ ഒരു മഞ്ചത്തിൽ കന്യാസ്ത്രിയായ സിസ്റ്റർ ജോസഫൈൻ കൃത്രിമമായൊരു ഗൗരവഭാവത്തിൽ ഇരിക്കുന്നുണ്ടായിരുന്നു.

വീട്ടിലുള്ളത് ജോസഫൈൻ സിസ്റ്ററുടെ അപ്പനും അമ്മയും അമ്മാവന്മാരും അമ്മാവിമാരും കുഞ്ഞുങ്ങളും സഹോദരീസഹോദരന്മാരുമടങ്ങുന്ന ഒരു വലിയ കുടുംബം. ചെങ്കളി തേച്ചു മിനുക്കിയ ചുമരുകളും കരിമിനുക്കിയ തറയും ഗ്രാമീണതയുടെ ശാലീനത വർധിപ്പിച്ചു.

വീട് ഒരു നാലുകെട്ടായിരുന്നു. മൈനീഗ്രാമത്തിലെ കന്യാമഠം പോലെ, നൂറ്റാണ്ടിനപ്പുറത്ത് ആരോ പണിതുയർത്തിയത്. കാലത്തിൽ ഉറച്ചുപോയ മൺഭിത്തികൾ, നടുമുറ്റത്തു പുതുതായി കിളച്ചെടുത്ത ബദാം പായകളിൽ ഉണങ്ങുന്നു. മേച്ചിൽ കഴിഞ്ഞു തിരിച്ചെത്തിയ പൈക്കൾ നാലുകെട്ടിന്റെ വടക്കിനിയിൽ അച്ചടക്കമുള്ള കുട്ടികളെപ്പോലെ നിരന്നു നിൽക്കുന്നു. തെക്കിനി പണിയായുധപ്പുര. പടിഞ്ഞാറ്റ കുടുംബങ്ങളുടെ കിടപ്പറ. കിഴക്കിനിയുടെ മധ്യത്തിലൂടെ പുറത്തേക്കുള്ളവഴി.

പടിപ്പുര കടന്ന്, വടക്കിനിയിലെ പശുക്കളെ കണികണ്ട് അവർ നടുമുറ്റത്തെത്തിനിന്നു.

വിളറി വെളുത്ത സിസ്റ്റർ ജോസഫൈൻ അവരെക്കണ്ടപ്പോൾ എണീറ്റു.

"ജെയ്....ശു."

റോസി കൈകൂപ്പി. മേഘമാലകൾപോലെ ഇരുണ്ട വസ്ത്രങ്ങൾ അവരുടെ വെളുത്ത മുഖത്തെയും ചന്തമുള്ള നെറ്റിയെയും ചുഴന്നു നിൽപ്പുണ്ടായിരുന്നു.

കരുണ പരിചയപ്പെടുത്തി.

"മീറ്റ് മിസ് റോസ്മേരി!"

യുവതിയായ ജോസഫൈനിന്റെ ചുണ്ടുകളുടെ കോണിൽ അകാലവാർധക്യത്തിന്റെ വലയങ്ങൾ വിടർന്നു.

"ഗ്ലാഡ് റ്റു മീറ്റ് യു, വെൽക്കം റ്റു മൈ പാരന്റ്സ് ഹൗസ് !"

നന്നായി! എന്റെ വീട്ടിലേക്കു സ്വാഗതം എന്ന് അവർ പറഞ്ഞില്ലല്ലോ........എന്റെ മാതാപിതാക്കളുടെ ഗൃഹത്തിലേക്കു സ്വാഗതം.....! ഇത്, മൈനിയിലെ പുരാതന മണ്ണിൽ തീർത്ത മൈനീനദിയുടെ കാറ്റേറ്റു വളരുന്ന മഹുവാവൃക്ഷങ്ങൾ കാവൽ നിൽക്കുന്ന, ജട്ടിങ്കിച്ചെടികൾ മഞ്ഞക്കുറിതൊട്ട് അഹമഹമികയാ എത്തിനോക്കുന്ന ഈ ഗ്രാമീണഭവനം, സിസ്റ്റർ ജോസഫൈൻ എന്നു പുനർനാമകരണം ചെയ്യപ്പെട്ട ഈ കന്യകയുടേതല്ലാതായിത്തീർന്നിരിക്കുന്നു. റോസി അപ്പോൾ താൻ വിട്ടുപോന്ന സ്വന്തം ഗ്രാമത്തെയോർത്തു. മലമുകളിലേക്കു നടന്നുകയറി ആൽമരച്ചോട്ടിൽ യുഗങ്ങളോളം വരാത്ത ബസ്സു കാത്തു ക്ഷമയോടെ നിൽക്കുന്ന ഗ്രാമീണരെയോർത്തു. ഇവിടെ മൈനിയിലുള്ളവരും ആകാംക്ഷയോടെ ഉറ്റുനോക്കുന്നു. ജോസഫൈൻ കണ്ടെത്തിയ

പുതിയ വഴിയിലൂടെ ഭാവിജീവിതത്തിന്റെ അനുഗ്രഹങ്ങൾ വന്നുചേരാതിരിക്കില്ല എന്നു പ്രത്യാശിക്കുന്നു.....

പുന്നെല്ലരിച്ചോറും മധുരവടയും അപ്പവും കഴിക്കുന്നതെങ്ങനെയെന്ന് ജോസഫൈൻ എന്ന കന്യാസ്ത്രീ മറന്നുപോയിരിക്കുന്നു. പള്ളിയുടെ അടുക്കളയിൽനിന്ന് ആരോ ഫോർക്കും സ്പൂണും മേടിച്ചുകൊണ്ടു വന്നതു നന്നായി. കൂട്ടത്തിൽ പള്ളി ക്വാർട്ടേഴ്സിലെ കുശിനിക്കാരനും എത്തിയിരുന്നു. ഗ്രാമത്തിന്റെ ആഗ്രഹങ്ങളിലൊന്നായ കന്യാസ്ത്രീയെ കുശിനിക്കാരൻ ഭക്ത്യാദരപുരസ്സരം വണങ്ങി. കൊച്ചു പാവാടയും ബ്ലൗസും ധരിച്ചു സ്കൂളിൽ പഠിക്കാൻ പോകുമ്പോൾ കുശിനിക്കാരൻ അവൾക്ക് വഴിക്കൂട്ടായിരുന്നു.

ജോസഫൈൻ പീഠത്തിൽനിന്ന് എഴുന്നേറ്റു തളത്തിന്റെ നടുവരെ നടന്നു.

വാതിൽക്കൽ നിൽക്കുന്ന കുശിനിക്കാരനോട് അവർ ചോദിച്ചു:

"ഇടവകയിലെല്ലാവരും ക്ഷേമമായിരിക്കുന്നല്ലൊ പീറ്റർ!"

"തീർച്ചയായും, യേശുവിന്റെ കൃപ കൊണ്ട്!"

അവരുടെ ചുണ്ടുകളുടെ അരികിൽ വഴിക്കു വഴി ചുളിവുകൾ വിരിയുകയും മായുകയും ചെയ്തു.

"മൈനിയിലിപ്പോൾ വെള്ളപ്പൊക്കം ഉണ്ടാകാറുണ്ടോ പീറ്റർ സീതാറാം?"

--"ഉണ്ട് കുഞ്ഞെ! വെള്ളപ്പൊക്കം ഉണ്ടായാൽ പഴയപടി വയലിലുള്ളതത്രയും ഒഴുകിപ്പോവും. വെള്ളപ്പൊക്കത്തിന് ഒരു മാറ്റവുമില്ല."

"താങ്കളിപ്പോൾ 'ഝര' കഴിക്കാറുണ്ടോ സീതാറാം?"

പീറ്റർ സീതാറാം നാണിച്ചു. പരിഭ്രമിച്ചു. അയാൾ വാ പൊത്തി നിന്നു. ഉണ്ടെന്നോ ഇല്ലെന്നോ അർഥം കൽപ്പിക്കാം. അയാൾ തലകുലുക്കി.

"താങ്കളിപ്പോൾ കർമനൃത്തത്തിനു പോകാറുണ്ടോ?"

"കാണാൻ മാത്രം!"

ജോസഫൈനിന്റെ ചുണ്ടരികിലെ ചുഴികൾ വീണ്ടും തെളിയുന്നു, ഇക്കുറി അതൊരു മന്ദസ്മിതമായി വിടരുന്നു.

"അവിശ്വാസികളാണ് കാമപൂജയും കർമനൃത്തവുമെല്ലാം ചെയ്യുന്നത്. നമ്മൾ കർത്താവിൽ വിശ്വാസം അർപ്പിച്ചവരാണല്ലോ!"

"അതെ, ഏഴുനാൾ നീണ്ടുനിന്ന ഉത്സവം കാണാൻ ഞാൻ രണ്ടു ദിവസം മാത്രമേ പോയിട്ടുള്ളൂ!"

"യെൽസങ്കിയച്ചൻ അവിടെ ഉണ്ടല്ലോ?"

"ഉവ്വ്. അദ്ദേഹം പള്ളിപ്പരിസരം നന്നാക്കണമെന്ന വിചാരത്തിലാണ്. ഒരു നല്ല പൂന്തോട്ടം. പിന്നെ വയലിൽ കൃഷി. വേനൽകൃഷിയും മഴക്കൃഷിയും. ആളുകൾ സംഭാവന തരുന്നുണ്ട്. സിസ്റ്റർ അടുത്ത

തവണ വരുമ്പോഴേക്കും, ഞങ്ങൾ പുതിയ കോൺക്രീറ്റ് കെട്ടിടം പണിയും. ഈ പീഠഭൂമിയിലെ ഏറ്റവും മികച്ച പള്ളി നമ്മുടേതായിരിക്കും....”

കുശിനിക്കാരൻ പറഞ്ഞത് അയാളുടെ സങ്കൽപ്പത്തിലുള്ള ഇടവകപ്പള്ളിയെയും വികാരിയെയും കുറിച്ചാണ്. വാസ്തവത്തിൽ യെൽസങ്കി തന്റെ ചുറ്റുപാടുകളുമായി പൊരുത്തപ്പെടാൻ കഴിയാതെ വീർപ്പുമുട്ടുന്നത് കാണുന്നവർക്കറിയാം. അയാളെപ്പോഴും അസ്വസ്ഥനാണ്. കരയ്ക്കുപിടിച്ചിട്ട മീനിനെപ്പോലെ പിടഞ്ഞുകൊണ്ടിരിക്കും. നഗരവുമായും അഡ്മിനിസ്ട്രേറ്റീവ് സെന്ററുമായും ബന്ധപ്പെട്ട എല്ലാ കാര്യത്തിനും യെൽസങ്കിയാണ് പോവുക. എവിടെപ്പോയാലും കുർബാന സമയത്ത് അയാൾ അവിടെ തിരിച്ചെത്തേണ്ടതുണ്ടല്ലോ.

ഇന്നു സിസ്റ്റർ ജോസഫൈൻ തിരിച്ചുപോകുന്ന ദിവസമാണ്.....

ദേവികാറാണിയുടെ മുറിയിൽ ഡ്യൂട്ടിക്കു പോകാനൊരുങ്ങുമ്പോൾ അളക എന്ന സഹപാഠിനി ഒരു ചുവന്ന കൃത്രിമതിലകം റോസ്മേരിയുടെ നെറ്റിയിൽ പശ ചേർത്തു പതിച്ചു.

“കണ്ണാടിയിൽ നോക്കൂ.”

“നന്നായിരിക്കുന്നു!”

അവളുടെ സീമന്തരേഖയിലൂടെ വിരലോടിച്ചിട്ട് അളക ചോദിച്ചു.

“ഇവിടെ കുങ്കുമം ഇടുന്നതെപ്പോഴാണ്!”

“ഒരിക്കലുമില്ല. ഈ പൊട്ട് ദേവികാറാണിയെ കബളിപ്പിക്കാനുള്ളതാണ്! തിലകത്തിന് എന്തെല്ലാം വ്യാഖ്യാനങ്ങൾ!”

പൊട്ടു പതിച്ച നെറ്റിയിൽ നേരിയ ചൊറിച്ചിലനുഭവപ്പെട്ടു. പശയുടേതാകാം. തിലകത്തിന്റേതുമാവാം.

പൊട്ടിനു മീതെ നടുവിരൽ പതിച്ചുകൊണ്ട് അവൾ ഹോസ്റ്റലിൽനിന്നിറങ്ങി.

ഉച്ചനേരം. പാതകളിൽ ആളുകൾ നന്നെ കുറവ്.

ആരും അവളെ സൂക്ഷിച്ചു നോക്കിയില്ല. വഴിയിൽ കണ്ടുമുട്ടിയവരാരും അവളുടെ തിലകം ഗൗനിച്ചതേയില്ല. എന്നോ മറന്ന ഒരു ഗാനത്തിന്റെ ഈരടികൾ അവളുടെ ശ്വാസത്തിൽ ഓടിയെത്തി. ലഘുചിത്തയായി അവൾ നടന്നു. ഒന്നും ഓർക്കാതിരിക്കാൻ ശ്രമിച്ചു. ഏതു ചിന്തയും തന്റെ ഇപ്പോഴത്തെ മനശ്ശാന്തിയെ അടിച്ചുടച്ചുകളയും എന്ന് അവൾക്കു തോന്നി. നേരെ വരുന്നവരുടെ മുഖത്തു നോക്കാതെ അവൾ നടന്നു. ജലധാരായന്ത്രത്തിന്റെ മർമരം അവളുടെ തെളിഞ്ഞ മനസിൽ മഞ്ഞുതുള്ളികൾപോലെ പാറിനിന്നു.

“നമസ്തേ ജി!”

റോസ്മേരി ഒരു ഞെട്ടലോടെ നിന്നുപോയി.

ചിരിച്ചുകൊണ്ട് സെക്യൂരിറ്റി ഗാർഡ് ചോദിക്കുന്നു--ഒരു സന്ദർശകനുണ്ട് വരാൻ പറയട്ടെ?

"ആരാണെന്നു ചോദിച്ചില്ലേ?"

"ചോദിക്കേണ്ടതില്ല. അന്നു കുട്ടിയെ കൊണ്ടുവന്ന ആൾ...."

ഒരു നിമിഷം നിന്ന് റോസ്മേരി വാച്ചിൽ നോക്കി. പത്തുമിനിറ്റുകൂടിയുണ്ട്. സാധാരണ നേർത്തേ ഇറങ്ങാറില്ല. ദേവികാറാണിയുടെ പുത്രന്റെ ചര്യകൾ വാച്ചുപ്രകാരമാണ്. ഇപ്പോൾ അയാൾ അമ്മയ്ക്കു തപാലിൽ വന്ന കത്തുകൾ വായിച്ചുകേൾപ്പിക്കുകയാണ്.

"ഔട്ടർ പാർലറിലേക്കു വിളിക്കാം." ഗാർഡ് പറഞ്ഞു.

റോസി മനസിൽ ആവർത്തിച്ചു. അകത്തേക്കു പ്രവേശനമില്ലാത്തവരെ സ്വീകരിക്കുന്ന മുറി. കൊള്ളാം. ഇയാൾ ശരിക്കും ഒരു സെക്യൂരിറ്റി ഗാർഡുതന്നെ! വലിയ സ്വീകരണഹാളിനെ രണ്ടായി പകുത്തിരിക്കയാണ്. ഒരു ഭാഗത്ത് സ്റ്റാഫിനെ കാണാൻ എത്തുന്നവർ. മറുവശത്ത് രോഗികളെ സന്ദർശിക്കാൻ കാത്തിരിക്കുന്നവർ. അതിനും അപ്പുറത്ത് മറ്റൊരു ചെറിയ മുറി. റോഡിലേക്കു മുഖം തിരിച്ചു നിൽക്കുന്ന ഒരു മുറി. മെയിൻ ഗേറ്റിനോടു ചേർന്ന്. അടച്ചിട്ട ഗേറ്റിനു മുമ്പിലേക്കു നടന്നു, ഗാർഡ്.

യെൽസങ്കി കാത്തുനിൽക്കുന്നു. കുട്ടിയെപ്പോലെ വിരൽ കടിച്ചുകൊണ്ട്. വെയിലേറ്റു ചുവന്ന മുഖം. കാറ്റിൽ അലങ്കോലപ്പെട്ട തലമുടി.

"സിസ്റ്റർ ജോസഫൈനിനെ പ്ലെയിൻ കയറ്റിവിടാൻ വന്നതാണ് ഞാൻ!"

"എനിക്കറിയാമായിരുന്നു!"

"എന്ത്?" അയാൾ വിസ്മയത്തോടെ ചോദിച്ചു.

"എയ്റോഡ്രോമിലേക്കുള്ള വഴി ഇതിലേയാണെന്ന്."

ഇനിയെന്താണ് മൊഴിയേണ്ടതെന്നറിയാതെ അയാൾ പരുങ്ങി.

"ക്ലാസുകൾ എങ്ങനെയിരിക്കുന്നു?" അയാൾ ചോദിച്ചു.

"നന്നായിരിക്കുന്നു! രണ്ടു വർഷംകൊണ്ടു ഞാനൊരു പക്കാ നേഴ്സ് ആവും!"

യെൽസങ്കി പരിഭ്രമം വെടിഞ്ഞു റോസിയുടെ നെറ്റിയിൽ നോക്കി അത്ഭുതസ്തബ്ധനായി നിന്നു.

"ഞാൻ പൊട്ടുതൊടാൻ തുടങ്ങി."

അയാൾ അവളെ തുറിച്ചുനോക്കിക്കൊണ്ടു നിന്നതല്ലാതെ ഉരിയാടിയില്ല.

"ദേവികാറാണിയുടെ പുത്രന് ഞാൻ പൊട്ടുതൊടണമെന്നു നിർബന്ധം."

യെൽസങ്കിയുടെ മുഖത്തു നിന്നു രക്തം വാർന്നുപോയി. മിഴികൾക്കു മേൽ പാട വീണു.

"ഉച്ചയ്ക്കുശേഷം എന്റെ ഡ്യൂട്ടി എന്താണെന്നറിയാമോ?"

"എന്താ?" ജിജ്ഞാസ മൂർച്ചകൂട്ടിയ ചോദ്യം.

"ദേവികാറാണിയെ പരിചരിക്കൽ. പ്രാക്ടിക്കൽ ട്രെയിനിങ്ങിന്റെ ഒരു ഭാഗമാണ്!"

"ആരാ ദേവികാറാണി?"

"ഒരു മഹാരാജ്ഞി. എന്റെ പരിചരണത്തിലുള്ള ഒരു പേഷ്യന്റ്!" യെൽസങ്കി വിഷയം മാറ്റാനാഗ്രഹിച്ചു.

"ആലീസ് വിട്ടുപോയി!"

"എനിക്കറിയാമായിരുന്നു!"

"എല്ലാർക്കും ആലീസിന്റെ ധൈര്യമുണ്ടായിരുന്നെങ്കിൽ!"

"ഇത് ധൈര്യത്തിന്റെ പ്രശ്നമല്ല, ഫാദർ! അവൾ സഭ വിട്ടുപോയിട്ടൊന്നും ഇല്ലല്ലോ. ഒരു കർമമാർഗം തെരഞ്ഞെടുത്തു. അത്രയല്ലേ ഉള്ളൂ? ഇപ്പോൾ മനുഷ്യരുടെ ജീവിതം ആസൂത്രണം ചെയ്യുന്നതും നിയന്ത്രിക്കുന്നതും രാഷ്ട്രീയമല്ലേ? ആത്മീയകാര്യങ്ങളെ വേർതിരിച്ച് ഇതിൽ മാത്രം മുഴുകി പള്ളിക്കു കേവലമായ ഒരു ആത്മീയ നിലനിൽപ്പ് മേലാൽ സാധ്യമാണോ? ആലീസും കൂട്ടരും അങ്ങനെ വിചാരിക്കുന്നില്ല. മൃഗങ്ങളുടേതിനെക്കാൾ കഷ്ടമല്ലെ ചില ഗ്രാമങ്ങളിൽ മനുഷ്യരുടെ ജീവിതം!"

യെൽസങ്കിക്ക് അന്നേരം ഒരു പ്രസംഗം കേൾക്കാനുള്ള മനസ്സാന്നിധ്യം ഇല്ലായിരുന്നു.

"മേരിയുടെ ഈ പൊട്ട് എന്നെ മറ്റൊരു വിധത്തിലാണ് ചിന്തിപ്പിച്ചത്."

റോസ്മേരി പൊട്ടിച്ചിരിച്ചു. ചിരി ഉച്ചത്തിലായത് അവൾ അറിയാതെയാണ്. സെക്യൂരിറ്റിഗാർഡ് ഒരു മന്ദസ്മേരത്തോടെ തിരിഞ്ഞുനോക്കി. ഭാഗ്യത്തിന് ഔട്ടർപാർലറിൽ വേറെ ആളില്ല. ഉച്ചയുടെ ചൂടിൽ കൃത്യമായ ഡ്യൂട്ടിയൊന്നുമില്ലാത്തവർ മുറികൾക്കുള്ളിൽ വിശ്രമം തേടുകയാണ്...

രണ്ടടികൂടി അടുത്തേക്കു വന്ന് യെൽസങ്കി പറഞ്ഞു:

"ഞാൻ പോവുകയാണ്. മേരി ഇങ്ങനെ ഇടയ്ക്കിടെ വാച്ചിൽ നോക്കുമ്പോൾ...."

അയാൾ മദ്യപിച്ചിട്ടുണ്ടെന്ന് അവൾ അറിഞ്ഞു. ഉച്ഛ്വാസത്തിൽ 'ഝര'യുടേതല്ലാത്ത ഒരു ഗന്ധം. വാതിൽക്കലേക്കു നടക്കുന്നതിനിടയിൽ അവൾ പറഞ്ഞു.

"ഫാദർ യോസേഫ് യെൽസങ്കി ഉടനെ പോയില്ലെങ്കിൽ നിങ്ങൾക്കിന്ന് അർധരാത്രിക്കു മുമ്പ് ഗ്രാമത്തിൽ തിരിച്ചെത്താൻ പറ്റില്ല."

അയാളുടെ ചിരിയിൽ വേദന പടരുന്നു. അവൾ മുഖം തിരിച്ച് അതിവേഗം നടന്നുപോയി.

കോണി കയറിവരുന്ന റോസ്മേരിയെക്കണ്ടു യുവരാജാവ് പറഞ്ഞു:

"മാതാജി ഇന്നു നല്ല മൂഡിലാണ്. മിസ് റോസ്മേരിയോട് അവർ എന്തെങ്കിലും സംസാരിക്കാതിരിക്കില്ല. ഇവിടെ കുങ്കുമപ്പൂവ് മേടിക്കാൻ കിട്ടുമോ എന്ന് അവർക്കറിയണം. സാധാരണ കിട്ടുന്ന ചതഞ്ഞ പൂവല്ല. ഇക്കുറി കാഷ്മീരത്തിൽനിന്ന് എത്തിച്ചേർന്ന ഇതൾ ഒടിയാത്ത കുങ്കുമപ്പൂവ്!"

റോസ്മേരിക്കു ചിരിവന്നു. ഒരു നഴ്സ് അനവസരത്തിൽ ചിരിക്കരുതല്ലോ. രോഗികൾക്ക് ഏതെല്ലാം വിചിത്രമോഹങ്ങൾ കാണും!

പതിനാല്

രാത്രി പതിനൊന്നുമണിക്ക് റോസ്മേരി മെഴുകുതിരി വെളിച്ചത്തിൽ ഒരു പുസ്തകം വായിക്കുകയായിരുന്നു. പത്തരയ്ക്കുശേഷം വൈദ്യുതബൾബുകൾ എരിയരുതെന്നാണ് ചട്ടം. ഇത് പെൺകുട്ടികളുടെ ഹോസ്റ്റലാണല്ലോ. എട്ടരമുതൽ പത്തരവരെ പഠനസമയം. ഹൈസ്കൂൾ കുട്ടികൾക്കുള്ള ചിട്ടകൾ. ആദ്യ ദിനങ്ങളിൽ വല്ലാത്ത അസഹ്യത തോന്നി. വീണ്ടും ഒരു സ്കൂൾകുട്ടിയാകാൻ അവൾ ഇഷ്ടപ്പെട്ടില്ല. പത്തുപേർക്ക് അരനൂറ്റാണ്ടിനപ്പുറം പണിത ഹോസ്റ്റലിൽ ഇപ്പോൾ മുപ്പതു പേരുണ്ട്. ഉരുളൻ തൂണുകളും തടിയിൽ തീർത്ത മച്ചും കൊത്തുവേലകളുള്ള ജനലും വാതിലുമെല്ലാം ദേവികാറാണിയുടെ കൊട്ടാരത്തിന്റെ ഏതോ ഒരു ഔട്ട് ഹൗസ് ആണെന്നു തോന്നിച്ചു.

ചൈനീസ് ടൈൽസ് വിരിച്ച വർണാഞ്ചിതമായ തറയിൽ പെൺകുട്ടികൾ കട്ടിലുകൾ ചേർത്തിട്ടു കിടന്നുറങ്ങുന്നു. ഓരോ കട്ടിലിനിടയിൽ കൂടി ഒരാൾക്കു കഷ്ടിച്ചു നീങ്ങാം.

വരാന്തയിൽ ദ്രുതതാളം ഉളവാക്കി ആരോ നടന്നെത്തുന്നു.

താഴെ പോൾട്രിയിലേക്കുള്ള കുറുക്കുവഴി താണ്ടുന്ന വാച്ച്മാനാകാം.

വാതിലിൽ മുട്ടുകേട്ട് റോസ്മേരി ചോദിച്ചു:

“ആരാദ്?”

“ഞാനാ!” വാർഡൻ എലിസബത്ത് പറഞ്ഞു.

“റോസ്മേരിയെക്കാണാൻ ആലീസ് വന്നിരിക്കുന്നു!”

റോസി ചാടിയെണീറ്റു.

“ആലീസ്!”

“ഇന്ന് ഇവരെ ഇവിടെ അക്കൊമൊഡേറ്റ് ചെയ്യു. ഇത്രയും വൈകീട്ട് സ്റ്റാഫ് ക്വാർട്ടേഴ്സിലോ ഗെസ്റ്റ് ഹൗസിലോ പോകുന്നതെങ്ങനെ?”

വാർഡൻ നടന്നകന്നു.

ഇത് ആലീസിന്റെ പ്രേതമാണോ?

അരണ്ട വെളിച്ചത്തിൽപോലും തൊലിക്കടിയിലെ കവിളെല്ലുകൾ തുറിച്ചുകാണാം. അവളുടെ മുഖമാകെ ജ്വലിക്കുന്ന ചിരിയാൽ പ്രകാശമായി. ഒരു ചിരിക്ക് ഇത്ര തിളക്കം ഉണ്ടാവുമോ!

അവൾ ധരിച്ചിരിക്കുന്നത് കാവിനിറത്തിലുള്ള പഴയ സാരിയല്ല. ഗ്രാമത്തിലെ സ്ത്രീകൾ ഉടുക്കുന്ന നാടൻ ചേല, തടിച്ച ഇഴകൾ തെളിഞ്ഞു കാണാം. കടുംമഞ്ഞയും വയലറ്റും ഇടകലർന്ന കളങ്ങൾ. പട്ടണത്തിൽ പച്ചക്കറികളുമായി ചന്തയ്ക്കുവന്ന ഒരു കർഷകപ്പെൺകൊടിയെപ്പോലെ.

വരാന്തയിലെ ലൈറ്റ് തെളിയിച്ച് റോസ്മേരി അവളെ അടിമുടി സൂക്ഷിച്ചു.

“എന്താ കൊച്ചേ പരിശോധിക്കുന്നത്?”

“ആലീസ് ഇപ്പോഴും കന്യാസ്ത്രീതന്നെയോ?”

“എന്താ സംശയം! ളോഹ ഉപേക്ഷിച്ചതിനാലോ?”

“എവിടുന്നാണ് ആലീസ് വരുന്നത്?”

“ഇവിടുന്ന്! ഇവിടെ അടുത്ത ഒരു ഗ്രാമത്തിൽനിന്ന്.”

“ആലീസ്, അവിടെ എന്തു ജോലി?”

“ഒരു ഡിസ്പെൻസറി, ഞാനവിടെ നേഴ്സും ഡോക്ടറും മിഡ് വൈഫും അറ്റന്ററുമെല്ലാമാണ്!”

റോസ്മേരി അത്യത്ഭുതത്തോടെ ആലീസിനെ അടിമുടി നോക്കിനിന്നു. പാൽവെളിച്ചത്തിൽ ആലീസ് ഒരു സത്യമോ മിഥ്യയോ? മൈനീ ഗ്രാമത്തിലെ മഠത്തിൽ പ്രാർഥന ഉരുക്കഴിച്ചിരുന്ന ആലീസ്തന്നെയൊ ഇത്? ബിഷപ്പ് ജോണുമായി നിരന്തര സംവാദത്തിലേർപ്പെട്ടിരുന്ന ആലീസ്, അവസാനം അവളുടെ വഴി കണ്ടെത്തിയിരിക്കുന്നു!

അടുത്ത ഗ്രാമത്തിലായിരുന്നിട്ടും ആലീസ് എന്താണ് ഈ അർധരാത്രി?

“ഞാൻ ഗ്രാമത്തിലെ കമലയെന്ന പെൺകുട്ടിയെ ഡാക്ടറുടെ അടുത്തുകൊണ്ടുവന്നതാണ്. ഒരു സിസേറിയൻ കെയ്സാണ്. സാധാരണ മട്ടിലുള്ളതെല്ലാം നിർവഹിച്ചു കൊടുക്കാൻ ഞാൻ പഠിച്ചു കഴിഞ്ഞു. ഞങ്ങളുടെ സംഘത്തിലെ ഒരാളുടെ ഭാര്യയാണ്. അയാൾ തലസ്ഥാനത്ത് സമ്മേളനത്തിനു പോയിരിക്കയാണ്.”

“എന്താണ് ഇക്കുറി നിങ്ങളുടെ ആവശ്യങ്ങൾ?”

“കൃഷിക്കാരൻ മരിച്ചാൽ ശവം കുഴിച്ചിടാൻ ഒരിടം കിട്ടണം. ഇവിടെ ഗ്രാമങ്ങളിൽ അതിനുമില്ല, സൗകര്യം!”

കഴിഞ്ഞ ഒരു ദിവസം ഗംഗയുടെ തീരത്തു കാണപ്പെട്ട ഹതഭാഗ്യരെക്കുറിച്ച് റോസ്മേരി ഓർത്തു. മരണചിന്ത അവളിൽ വല്ലാത്ത വൈരസ്യം ഉളവാക്കി.

"വരൂ. നമുക്ക് കിടന്നുറങ്ങാം. ഏതായാലും, നിന്റെ കമല രക്ഷപ്പെട്ടല്ലൊ. ഇന്ന് ഒരു ബെഡ് ഒഴിവുണ്ട്. അളക പൂജയ്ക്ക് നാട്ടിൽ പോയിരിക്കയാണ്!"

അവർ വരാന്തയിലെ ഒരു ലൈറ്റൊഴികെ മറ്റെല്ലാം അണച്ചു.

പെൺകുട്ടികൾ ഉറക്കത്തിൽ തിരിഞ്ഞു കിടക്കുകയും അസ്ഫുടസ്വരത്തിൽ ഓരോന്നു പറയുകയും ചെയ്തുകൊണ്ടിരുന്നു.

മേഘങ്ങൾ അലഞ്ഞു നടക്കുന്ന ആകാശത്തിന്റെ ആഴങ്ങളിൽ വീണു കിടക്കുന്ന നക്ഷത്രങ്ങളെ നോക്കിക്കൊണ്ട് ആലീസ് പറഞ്ഞു:

"ഇപ്പോൾ നമ്മൾ ജനിച്ച നാട്ടിൽനിന്ന് എത്രയെത്ര ദൂരെയാണ്! ഞങ്ങളുടെ ടെറസിൽ കിടന്നാൽ ഇത്തരമൊരു രാത്രിയിൽ അടർന്നു വീഴുന്ന പല നക്ഷത്രങ്ങളെക്കാണാം. ഈ ബെഡ്ഡിൽ കിടന്നാൽ എനിക്ക് ആകാശത്തിന്റെ ഒരു തുണ്ടെങ്കിലും കാണാം. നിന്റെ ബെഡ്ഡിനുമീതെ തടിയിൽ തീർത്ത, നിർവികാരമായ മച്ചു മാത്രം!"

"ആലീസേ, എന്തുകൊണ്ടാണ് നക്ഷത്രങ്ങൾ അടർന്നു വീഴുന്നത്?"

"നിൽക്കാനിടമില്ലാത്തതുകൊണ്ട്. ഏറ്റുമുട്ടലിൽ തോറ്റുപോവുന്നതുകൊണ്ട്!"

"പഠിക്കുന്ന കാലത്ത് എന്റെ മനസിൽ ഒരുപാട് നക്ഷത്രങ്ങൾ മിന്നിയിരുന്നു!" ഒരു നിശ്വാസത്തോടെ റോസ്മേരി പറഞ്ഞു. "എല്ലാ മനസുകളിലും നക്ഷത്രങ്ങൾ. നക്ഷത്രങ്ങൾ സ്നേഹത്തിന്റെ മൂർത്തരൂപമാണെന്ന് എനിക്കു തോന്നി."

"സ്നേഹം ഒരിക്കലും മരിക്കുന്നില്ല. റോസീ, ചില നേരത്തു തിന്മകൾ സ്നേഹത്തെ വിഴുങ്ങുമായിരിക്കാം."

"ഏറ്റവും വലിയ തിന്മ മദ്യപാനത്താൽ ഉണ്ടാവുമൊ?"

അവൾ ആലീസിനോടു ചോദിച്ചു.

"ഉണ്ടായിക്കൊള്ളണം എന്നില്ല. എന്നാലും നന്മയുടെ മുഖത്ത് എളുപ്പം കല വീഴും. യെൽസങ്കി നോക്കുക! സദാ പുഞ്ചിരിക്കുന്നവനും കളിതമാശ പറയുന്നവനും ആയ യെൽസങ്കി ഝര ഒരളവു വിട്ടു കഴിയുമ്പോൾ, തന്റെ ദേഹത്തുള്ള പുരോഹിതപ്പട്ടം അഴിച്ചു മാറ്റും! കുശിനിക്കാരനെ ശകാരിക്കും! നേരേ ഗ്രാമത്തിലേക്കങ്ങു നടന്നുപോകും! പിന്നെ ആ മിലിറ്ററിക്കാരന്റെ കൂടെ മുക്കറ്റം കുടിയാണ്. യെൽസങ്കിയെക്കൊണ്ട് ഇതെല്ലാം ചെയ്യിക്കുന്നത് മദ്യമല്ലാതെ മറ്റെന്താണ്?"

ഹാളിനകത്തെ നേർത്ത ഇരുട്ടിൽ അവരുടെ വർത്തമാനം ഇരുട്ടിലകപ്പെട്ട മഴപ്പാറ്റകളെപോലെ, ചിറകുകൂമ്പി, വെളിച്ചമന്വേഷിച്ച് അരിച്ചു നടന്നു. വെളിച്ചം, പുറത്ത് പാതയോരങ്ങളിലാണ്.

അർധരാത്രിയിലെപ്പോഴോ അവരുറങ്ങിപ്പോയി. ബക്കറ്റുകൾ ശബ്ദിക്കുന്നതു കേട്ടാണ് അവർ ഉണർന്നത്. കുളിമുറികളിലും വരാന്തയിലും പെൺകുട്ടികൾ മറ്റൊരു ദിവസത്തെ ക്ലാസ്സിന് ഒരുങ്ങുന്നു. അവർ നനച്ചിട്ട വസ്ത്രങ്ങൾ പിൻവശത്തെ വരാന്തയിലുടനീളം കെട്ടിയ അയക്കോലുകളിൽ ഞാണുകിടപ്പുണ്ട്.

ആലീസിന്റെ പക്കൽ ഒന്നുമില്ല. വേഷം മാറാൻ വസ്ത്രമോ പുതപ്പോ...ശൈത്യം കൂടിവരുന്ന ദിനങ്ങളിലൊന്നാണിത്. ഒരു ഷാൾപോലും എടുക്കാതെ കമലയുടെകൂടെ ഓടിപ്പോന്ന ആലീസിനോടു റോസി ചോദിച്ചു.

"രാത്രി മുഴുവനും ചുമയ്ക്കുന്നത് എന്തുകൊണ്ടാ?

ആലീസ് ഇപ്പോൾ മരുന്നു കഴിക്കുന്നതും നിർത്തി അല്ലെ?"

അവൾ തന്റെ പഴയ ചിരി ചിരിച്ചു.

റോസി കിച്ചണിൽപോയി, ആലീസിന് ഒരു ബക്കറ്റ് ചൂടുവെള്ളം സമ്പാദിച്ചു.

ഒരിക്കൽക്കൂടി കമലയെ നിരീക്ഷിച്ച് ആലീസ് മടങ്ങിപ്പോയി....

ആശുപത്രിയുടെ ലോകം തീർത്തും യാന്ത്രികമായി മാറുകയാണ്. ഒരുപക്ഷേ കുഴപ്പം തനിക്കായിരിക്കാം, റോസി വിചാരിച്ചു. യാന്ത്രികതയ്ക്ക് അൽപ്പം പകിട്ടേകാൻ ദേവികാറാണിയുടെ സാന്നിധ്യം സഹായിക്കുന്നു.

ചിരപരിചയംകൊണ്ട് അവൾ ദേവികാറാണിയെന്ന പ്രതിരൂപത്തെ ഇഷ്ടപ്പെടാൻ തുടങ്ങി. പോയകാലത്തെന്നോ ജനിച്ച ഒരു രാജകുമാരി. നൂറ്റാണ്ടുകളും സഹസ്രാബ്ദങ്ങളും പിന്നിട്ടപ്പോഴും അവരുടെ മനോവൃത്തിക്ക് കോട്ടമൊന്നും തട്ടീട്ടില്ല.

പട്ടുവസ്ത്രങ്ങളും വൈരക്കൽമാലയും സ്വർണ്ണത്തിന്റെ മുടിപ്പിന്നും കടകങ്ങളും കങ്കണങ്ങളും അവരെ ഇന്നും അലങ്കരിക്കുന്നു. ഇതൊരു ആശുപത്രിയാണെന്ന് അവർ അംഗീകരിച്ചിട്ടേയില്ല.

കൊട്ടാരത്തിലെ രാജോചിതമായ കിടപ്പറ ഏതോ മാന്ത്രികകരങ്ങൾ പൊക്കിയെടുത്ത് ഇവിടെ സ്ഥാപിച്ചിരിക്കയാണ്.

യുവരാജാവിനോട് ദേവികാറാണി പറയുന്നു:

"ഇന്നു വൈകുന്നേരം നമുക്കു പഴത്തോട്ടത്തിൽ നടക്കാൻ പോകാം. മുന്തിരിവള്ളികൾ പുഷ്പിച്ചു കഴിഞ്ഞിരിക്കും."

മകൻ മറുപടി പറയാതെ, തന്റെ പ്രിയപ്പെട്ട സാരംഗിയെ അഭയം പ്രാപിക്കുന്നു, ഈയിടെ അയാൾക്ക് ന്യൂയോർക്കിലേക്കു തിരിച്ചു പോകാൻ തിടുക്കമായിരിക്കയാണ്. പാസ്പോർട്ട് പുതുക്കി. ലീവ് കാര്യങ്ങൾ ശരിയാക്കി.

ഈ മഹാറാണിയെ മകൻ എന്തുചെയ്യാൻ പോകുന്നു?

ഏതു നിമിഷവും പറന്നകലാൻ വെമ്പുന്ന ഒരു ദേശാടനക്കിളിയുടെ ഭാവം അയാൾക്കു കൈവന്നു.

മുറികൾക്കകത്തെ അല്ലറ ചില്ലറ സാധനങ്ങളെല്ലാം അമ്മ ഉറങ്ങുന്ന വേളയിൽ അയാൾ പാക്ക് ചെയ്തു.

വട്ടമേശപ്പുറത്തിരിക്കുന്ന വർണ്ണക്കല്ലു പതിച്ച പൂപ്പാത്രം അയാൾ തൊട്ടില്ല. ദേവികാറാണി ഉണരുമ്പോൾ പൂപ്പാലിക നിറയെ അപ്പോൾ വിടർന്ന ഏതെങ്കിലും പൂക്കൾ കണികാണണം.

ഇന്നു പാത്രത്തിൽ നീണ്ടുമെലിഞ്ഞ ഒരു ബാലികയെപ്പോലെ രജനീഗന്ധിയുടെ ഒരു കുല. അതിൽ മൂന്നു പൂക്കൾ മാത്രമേ വിടർന്നിട്ടുള്ളു. മുറി നിറയെ പരിമളം പ്രസരിപ്പിക്കുന്ന ചെറിയ വെളുത്ത പൂവുകൾ കുലയുടെ അടിയിലെ അടരിൽ നിന്നു പുഞ്ചിരിക്കുന്നു.

റോസി ഒരു നിമിഷം, ആ സുഗന്ധം ദീർഘമായി ഉൾക്കൊണ്ടു. അവളുടെ തുടുത്ത കവിളുകൾ താമരപോലെ വികസിച്ചു.

അവൾ വിചാരിച്ചു നാളെ ഞാൻ എഡ്വാർഡ് റോസിന്റെ ഒരു പൂച്ചെണ്ടു കൊണ്ടുവരും. അവരുടെ ഹോസ്റ്റൽ മുറ്റത്ത് റോസി സ്വന്തം കൈകൊണ്ടു നട്ടുനനച്ചു വളർത്തുന്ന ചെടിയിൽ ഇളം ചുമപ്പു വർണമുള്ള പനിനീരുകൾ വിടരാൻ തുടങ്ങിയിരിക്കുന്നു; ഏതു മഹാറാണിക്കാണ് പനിനീർപൂക്കൾ ഇഷ്ടമില്ലാതെ വരിക?

റോസി മുറിയിൽ കടന്ന് അലമാര തുറന്നുപതിവുപോലെ ഓറഞ്ചും സ്ക്വീസറും എടുത്തു. ദേവികാറാണിയുടെ വെള്ളി ടംബ്ളയർ പുറത്തെടുത്തു. ചുവപ്പുനിറമുള്ള നാഗ്പ്പൂർ ഓറഞ്ചിന്റെ വർണമനോഹരമായ ചാറ് വെള്ളിപ്പാത്രത്തിൽ പകർന്ന് അവൾ കട്ടിലിനെ സമീപിച്ചു.

എഴുന്നേറ്റ് സോഫയിൽ വന്നിരുന്ന് ദേവികാറാണി ചോദിച്ചു:

"ലക്ഷ്മി, നിന്റെ വസ്ത്രങ്ങളെല്ലാം പാക്ക് ചെയ്തുവോ?"

റോസിക്ക് ഇപ്പോൾ അപ്രിയം തോന്നാറില്ല. തുടക്കത്തിൽ ലക്ഷ്മി എന്ന വിളി അവൾക്ക് അസാധാരണവും അന്യവുമായി തോന്നിയിരുന്നു. ദേവികാറാണി അവളെ ലക്ഷ്മി എന്നു വിളിക്കാൻ തുടങ്ങിയിട്ട് കുറെ നാളുകളായി. അവർ പരസ്പരം പരിചയപ്പെട്ടു മൂന്നുനാലു നാളുകൾക്കുശേഷം. അതിനുമുമ്പ് ആശുപത്രിയിലെ ഒരുപകരണം കണക്കെ അവർ റോസിയെ അവഗണിച്ചിരുന്നു.

ആരാണ് ഇങ്ങനെയൊരു നാമം കണ്ടുപിടിച്ചതെന്ന് റോസിക്ക് അറിഞ്ഞുകൂടാ. ഒരുപക്ഷേ, ഗതകാലത്തെ ഒരു അന്തഃപുരം പരിചാരികയുടെ പേരാവാം. അമ്മയെ അനുനയിപ്പിക്കുന്നതിൽ ഈയിടെ അയാൾ കൂടുതൽ ഉത്സാഹം പ്രകടിപ്പിക്കുന്നു. അയാൾ പോകാനൊരുങ്ങുകയാണെന്ന് അവൾക്കു മനസിലായി. അതോടുകൂടി 'ലക്ഷ്മി'യും നിഷ്ക്രമിക്കും....

ഗംഗയുടെ മുഖം വിളറിയിരിക്കുന്നു. ആകാശത്തിൽ വെളുത്ത മേഘങ്ങളുടെ ഒരു നിര, തൊട്ടുതാഴെ കാർമേഘത്തിന്റെ ഒരു മേലാപ്പ്.

—ഇപ്പോൾ മഴ പൊട്ടും! അവൾ തന്നത്താൻ പറഞ്ഞു.

ജനലിന്റെ സുതാര്യവും കാറ്റുകടക്കുന്നതുമായ ഷട്ടറുകൾ പാതി താഴ്ത്തി റോസി, വേലക്കാരി കൊണ്ടുവന്നു വച്ചിട്ടുപോയ പാൽ തിളപ്പിക്കാൻ തുടങ്ങി.

പാൽ തിളച്ചു കഴിഞ്ഞപ്പോൾ യുവരാജാവ് പറഞ്ഞു:

"ഇന്നത്തെ കാപ്പി മാഡം റോസി ഉണ്ടാക്കിത്തരുമല്ലോ?"

"ഓക്കെ!"

അവൾ രണ്ടു കപ്പിൽ കാപ്പി പകർന്നു.

"ഒന്നുകൂടി."

"അതെന്തിന്?"

റോസ്മേരിക്കു കഴിക്കേണ്ടേ?

"ഞാൻ ഹോസ്റ്റലിൽ ചെന്നു കഴിക്കും."

"അതു പോരാ! ഈയൊരു ദിവസം. നാളെ ഹോസ്റ്റലിൽ നിന്നു കഴിച്ചോളൂ. അന്നേരം ഞങ്ങൾ ഗംഗയുടെ അക്കരെ എത്തിക്കഴിഞ്ഞിരിക്കും."

"നാളെ പോവുകയാണോ?" റോസി അസ്വസ്ഥതയോടെ ചോദിച്ചു. തികച്ചും അപ്രതീക്ഷിതമായ വിടപറയൽ.

"ഞങ്ങളുടെ റോയൽ സ്റ്റീമർ ഇന്നു രാത്രി ജെട്ടിയിലെത്തും!"

റോസി മെല്ലെ കാപ്പി കുടിച്ചു. അവൾ ഒരിക്കലും രുചിച്ചിട്ടില്ലാത്ത ഒരു പ്രത്യേക ബ്രാന്റ്. അപരിചിതഗന്ധം. പഞ്ചസാരയ്ക്കു പകരം ഇളം ചുമപ്പ് കൽക്കണ്ടം ചേർത്ത കാപ്പിക്ക് ഒരു നേർത്ത പുളിരസം അകമ്പടി സേവിക്കുന്നു.

വേലക്കാരി വന്നു പാത്രങ്ങൾ കഴുകി യഥാസ്ഥാനത്തു വച്ചു.

"തുടച്ചിട്ട് ആ ബാസ്കറ്റിൽ കൊണ്ടുപോയി വയ്ക്കൂ."

യുവരാജാവ് കൽപ്പിച്ചു.

പെൺകുട്ടി ഭവ്യതയോടെ റോസിയോടു പറഞ്ഞു.

"നാളെ ഉച്ചയ്ക്കു ചേച്ചി വരുമ്പോഴേക്കും ഞങ്ങൾ പോകും!"

ഒരു മിണ്ടാപ്രാണിയായ ആ പെൺകുട്ടിയുടെ ഹൃദയമിടുപ്പുകൾ റോസി അനുഭവിച്ചു. നാഥനില്ലാതെ എങ്ങുനിന്നോ പട്ടണത്തിൽ എത്തിപ്പെട്ട ഒരു കുട്ടി! അവളെ അവർ അക്കരയ്ക്കു കൊണ്ടുപോവുകയാണ്.

അഞ്ചുമണിയാവുന്നു. യാത്ര പറയാറായി.

മഴ വന്നവഴി പെയ്യാതെ പോയി. മട്ടുപ്പാവിലെ ഷട്ടറുകൾ ഉയർത്തി റോസി ഗംഗയിലേക്കു നോക്കി. വിളർത്തിരുന്ന കവിളിൽ അസ്തമയത്തിന്റെ അരുണിമ പടരുന്നു. അക്കരെ ചക്രവാളത്തിൽ എണ്ണമറ്റ കൊച്ചു വഞ്ചികൾ നീർക്കാക്കകളെപ്പോലെ കരയ്ക്കണയാൻ വെമ്പുന്നു.

ഒരുപക്ഷേ, ഈ ജാലകത്തിലൂടെ താൻ ഇനിയൊരിക്കലും ഗംഗയുടെ മാറിടം കാണുകയില്ല. അവളുടെ ചുടുന്ന മിഴികൾക്കു വിശ്രമം നൽകിയ ആ കുളുർത്ത മാറിടം ഇന്നോടെ നഷ്ടപ്പെടുകയാണ്. ഈ കെട്ടിടത്തിൽ വന്നു പാർത്തു ചികിത്സിക്കാൻ അധികം രാജമാതാക്കൾ വന്നു ചേരുകയില്ല. ഗതകാലത്തിലേക്കു തുറക്കുന്ന ഒരു കതകുകൂടി

അടയുന്നു. അവിചാരിതമായി അടിച്ചേൽപ്പിക്കപ്പെട്ടതെങ്കിലും പരിചയംകൊണ്ട് ഇണങ്ങിപ്പോയ അസ്വാതന്ത്ര്യം നിഷ്ക്രമിക്കുന്നു.

നാളെ.

നാളെ ജനറൽ വാർഡുകളിൽ ക്ലേശകരവും ജീവിതത്തിന്റെ തുടിപ്പ് ഉൾക്കൊള്ളുന്നവയുമായ അനേകം ചുമതലകൾ അവളെ കാത്തു നിൽക്കുന്നു. ദന്തഗോപുരത്തിലെ ഈ വാസം ഇതാ അവസാനിക്കുന്നു.

രാജമാതാവിനോടു യാത്രപറയാൻ ബദ്ധപ്പെടുന്നത് വിഡ്ഢിത്തമാണ്. പറയുന്നതു മുഖവിലയ്ക്ക് അവർ ഗ്രഹിക്കുകയില്ല. അവരുടെ മനസ്സിലെ 'ലക്ഷ്മി' തിരോഭവിക്കാതിരിക്കട്ടെ.

റോസി വാതിൽ ചാരി പുറം വരാന്തയിലേക്കു കടക്കുമ്പോൾ യുവരാജാവ് കാത്തുനിൽക്കുന്നു.

ഒരു കവർ നീട്ടി വിനയസ്വരത്തിൽ അയാൾ പറഞ്ഞു:

"മാഡം ഇതു സ്വീകരിക്കണം! പ്രതിഫലമല്ല. ഞങ്ങളുടെ ഒരു സന്തോഷം. അല്ലെങ്കിൽ രാജകുടുംബത്തിന്റെ ഒരു പൊങ്ങച്ചമാണെന്നു വച്ചോളൂ. മാഡം റോസി ഞങ്ങൾക്കു ചെയ്ത സേവനങ്ങൾ...."

ശക്തിയോടെ നിഷേധിച്ചിട്ട് റോസി പറഞ്ഞു:

"എനിക്ക് പണത്തിന്റെ ആവശ്യമില്ല. എല്ലാം ഇവിടുന്നു കിട്ടുന്നു. പിന്നെ സ്റ്റൈപ്പന്റും."

"റോസിക്കു നാട്ടിൽ വേണ്ടപ്പെട്ടവരില്ലേ?"

"ഇല്ല!"

അയാളുടെ മുഖം പരിതാപകരമാംവിധം ചുവക്കുന്നത് അവൾ കണ്ടു.

ദയയോടെ അവൾ പറഞ്ഞു:

"ഒന്നും വിചാരിക്കരുത്! താങ്കളുടെ ധർമനിധിയിലേക്ക് ഇതും മുതൽക്കൂട്ടാവട്ടെ!"

കവർ കൈയിൽവച്ചുകൊണ്ട് അയാൾ റോസി കോണിച്ചോട്ടിലേക്ക് ആണ്ടുപോകുന്നതുവരെ നോക്കിനിന്നു.

താഴെ പുൽത്തകിടിയിലെത്തി അവൾ തിരിഞ്ഞു നോക്കി. സ്വാതന്ത്ര്യത്തിന്റെ മനോഹരമായ ഒരു ചിരിചിരിച്ച് അയാളുടെ നേർക്ക് കൈ വീശി വിട പറഞ്ഞു.

തനിക്കെങ്ങനെയാണ് ഈ അവസരത്തിൽ തുറന്നു ചിരിക്കാൻ കഴിഞ്ഞത്! അവൾ വിസ്മയിച്ചു.

പതിനഞ്ച്

മിസ്സ് ഹാർഡി അത്താഴം കഴിഞ്ഞു പുൽത്തകിടിയിൽ ഇരുന്നു പതിവുപോലെ നക്ഷത്രനിരീക്ഷണം നടത്തുകയായിരുന്നു.

ഇതാണ് പറ്റിയ സമയം. മിസ്സ് ഹാർഡിക്ക് താൻ പറയുന്നത് മനസിലാവും എന്ന് റോസിക്ക് തോന്നി. ഇനിയും ഒന്നരവർഷംകൂടി ഇവിടെ കഴിച്ചുകൂട്ടാൻ എനിക്കു വയ്യ. ഞാൻ നേഴ്സിങ് പരീക്ഷയ്ക്കു തയ്യാറാവുന്നില്ല. ഇത്രയും കാലത്തെ പരിശീലനംകൊണ്ട് കുറെയെല്ലാം പഠിച്ചു. കുട്ടിക്കാലം മുതൽക്കേ ഈ ജോലി അവൾക്കിഷ്ടമില്ലാത്ത ഒന്നായിരുന്നു.

മനുഷ്യനെ അവശനായി കാണുക, വേദനയാലും യാതനയാലും അപമാനവീകരണം സംഭവിച്ചുകൊണ്ടിരിക്കുന്ന മനുഷ്യൻ ജീവിതത്തെക്കുറിച്ച് ഒരിക്കലും പ്രതീക്ഷ ഉളവാക്കുന്നില്ല. രോഗവും വേദനയും മനുഷ്യരെ നീ ചെറുതാണ്, നിന്റെ ജീവിതം ക്ഷണികമാണ്, നീ കാണുന്നതും നേടിയതുമെല്ലാം നശ്വരമാണ് എന്നു നിമിഷംപ്രതി ഓർമ്മിപ്പിച്ചുകൊണ്ടിരിക്കുന്നു. മരണമാണ് യജമാനൻ. നീയൊരു ദാസൻ. മനുഷ്യനെ ഇങ്ങനെ ഒരു ക്ഷുദ്രജീവിയാക്കുന്ന ചുറ്റുപാടുകൾ അവളുടെ മനസിൽ വിരക്തിയും നിസ്സംഗതയും ഉളവാക്കി. ദേവികാറാണിയെപ്പോലുള്ള സങ്കൽപ്പജീവികൾ വല്ലപ്പോഴും വിരുന്നുവന്നു താമസിച്ചില്ലെങ്കിൽ ഇവിടത്തെ ജീവിതം സൂര്യനില്ലാത്ത നാളുകളാണ്.

കൂടെ പഠിക്കുന്ന പെൺകുട്ടികൾ അർധരാത്രി കഴിഞ്ഞും മെഴുകുതിരിവെളിച്ചത്തിൽ ഇരുന്നു പരീക്ഷയെന്ന മഹാപരീക്ഷണത്തിനു തയ്യാറാവുന്നു. അത് മരണത്തിന്റെയും രോഗത്തിന്റെയും മറ്റൊരവസ്ഥയാണ്.

എട്ടോ പത്തോ മണിക്കൂർകൊണ്ട് ഒരു പെൺകുട്ടിയുടെ അറിവുകളെ അളക്കുക. അവൾ ഒരു നേഴ്സാവാൻ യോഗ്യയാണ് എന്നു വിധി

ക്കപ്പെടുക! ഇത്തരം ഒരു വിധിന്യായത്തെ കാത്തിരിക്കാനോ അതിനു കീഴ്പ്പെടാനോ റോസിക്ക് തെല്ലും ആഗ്രഹമില്ല. ഞാൻ രോഗികളെ പരിചരിക്കാൻ വേണ്ടി സൃഷ്ടിക്കപ്പെട്ടവളല്ല എന്ന് മിസ്സ് ഹാർഡിയോടു നേരിട്ടങ്ങു പറഞ്ഞാലോ? മറിച്ച് ആലീസിന്റെ കൂടെ സമതലങ്ങളിലെ ഗ്രാമങ്ങളിൽ ചെന്നു മനുഷ്യരുമായി ഇടപഴകാം. ജീവിക്കാൻ ഉറച്ചിരിക്കുന്ന മനുഷ്യർ. പട്ടിണിക്കോ രോഗത്തിനോ കീഴ്പ്പെടുത്താൻ കഴിയാത്തവർ. രോഗം വരുമ്പോൾ അവർ അറിവിലുള്ള നാട്ടുചികിത്സ ചെയ്തുനോക്കും. മരിച്ചവന്റെ പേരിൽ കുറെ നാൾ ദുഃഖിക്കും. രോഗം മാറിയെണീറ്റവൻ വീണ്ടും ജീവിതത്തിന്റെ ഒഴുക്കിൽ മറ്റുള്ളവർക്കൊപ്പം എത്തിപ്പെടുന്നു.

രോഗചികിത്സയ്ക്ക് ഇവിടെയുള്ളതുപോലെ സന്നാഹങ്ങളെന്തിന്? ഇവിടെ രോഗികൾക്ക് ക്ലാസിഫിക്കേഷനുണ്ട്. ജനറൽ വാർഡ്, സ്പെഷൽ വാർഡ്, റോയൽ വാർഡ്, പുരോഹിതന്മാർക്ക് മറ്റൊരു വാർഡ്. രോഗത്തിനു മുമ്പിൽ, വേദനയ്ക്കു മുമ്പിൽ എല്ലാവരും സമന്മാരാണ് എന്ന മിനിമം തത്വമെങ്കിലും പാലിക്കപ്പെടാത്തതെന്ത് എന്ന ചോദ്യം അവളെ അസ്വസ്ഥയാക്കി. ദേവികാറാണിയെപ്പോലുള്ളവർ ഒന്നോ രണ്ടോ വർഷം കൂടുമ്പോൾ ഒരിക്കലോ മറ്റോ വന്നെന്നുവരും. കുറെനാൾ താമസിച്ചു മടുക്കുമ്പോൾ തിരിച്ചുപോകും. അത്തരക്കാർക്കു വേണ്ടി കൊട്ടാരംപോലുള്ള ഒരു കെട്ടിടം ഒഴിവാക്കിയിട്ടിരിക്കുന്നു. രോഗത്തിന്റെ കൂർത്ത നഖങ്ങളിൽ പ്രാപ്പിടിയന്റെ നഖങ്ങളിൽ കോഴിക്കുഞ്ഞെന്നപോലെ പിടയുന്ന ഒരു പാവം മനുഷ്യജീവിക്ക് അവൻ കിടക്കുന്ന മുറിയുടെ തറ മാർബിളാണെന്നതോ, ജനാലകളിൽ പട്ടുതിരശ്ശീലകളുണ്ടെന്നതോ, തന്റെ മെത്തയിൽ വിദേശനിർമ്മിതമായ വിശിഷ്ട രോമകംബളങ്ങൾ ഉണ്ടെന്നതോ ഒരു പ്രശ്നമേ അല്ല. അവന്റെ ലോകത്ത് അവനും രോഗവും മാത്രം.

മനോഹരമായി അച്ചടിപ്പിച്ച ഒരു സർട്ടിഫിക്കറ്റിനുവേണ്ടി ഇനിയും പതിനാറു മാസങ്ങൾ ഇവിടെ കഴിച്ചുകൂട്ടാൻ വയ്യ.

തന്റെ വൈരസ്യത്തെ ഇല്ലായ്മചെയ്യാൻ അപ്രതീക്ഷിതമായി ആരെങ്കിലും ഒരു നാൾ എത്തും. അന്ന് റോസിയുടെ അബോധമനസ്സ് മന്ത്രിച്ചു. അഡ്മിനിസ്ട്രേറ്റീവ് സെന്ററിൽ ഫയലുകളുമായി ഒരു നാൾ യെൽസങ്കി വരാം. ഫാദർ ജോൺ വരാം. സിസ്റ്റർ ആലീസ് ഏതെങ്കിലും ഒരു രോഗിയെയും കൂട്ടി എത്തിക്കൂടാ എന്നില്ല. തീർത്തും അനാഥയാക്കപ്പെട്ടാലുള്ള ഒരു വികാരം അവളെ ആക്രമിച്ചു കീഴടക്കി.

ഒരിക്കൽ എണ്ണയും വിളക്കുകരിയും പുരണ്ട ഒരു കാർഡ് മാർഗരറ്റ് റോസിക്ക് അയച്ചുകൊടുത്തു. റീ ഡയറക്ട് ചെയ്തുവന്നത്. മൂന്നു മാസങ്ങൾക്കു മുമ്പ് അമ്മച്ചി അയച്ചത്.

"നിനക്ക് സുഖമാണല്ലോ. കോഴ്സ് കഴിഞ്ഞിട്ടു നാട്ടിലേക്കു വന്നാൽ മതി. വേനലവധിക്ക് ആശുപത്രിയിൽ ഡ്യൂട്ടിയുണ്ടാവും എന്നാണ് മാർഗരറ്റ് പറഞ്ഞുകേട്ടത്. കൊച്ചാപ്പു നീയെന്താണ് വരാ

ത്തത് എന്നു ചോദിക്കുന്നു. നീയൊരു ഡാക്ടറായി തിരിച്ചുവരും എന്നാണ് അവൻ വിശ്വസിക്കുന്നത്. ചേച്ചി പതിവുപോലെ പുറത്തിറങ്ങുന്നില്ല. ഞായറാഴ്ചയും പുറത്തേക്കില്ല. പള്ളിയിൽ അവൾ പോകുന്നില്ല. നീ എല്ലാവർക്കും വേണ്ടി പ്രാർഥിക്കണം. മുടങ്ങാതെ പള്ളിയിൽ പോകണം."

അപ്രതീക്ഷിതമായി ഒരു മിന്നൽ കണ്ണിൽപ്പെട്ടതുപോലെ റോസി നിശ്ചേതനയായി. ഇരുട്ടിലൊളിഞ്ഞു കിടന്നിരുന്നവ വെളിച്ചത്തിൽ നഗ്നമായി.

മിസ്സ് ഹാർഡിയുടെ മണികിലുക്കംപോലുള്ള ശബ്ദം അവളെ ഉണർത്തി.

മറക്കാം. എല്ലാം മറക്കുകയാണ് ഭംഗി. അമ്മച്ചിക്ക് പിന്നീടെഴുതാം. പക്ഷേ, പിന്നീടൊരിക്കലും അവൾ ആ കത്തിനു മറുപടി അയയ്ക്കുകയുണ്ടായില്ല.

"നല്ലപോലെ ആലോചിച്ചിട്ടാണോ വിടാൻ തീരുമാനിച്ചത്!" മിസ്സ് ഹാർഡി ചോദിച്ചു.

"അതെ." മിസ്സ് ഹാർഡിയുടെ ഉടുപ്പിന്റെ ലേസിൽ ഒരു നിശാശലഭം വന്നിരിക്കുന്നതു നോക്കി റോസി പറഞ്ഞു.

"കുട്ടീ, ജീവിതം ഇതൊക്കെയാണ്. ഈ ക്യാമ്പസ്സും പുറത്തെ ലോകവും തമ്മിൽ വലിയ വ്യത്യാസമൊന്നും കാണില്ല."

"എന്നാലും ഇവിടത്തെ യാന്ത്രികത ഗ്രാമീണരുടെ ഇടയിൽ ഉണ്ടാവില്ലല്ലോ? അല്ലെങ്കിൽ ഏതെങ്കിലും ഒരു പട്ടണത്തിൽ."

"നീയെന്തു ചെയ്യും?"

"സിസ്റ്റർ ആലീസിന്റെ കൂടെ പ്രവർത്തിക്കും."

മിസ്സ് ഹാർഡിയുടെ മിഴികളിൽ യൗവനം ഒരു നിമിഷ നേരം മിന്നി മറഞ്ഞു. യുവത്വം വിടാത്ത അവരുടെ മുഖം കുറെക്കൂടി ചെറുപ്പമായി. അവർ ഒരുപക്ഷേ, താൻ വിട്ടുപോന്ന മാതൃരാജ്യത്തെക്കുറിച്ച് ഓർക്കുകയാവാം. പ്രവർത്തിക്കാനുള്ള ഉത്സാഹമാണ് അവരെ ഈ രാജ്യത്തെത്തിച്ചതെന്ന് ആലീസ് പറഞ്ഞു. അവർ ഇവിടെ വരുമ്പോൾ ഗംഗയുടെ ഈ തീരം വൃക്ഷങ്ങൾ ഇടതിങ്ങിയ ഒരു തിരസ്കൃതഭൂമിയായിരുന്നു. ഒരു ചെറിയ ഷെഡ്ഡിൽ നിന്ന് ആരംഭിച്ച ആതുരസേവനം പടർന്നു പന്തലിച്ച് ഒരു പ്രസ്ഥാനമായി മാറിയിരിക്കുന്നു. ഔട്ട് പോസ്റ്റുകളിലെ ഡിസ്പെൻസറികളിലേക്കു മരുന്നു കൊണ്ടുപോകാനും പോഷകാഹാരം കൊണ്ടുപോകാനും സേവനോത്സുകരായ മെഡിക്കൽ മിഷൻ സിസ്റ്റർമാർ വരുന്നു. ഡോക്ടർമാരുടെ അടുത്തുപോയി ഉപദേശം തേടുന്നു. തിരിച്ചു പോകുന്നു. അവരിൽ പലരേയും റോസിക്ക് ഇപ്പോൾ മുഖപരിചയമായി.

ആലീസിന്റെ ഗ്രാമത്തിൽ നിന്നു വന്ന ഒരു സ്ത്രീയോടു റോസി ചോദിച്ചു:

"എന്താണ് ആലീസ് വരാത്തത്?"

"അവർ കിടപ്പിലാണ്. ആസ്ത്മ!"

പിന്നെ ആലോചിച്ചില്ല. മാഡം ഹാർഡി അനുഭാവം പ്രകടിപ്പിച്ചു.

അവർ അനുഗ്രഹിച്ചു: —"നന്നായി വരും."

"നന്ദി. ഞാൻ പിന്നീടുവന്നു കാണാം."

മരുന്നുപെട്ടികൾക്കും സോയാബീൻ എണ്ണ ടിന്നുകൾക്കും ഇടയിൽ മെഴുക്കു പുരണ്ട സീറ്റിൽ അഞ്ചു മണിക്കൂർ. ഇടയ്ക്കു ഗംഗയുടെ പുടവത്തുമ്പ് കണ്ണിൽപ്പെട്ടു. പുരാതനമായ കെട്ടിടങ്ങളും ഇടിഞ്ഞു തകർന്ന കൊട്ടാരങ്ങളും നഷ്ടപ്രതാപം അയവിറക്കുന്ന പുരികളും അവളോടു പറയുന്നു.

ഞാനെങ്ങോട്ടാണ് ഇറങ്ങിത്തിരിച്ചിരിക്കുന്നത്. റോസി അത്ഭുതപ്പെട്ടു. കാണാപ്പുറങ്ങൾ തേടിയുള്ള ഈ യാത്രകൾ തന്നെ എവിടെ എത്തിക്കും എന്നതിനെപ്പറ്റി അവൾ ആലോചിച്ചതേയില്ല. വ്യവസ്ഥാപിതമായ ഒരു യാന്ത്രികജീവിതം ഇല്ലാത്ത ഏതു സ്ഥലവും തനിക്കു ചേരും.

അവളുടെ സമപ്രായക്കാരായ പെൺകുട്ടികൾ, നാട്ടിൽ നിന്ന് ഇര തേടിവന്നെത്തിയവർ, സ്വന്തമായ സ്വപ്നങ്ങൾ താലോലിച്ചു കഴിയുകയാണ്. സ്റ്റൈപ്പന്റ് തുക മിച്ചം വച്ച് അവർ നാട്ടിലയയ്ക്കുന്നു. അപ്പനുമമ്മയും തങ്ങൾക്കുവേണ്ടി സ്ത്രീധനം സ്വരൂപിക്കുന്നു. അതിലേക്കു ചെറിയൊരു മുതൽക്കൂട്ട്. റോസ്മേരിക്കു ചിരിവന്നു. ജീവിതം കഴുതയുടെ പുറത്തെ വിഴുപ്പായി കൊണ്ടുനടക്കുന്നതെന്തിന്?

ഏകാന്തത അവളെ അസ്വസ്ഥയാക്കി. ജനത്തിരക്കുള്ള വീഥികൾ വിട്ട് ജീപ്പ് മാന്തോപ്പുകൾക്കിടയിലുള്ള ഒരു ചെറിയ ഇഷ്ടികക്കെട്ടിടത്തിന്റെ സമീപം നിന്നു. ചരക്കുകൾ ഇറക്കുന്നതിനിടയിൽ റോസി തന്റെ ലോകം നിരീക്ഷിച്ചു. പുരാതനമായ പൊടിയണിഞ്ഞു കിടക്കുന്ന ചരിത്ര കാലത്തെ ഒരു പട്ടണം, പട്ടണത്തിന്റെ പരിസരം കൃഷിഭൂമികൾ. കിരീടമണിഞ്ഞ കുതിരകൾ ഏന്തിവലിഞ്ഞ് വണ്ടി വലിക്കുന്നു. ഓരോ വണ്ടിയിലും എത്രയധികം യാത്രക്കാർ! മുട്ടിയുരുമ്മി ചേർന്നിരുന്നും മടിയിലിരുന്നും ചിരിച്ചുല്ലസിച്ചു ജീവിതത്തെ ഒരു പന്തുപോലെ തട്ടിക്കളിക്കുന്ന മനുഷ്യർ.

റോസിയുടെ മനസിൽ കുളിർമ വീണു.

മരയഴികൾ ചേർത്തു നിർമിച്ച പടിവാതിൽ ചാരി നില്ക്കുന്നു. ആലീസ്!

സ്വറ്റർ ധരിച്ച്, അതിൻമീതെ ഷാൾ പുതച്ച് അവൾ വെയിൽ കായുകയും തന്നെ കാത്തുനിൽക്കുകയുമാണെന്നു തോന്നി.

"ഞാൻ വരുമെന്ന് ആരു പറഞ്ഞു?"

"പറയാതെതന്നെ എനിക്കറിയാമായിരുന്നു. ഒരു ദിവസം റോസി ഇവിടെ എത്തുമെന്ന്!"

അവർ കൈകോർത്ത് അകത്തു കടന്നു. തണുപ്പു കെട്ടിപ്പിടിച്ചു നിൽക്കുന്ന മാന്തോപ്പ്. തണുത്ത കൈകൾ നീട്ടി മാവുകൾ റോസിയെ

സ്വീകരിക്കുവാൻ വെമ്പുന്നു.

മരുന്നുകൾ സൈഡ്റൂമിൽ അടുക്കിവച്ചു ചുമട്ടുകാർ പോയി. റൊട്ടിയും സബ്ജിയും പങ്കിടുന്നതിനിടയിൽ റോസി ചോദിച്ചു:

"എങ്ങനെയുണ്ട് നിന്റെ അസുഖം?"

"പതിവുപോലെ. ഇവിടുത്തെ പൊടിക്കാറ്റ് എന്നെ കൊല്ലും എന്നാണ് തോന്നുന്നത്."

ആലീസ് പിന്നെയും ക്ഷീണിച്ചിരിക്കുന്നു. അവളുടെ ഉടലിൽ എല്ലും തൊലിയും പിന്നെ ഈ കനത്ത രോമക്കുപ്പായവും. ഒരു റൊട്ടി മുഴുവനും കഴിക്കാനാകാതെ ഏറെനേരം അവൾ പ്ലേറ്റിനു മുൻപിലിരുന്നു.

റോസിക്ക് നല്ല വിശപ്പുണ്ടായിരുന്നു. കാലത്ത് ഒരു കട്ടൻകാപ്പി കഴിച്ചിറങ്ങിയതാണ്.

മരുന്നുവണ്ടി തയ്യാറായി മുറ്റത്തു നിൽക്കുമ്പോൾ പ്രാതൽ വിളമ്പുന്നുണ്ടായിരുന്നു. അവൾ നേരെ വണ്ടിയിൽ ചെന്നു കയറി.

യാത്രയിലുടനീളം മരുന്നുപെട്ടികൾക്ക് അകമ്പടി സേവിച്ച ഗ്രാമത്തിലെ സ്ത്രീയും കൂട്ടുകാരിയും വാതോരാതെ സംസാരിച്ചുകൊണ്ടിരുന്നു.

തണുത്ത കിടപ്പറയുടെ മൂലയ്ക്ക് നെരിപ്പോടെരിഞ്ഞു. തീപ്പിടിച്ച കൽക്കരിത്തുണ്ടുകൾ വലിയ കനലുകളാവാൻ ഒരുങ്ങുന്നു. ഇടയ്ക്ക് അവ പിളരുന്ന നേരിയ ശബ്ദം മുറിയുടെ നിശ്ശബ്ദതയെ ഭഞ്ജിച്ചു.

"റോസീ നമുക്കൊരു ചൂടുകാപ്പി കഴിക്കാം."

നെരിപ്പോടിനടുത്തേക്കു ചാരുകസേര വലിച്ചിട്ട് ആലീസ് പറഞ്ഞു. അന്തരാളത്തിൽ നിന്ന് ഒരു ചുമ ആലീസിനെ പിളർന്ന് പുറത്തു വന്നു കിതച്ചു.

കെറ്റിൽ താഴെയിട്ട് റോസി ഓടിച്ചെന്നു.

"ആലീസ്, നീയെന്തിനാണ് തണുപ്പിൽ പുറത്തുവന്നു നിന്നത്?"

"ആരെങ്കിലും വരുന്നുണ്ടോ എന്നു നോക്കുകയായിരുന്നു."

"ആരെങ്കിലും?"

"ഇന്നു രാത്രി ജില്ലാ ഹെഡ്ക്വാർട്ടേഴ്സിൽ മോർച്ചയുടെ ഒരു യോഗം നടക്കുന്നുണ്ട്".

"എന്താണ് അവിടെ ചർച്ചചെയ്യപ്പെടുക?"

"അവരുടെ പല പ്രശ്നങ്ങൾ. സ്വന്തം സംസ്ഥാനം, സ്വന്തം മന്ത്രിമാർ, കങ്കാണിമാർ എന്നിവരൊക്കെ അവർക്കും വേണമെന്ന്."

"ആലീസ് നീ ഇത്തരം കാര്യങ്ങളിൽ ചുമ്മ തലയിടുകയാണ്."

"പക്ഷേ, അവരുടെ ജീവിതവുമായി ബന്ധപ്പെട്ട കാര്യങ്ങൾ കാണാതൊക്കുമോ?"

റോസി സംസാരം തുടർന്നില്ല. കാപ്പിക്കഷായം കുറേശ്ശെ നുണഞ്ഞുകൊണ്ട് അവൾ ഇഷ്ടിക പടുത്ത നെരിപ്പോടിനടുത്തു കാൽ നീട്ടിയിരുന്നു.

പൊടുന്നനെ ആലീസ് തല ഉയർത്തി പുറത്തേക്കു നോക്കി.

"റോസീ ആരോ വന്നിട്ടുണ്ടെന്ന് തോന്നുന്നു."

മുറ്റത്തു കാത്തു നിൽക്കുന്ന ഗ്രാമീണൻ പറഞ്ഞു:

"യോഗം എത്രമണിക്കാണെന്നു ചോദിക്കുന്നു."

"രാത്രി ഒൻപതു മണിക്ക്."

വളരെ മുഷിഞ്ഞ വസ്ത്രം ധരിച്ച അയാൾ ഒരു ഗോപാലകനാണെന്നു തോന്നി. അയാളുടെ കൈയിൽ ഒരു കാലിക്കോലും അയാളുടെ ശരീരത്തിൽ എരുമയുടെ ചൂരും ഉണ്ടായിരുന്നു.

സന്ധ്യയ്ക്കു ലൈറ്റിട്ട് അവർ ഏകാന്തതയിൽ നിശ്ശബ്ദരായി ഇരുന്നു. മുറ്റത്തെ വൃക്ഷത്തിൽ ചേക്കേറിയ കിളികൾ കലമ്പുന്നു.

"റോസിക്ക് എന്താണ് അത്താഴത്തിന്? റൊട്ടിയോ കഞ്ഞിയോ?" കഞ്ഞി എന്ന വാക്ക് അവളിൽ ഗൃഹാതുരത്വം ഉളവാക്കി. അവൾ കഞ്ഞി കഴിച്ചിട്ട് അനേകം നാളുകളായിരുന്നു. കഞ്ഞി നാട്ടിന്റെ ഓർമയാണ്. ചുവന്ന കൈക്കുത്തരിയുടെ കഞ്ഞി. പനിപിടിക്കുമ്പോൾ കഞ്ഞിയുടെ കൂടെ കുരുമുളകും തേങ്ങയും അരച്ച ചമ്മന്തി ഉണ്ടാക്കുമായിരുന്നു അമ്മച്ചി.

അവൾ പൊടുന്നനെ ചോദിച്ചു:

"ആലീസ്, കുരുമുളകുണ്ടോ ഇവിടെ?"

ആലീസ് ചിരിച്ചു.

"തേങ്ങായും ഉണ്ട്. ഫാദർ ജോൺ നാട്ടിൽപോയി വന്നപ്പോൾ രണ്ടു കൊപ്രകൾ എനിക്കും തന്നു. ഷെൽഫിനു മുകളിലുണ്ട്."

"റോസീ, ഞാൻ അത്താഴം കഴിക്കാറില്ല. ഇന്നു നീ വന്നതു കൊണ്ട്."

കഞ്ഞി കുടിച്ചപ്പോൾ ആലീസ് വല്ലാതെ വിയർത്തു. അവൾ തുടരെ ചുമയ്ക്കാൻ തുടങ്ങി. ചുമകേട്ടു മരച്ചില്ലകളിൽ ചേക്കേറിയ കിളികൾ ഉണർന്നു കരഞ്ഞു.

"ആലീസ്, നിനക്കിവിടെ മരക്കൊമ്പിൽ ഒരുപാട് കൂട്ടുകാരാണ്."

"മനുഷ്യരും മൃഗങ്ങളും മരങ്ങളുമെല്ലാം ഇവിടെ എന്റെ കൂട്ടുകാരാണ്."

ചില്ലകളിൽനിന്ന് ഇലകൾ അടർന്നു വീഴുന്ന ശബ്ദം കേൾക്കാം. തറയിൽ വീണ കരിയിലകൾ ഞരങ്ങുന്നു.

ജനലുകൾ ചേർത്തടച്ചു നെരിപ്പോടിൽ കുറെക്കൂടി കരിക്കട്ടകൾ കുമിച്ചുകൂട്ടി ആലീസ് പറഞ്ഞു.

"റോസി യാത്രകഴിഞ്ഞു വന്നതല്ലേ, ഉറങ്ങിക്കോളൂ. പക്ഷേ, നിനക്കു പരിചയമുള്ള ഒരാൾ ഇന്നു വരുന്നവരുടെ കൂട്ടത്തിലുണ്ട്."

"അവർ എത്രപേരുണ്ടാവും?"

"ഓരോ ഗ്രാമത്തിൽനിന്ന് ഒരാൾവീതം. പന്ത്രണ്ടോ പതിമൂന്നോ പേരുണ്ടാവും."

അറിയുന്ന ഒരാൾ! അതാരായിരിക്കും? യെൽസങ്കിയാണ് ആദ്യം ഓർമയിലെത്തുന്നത്. ആദ്യം? അവസാനമായും അയാൾ തന്നെ! മറ്റാരെയാണ് ഓർക്കാനുള്ളത്? അവളുടെ ജീവിതത്തിൽ പുരുഷന്മാർ കുറവാണ്. യൗവനത്തിലേക്കു കടക്കുമ്പോൾ ഉണ്ടായ അനുഭവം അവളുടെ മനസിന്റെ ഒരു ഭാഗം മരവിപ്പിച്ചുകളഞ്ഞിരിക്കുന്നു. നന്നെ ചെറിയ ഏതോ ഒരു വാതായനത്തിലൂടെ യെൽസങ്കിയുടെ മൃദുലവും ഗ്രാമ്യവുമായ സ്വരം പ്രവേശിക്കുന്നു. പുറകെ നിഷ്കളങ്കമായ ചിരി. പൗരോഹിത്യമല്ലാതെ ഏതു ജോലിയും ചെയ്യാനുള്ള പ്രസരിപ്പ്. ഫാദർ ജോൺ എന്തു കാരണത്താലാണ് യെൽസങ്കിക്ക് തീരെ യോജിക്കാത്ത ഒരു തൊപ്പി ചാർത്തിക്കൊടുത്തതെന്ന് റോസി അത്ഭുതപ്പെട്ടു.

അവൾ പൊടുന്നനെ ആലീസിനോടു ചോദിച്ചു:

"ആലീസേ, ഗ്രാമീണരുടെ ഇടയിലെ ഒരനാഥക്കുട്ടിയെ സന്ദർഭം കിട്ടിയാൽ ആലീസ് എടുത്തു വളർത്തി എന്നു വയ്ക്കുക. അവനെ അല്ലെങ്കിൽ അവളെ നീ പഠിക്കാനയയ്ക്കുന്നു. മികച്ച വിദ്യാഭ്യാസം നൽകുന്നു. അവൻ ഒരു യുവാവായാൽ അല്ലെങ്കിൽ അവളൊരു യുവതിയായാൽ നീ ഏതു വഴിയാണ് നിർദ്ദേശിച്ചു കൊടുക്കുക?"

വീണ്ടും ചാരുകസേരയെ ശരണം പ്രാപിച്ച ആലീസ്, കരിമ്പടം കൊണ്ടു നന്നായി പുതച്ച് അടുപ്പിൽ എരിഞ്ഞുകൊണ്ടിരിക്കുന്ന തീക്കട്ടകളിൽ മിഴിയൂന്നിയിരിക്കയായിരുന്നു.

റോസിയുടെ അസാധാരണമായ ചോദ്യം അവളെ അന്ധാളിപ്പിച്ചു. റോസിയുടെ മിഴികളിൽ അഗ്നി ജ്വലിക്കുന്നു. അവളുടെ മുഖത്ത് തീക്കനലിന്റെ പ്രഭ പ്രതിഫലിക്കുന്നു.

കുറച്ചു നേരത്തെ മൗനത്തിനു ശേഷം ആലീസ് പറഞ്ഞു:

"ഞാനവനെ, ഒരു മനുഷ്യനാക്കും. മനുഷ്യനായിക്കഴിഞ്ഞാൽ, മുതിർന്നു കഴിഞ്ഞാൽ എങ്ങോട്ടു തിരിയണമെന്ന് ആ വ്യക്തി സ്വയം തീരുമാനിച്ചുകൊള്ളും. ആ ഒരു തീരുമാനം എടുക്കാനുള്ള തന്റേടം ആ കുട്ടിയിൽ ഉണ്ടാക്കിയെടുക്കുക എന്നതായിരിക്കും എന്റെ ലക്ഷ്യം!"

"സ്വാർഥത! അപ്പോഴും നമ്മുടെ ആഗ്രഹത്തിനാണ് നാം വില കൽപ്പിക്കുന്നത്!"

"മനുഷ്യനാക്കുകയെന്നത് എന്റെ മാത്രം ആഗ്രഹമാവില്ലല്ലോ! മനുഷ്യൻ മനുഷ്യനാവുക എന്നത് ഒരു സ്വാഭാവികപ്രക്രിയകൂടിയല്ലേ! അതിനുള്ള സാഹചര്യം ഒരുക്കുക എന്നതായിരിക്കും ഞാൻ ചെയ്യുക!"

"പെൺകുട്ടിയാണെങ്കിൽ ആലീസിനെപ്പോലെ ഒരു ഗ്രാമസേവികയോ മറ്റോ ആക്കാൻ ശ്രമിക്കുമായിരിക്കും."

"ഇല്ല. ഒരിക്കലുമില്ല. അവളിൽ ജന്മനാ ഒരഭിരുചി ഉണ്ടാവുമല്ലോ!"

"അങ്ങനെ എല്ലാവരിലും ഉണ്ടാവില്ലേ?"

ആലീസ് കസേര തിരിച്ചിട്ടു. ഇപ്പോൾ റോസിയും ആലീസും അഭിമുഖമാണ്. അവരുടെ വലത്തെ കോണിൽ നെരിപ്പോടെരിയുന്നു. ഇരുവ

രുടെ മുഖത്തും പ്രകാശമുണ്ട്.

ആലീസ് റോസിയെ കുറെനേരം സൂക്ഷിച്ചുനോക്കി. വാചാലമായ മൗനം. നെരിപ്പോടിൽ കനലുകൾ മുതിരുകയും പിളരുകയും ചെയ്യുന്നു.

"റോസീ, നീ യെൽസങ്കിയെക്കുറിച്ചാണ് ചിന്തിക്കുന്നത്!"

"അതെ!" നന്നെ പതിഞ്ഞ ഒരു സ്വരത്തിൽ റോസി തുടർന്നു.

"വാസ്തവത്തിൽ ഫാദർ ജോൺ ചെയ്തത് അനീതിയല്ലേ? ബദാം കൃഷിചെയ്തും ജട്ടിങ്കി ആട്ടി എണ്ണയെടുത്തും കർമനൃത്തം ചെയ്ത് ആഹ്ലാദിച്ചും കഴിയേണ്ട ഒരു ആൺകുട്ടിയെ കൃത്രിമമായ ഒരു വിദ്യാഭ്യാസത്തിന് അടിപ്പെടുത്തി, തിയോളജി പഠിപ്പിച്ച് ഒരു പുരോഹിതനാക്കി! എന്തിനായിരുന്നു? ഫാദർ ജോണിന്റെ ആത്മസംതൃപ്തിക്ക് എന്നു ഞാൻ പറയും. ആദിവാസികളായ ഗ്രാമീണരുടെ ഇടയിൽ മതം പ്രചരിപ്പിക്കാൻ ഒരു ഉപകരണം ഉണ്ടാക്കിയെടുക്കുകയായിരുന്നു ഫാദർ ജോൺ!"

റോസിയുടെ ശബ്ദത്തിലെ വ്യസനവും കാർക്കശ്യവും ആലീസിനെ അമ്പരപ്പിച്ചു.

"മറിച്ച് ആലീസിന്റെ കാര്യം എടുക്കുക! കെട്ടിച്ചയയ്ക്കാൻ പാകത്തിന് വളർത്തുകയായിരുന്ന ആലീസിനെ കന്യാസ്ത്രീയാക്കാൻ വീട്ടുകാർക്കു താൽപ്പര്യമില്ലായിരുന്നു. അവരുടെ താൽപ്പര്യത്തെ മറികടന്ന് ആലീസ് ഇവിടെയെത്തി. എന്താ കാരണം? ആലീസിന് എവിടുന്നു കിട്ടി ആ ധൈര്യം?"

"ജന്മനാ ഉണ്ടായിരുന്നിരിക്കാം!"

"എന്നു പറഞ്ഞാൽ നിന്റെ ആത്മാവിനെ അടിമപ്പെടുത്തുന്നതൊന്നും വളർന്നു വന്ന ചുറ്റുപാടിൽ ഉണ്ടായിരുന്നില്ല! യെൽസങ്കിയെ നോക്കുക. അനാഥനാണ് എന്ന വസ്തുത ജീവിതത്തിന്റെ ഓരോ ചുവടിലും അയാളെ ഒരു നിഴലുപോലെ പിൻതുടർന്നിരിക്കണം.മറ്റൊരു മാർഗത്തെക്കുറിച്ചു ചിന്തിക്കാൻ അയാൾക്കാവുമായിരുന്നില്ല."

ആലീസ് റോസിയെ ഏറെ നേരം നോക്കിക്കൊണ്ടിരുന്നു. വലിയമ്മാവനെപ്പോലൊരാൾ തനിക്കു വഴികാണിക്കാനുണ്ടായത് ഭാഗ്യമെന്ന് അവൾ കരുതി. വലിയമ്മാവനിൽ ഒരു വൃദ്ധന്റെ വ്യവസ്ഥാപിത ചിന്തകളൊന്നും ഇല്ല. അദ്ദേഹം പറഞ്ഞു:

"ആലീസ്, നീ വിവാഹിതയാവാൻ ഉദ്ദേശിക്കുന്നില്ലെങ്കിൽ വേണ്ട! വിവാഹം ഒരു പെൺകുട്ടിയുടെ അൾട്ടിമേറ്റ് എയിം അല്ല. ആവുകയുമരുത്. നീ യുക്തംപോലെ ചെയ്യുക! പുരോഹിതപ്പട്ടം നിനക്കുവേണ്ടെങ്കിൽ അതും സ്വീകരിക്കേണ്ട! ഫാദർ ജോൺ എന്റെ സുഹൃത്താണ്. നിനക്കു പ്രവർത്തിക്കാനുള്ള മണ്ഡലം അദ്ദേഹം നിർദേശിച്ചുതരും. ഉചിതമെന്നു തോന്നിയാൽ നീ സ്വീകരിക്കുക. വേണ്ടെന്നു തോന്നുമ്പോൾ തിരിച്ചു വരിക!"

അമ്മാവന് ഒരു കത്തെഴുതാൻ വൈകി എന്ന് ആലീസിനു തോന്നി.

യെൽസങ്കി കുർജിയിലെ അഡ്മിനിസ്ട്രേറ്റീവ് സെന്ററിൽ നിന്നു മടങ്ങുന്നവഴിയാണ്. റോസി ആലീസിന്റെ അടുത്തേക്ക് പോന്നിട്ടുണ്ടാവുമെന്ന് അയാൾ ഊഹിച്ചു. വഴിക്ക് ആലീസിനെ കണ്ടു നാലുവാക്കുകൾ സംസാരിക്കാതെ യെൽസങ്കി തന്റെ ആസ്ഥാനത്തേക്കു മടങ്ങാറില്ല.

അടുത്ത മുറിയിൽ യോഗത്തിൽ പങ്കെടുക്കാൻ പോകുമ്പോൾ ആലീസ് പറഞ്ഞു:

"യെൽസങ്കി വന്നാൽ കാപ്പി ഉണ്ടാക്കിക്കോളൂ. കെറ്റിൽ എളുപ്പം ചൂടാവും. ഷെൽഫിൽ തിന്നാൻ പറ്റിയ ഒരു സാധനം ഇരിപ്പുണ്ട്. അതും നാട്ടിൽനിന്നു വന്നത്."

പതിനാറ്

രാത്രി, സമീപമുള്ള റെസ്റ്റ് ഹൗസിൽ താമസിച്ചു, പുലരുമ്പോഴാണ് യെൽസങ്കി വന്നത്.

ഇലകൾ മുഴുവനും പൊഴിഞ്ഞ മരങ്ങൾ അതിരിടുന്ന വഴിയിലൂടെ ഒച്ചവച്ചു നടന്നു വന്ന അയാൾ മാന്തോപ്പിൽ ഇലപൊഴിയാത്ത മരങ്ങളുടെ തണുപ്പിൽ നിന്ന് ഉറക്കെ വിളിച്ചു.

"ഗുഡ്മോണിങ് സിസ്റ്റർ ആലീസ്! ഒന്നുവേഗം വാതിൽ തുറക്കുക! ഞാൻ മരവിച്ചു മരിച്ചുപോവും മുമ്പ്!"

അകത്ത് ലൈറ്റ്, ചിമ്മിനിയിലൂടെ പുക ഉയരുന്നു, ആൾപെരുമാറ്റം. യെൽസങ്കിയുടെ ശബ്ദം വളരെ നേർത്ത് ജനലുകൾ ചേർത്തടച്ച മുറിയിൽ പ്രവേശിച്ചു. തണുപ്പുകാരണം റോസിക്ക് ഉറങ്ങാൻ കഴിഞ്ഞിരുന്നില്ല.

അവൾ കാതോർത്തു. അതെ, യെൽസങ്കിതന്നെ! മഞ്ഞിൽ കുതിർന്ന ശബ്ദം. അതിനു വെയിൽനാളത്തിന്റെ പ്രസരിപ്പില്ല.

ആലീസ് ഉറങ്ങുകയാണ്. അർധരാത്രി എപ്പോഴോ ആണ് അവൾ വന്നു കിടന്നത്. കുറെനേരം യോഗത്തിൽ സംബന്ധിക്കുന്നവരുടെ ഉറച്ചശബ്ദങ്ങൾ റോസിയെ അലോസരപ്പെടുത്തിയിരുന്നു. കൂടു കൂട്ടാനൊരുങ്ങിയ ഉറക്കം. അപരിചിത ശബ്ദങ്ങൾ കേട്ടു പറന്നകന്നു.

ഫ്ളാസ്കിൽനിന്നു കാപ്പി പകർന്നു കഴിച്ച് ആലീസ് ഇപ്പോൾ ഉറങ്ങിയതേയുള്ളൂ. അടുത്ത ദിവസം അവളെ ആശുപത്രിയിൽ കൊണ്ടുപോകണമെന്ന് റോസി ഉറച്ചു. അവരുടെ മോർച്ചയും മണ്ണാങ്കട്ടിയും! ആദ്യം ആരോഗ്യം വീണ്ടുകിട്ടട്ടെ! നല്ല മുഹൂർത്തത്തിലാണ് താൻ എത്തിച്ചേർന്നതെന്ന് റോസിക്കു തോന്നി.

ആശ്വാസത്തോടെ അവൾ ചിന്തിച്ചു.

—യെൽസങ്കിയുടെ വണ്ടിയിൽ ഇന്നുതന്നെ ആശുപത്രിയിലേക്ക്.

"ആലീസ് സിസ്റ്റർ...."പുറത്തുനിന്നു വീണ്ടും.

റോസി വാതിലിന്റെ സാക്ഷനീക്കി, പാതിപൊളി തുറന്നു.

എന്തോ പറയാനാഞ്ഞ യെൽസങ്കി, ആശ്ചര്യസ്തബ്ധനായി നില കൊണ്ടു. ഡിസംബറിന്റെ ശൈത്യം അവരെ തിക്കിത്തിരക്കി അകത്തു കടക്കാൻ വെമ്പി.

യെൽസങ്കിക്ക് അകത്തേക്കു കടക്കാനിടമുണ്ടാക്കി, റോസി ഉടനെ തന്നെ കതകടച്ചു.

തലേന്നു രാത്രി മുഴുവനും എരിഞ്ഞ നെരിപ്പോടിന്റെ ഉൾത്താപം മുറിയിൽ തങ്ങിനിൽപ്പുണ്ട്. മഞ്ഞിൽകുതിർന്ന രോമത്തൊപ്പിയും സ്വെറ്ററും അഴിച്ചു ചുമരിലെ ആണിമേൽ തൂക്കി യെൽസങ്കി നെരിപ്പോടിന്റെ അടുത്തു തറയിൽ നിന്നു. ഇളംചൂടുള്ള തറ.

ഗ്രാമീണർ അവരുടെ ശൈലിയിൽ ഉണ്ടാക്കിക്കൊടുത്തിരിക്കുന്ന ആ നെരിപ്പോട് ആലീസിനെ തണുപ്പിൽനിന്നു സംരക്ഷിക്കുന്നു. ആലീസിനെ കാണാൻ വരുന്നവരെയും സംരക്ഷിക്കുന്നു. മണ്ണിഷ്ടികകളും കുഴമണ്ണും ചേർത്തു മെനഞ്ഞ ആ ചെറിയ ചൂള, ഏത് ഇലക്ട്രിക് റൂം ഹീറ്ററിനെക്കാളും വിശ്വസിക്കാൻ കൊള്ളാവുന്നതും സുഖകരവുമാണ്.

കൈത്തലങ്ങൾ നിവർത്തി, ചുരുട്ടി, ചൂടുപിടിപ്പിച്ച് യെൽസങ്കി പറഞ്ഞു:

"മേരി ഇവിടെ ഉണ്ടാവുമെന്നു പ്രതീക്ഷിച്ചില്ല. ആലീസിനു രോഗം അധികമായിട്ടു വിളിപ്പിച്ചതാണോ?"

മേരി നിഷേധാർഥത്തിൽ തലയാട്ടി. ബ്രൗൺ പാന്റ്സും വെളുത്ത ഷർട്ടും ധരിച്ചു മുമ്പിൽ നിൽക്കുന്ന ഈ യുവാവ് ഒരു പുരോഹിതനാണെന്ന് ആർ പറയും? അച്ചടക്കമില്ലാത്ത അയാളുടെ മിഴികൾ റോസിയുടെ ദേഹത്തിലുടനീളം പാറിക്കളിച്ചു. ഒരു ബാലന്റെ ജിജ്ഞാസയോടെയുള്ള നോട്ടം. വികാരാധിക്യം കൗമാരത്തിന്റെ പരിഭ്രമം വെടിഞ്ഞു, കൂടുവെടിഞ്ഞു സ്വാതന്ത്ര്യം പ്രഖ്യാപിക്കുമ്പോലെ. അയാളിലെ ഓരോ അണുവിലും റോസിയോടുള്ള ആരാധന നിറഞ്ഞുനിന്നു. റോസി തന്റെ ഗ്രാമത്തിലെ ഒരു പെണ്ണായിരുന്നെങ്കിൽ, ഇരുകൈകൊണ്ട് കോരിയെടുത്ത് അയാൾ നൃത്തം ചെയ്തേനെ. പക്ഷേ, ഇത് മിസ്സ് റോസ്മേരിയാണ്. അന്യനാട്ടിൽനിന്നു പഠിക്കാൻ വന്നു ചേർന്ന പെൺകുട്ടി. അവളോടു മര്യാദക്കേടു കാണിക്കരുത്! യെൽസങ്കി പുറംതിരിഞ്ഞ് അണയാൻ കൂട്ടാക്കാത്ത നെരിപ്പോടിൽ നോക്കി നിന്നു.

ബക്കറ്റിൽനിന്ന് ഏതാനും കരിക്കട്ടകൾകൂടി നെരിപ്പോടിൽ പെറുക്കിയിട്ട് റോസി ഫ്ളാസ്കിലെ കാപ്പി പകർന്ന് യെൽസങ്കിയുടെ അടുത്തുവന്നു. അവൾ പറഞ്ഞു:

"രാത്രി ഉണ്ടാക്കിയതാണ്. ചൂടാറീട്ടില്ല. ഉടനെ കഴിക്കണം!"

"മേരീ നീയെപ്പോൾ വന്നു?"

"ഇന്നലെ"

"ഇന്നു മടങ്ങുന്നുണ്ടോ? ഞാൻ കൂർജിയിലേക്കാണ്. വൈകിപ്പോയതിനാൽ ഇന്നലെ റെസ്റ്റ് ഹൗസിൽ തങ്ങിയതാണ്."

"ഇല്ല. ഞാൻ ഇനി അങ്ങോട്ടു പോകുന്നില്ല."

പാതിയായ കാപ്പിക്കോപ്പ കൈയിൽ വച്ച് യെൽസങ്കി ചോദിച്ചു.

"മേരിയുടെ കോഴ്സ് കഴിഞ്ഞില്ലല്ലോ!"

"ഇല്ല"

"പിന്നെ?"

"പരീക്ഷ എഴുതാമെന്നും പാസ്സാകാമെന്നും ഞാനാർക്കും വാക്കു കൊടുത്തിട്ടില്ല. ഞാനൊരു നേഴ്സാവാൻ ആഗ്രഹിക്കുന്നില്ല."

"മേരി നാട്ടിലേക്കു മടങ്ങാൻ തീരുമാനിച്ചോ?" യെൽസങ്കി പതിഞ്ഞ സ്വരത്തിൽ ചോദിച്ചു. അതിൽ വേദന കലർന്നിരിക്കുന്നത് മേരി ശ്രദ്ധിച്ചു.

ആലീസിനെ ആശുപത്രിയിലേക്കു കൊണ്ടുപോകുന്ന വാർത്തയറിഞ്ഞു ഗ്രാമീണർ ഒഴുകിയെത്താൻ തുടങ്ങി. 'മുസോഹറു'കളുടെ ഗ്രാമത്തിൽനിന്നു വന്നവർ. യാദവഗ്രാമത്തിലുള്ളവർ. ചണ്ഡാലഗ്രാമത്തിൽ നിന്നുള്ളവർ. ആലീസിന്റെ മുറ്റത്ത് അവർ ജാതിവ്യത്യാസം മറന്നു തിങ്ങിക്കൂടി. പട്ടണത്തിൽ മോർച്ചയിൽ പങ്കെടുക്കാൻ അവരിൽ പലരും ഒരുങ്ങിയിരിക്കയായിരുന്നെന്ന് വേഷം വിളിച്ചോതി. ആലീസിന്റെ ആരോഗ്യനിലയെക്കുറിച്ച് അവർക്കെല്ലാം മുൻകൂട്ടി അറിയാമായിരുന്നെന്നു തോന്നി.

"ദീദി ഇന്നുതന്നെ വരില്ലേ!" പകിട്ടുള്ള ഒരു കൈത്തറിസ്സാരി ചുറ്റിയ ബാലിക ചോദിച്ചു.

"വരും!" ആലീസ് പറഞ്ഞു. "നിങ്ങളെല്ലാവരുംകൂടി എന്തിനാണിങ്ങനെ കൂടി നില്ക്കുന്നത്? എനിക്കൊന്നും സംഭവിച്ചിട്ടില്ല. ഉച്ചയ്ക്ക് ഞാൻ തിരിച്ചെത്തും!"

"ഞാൻ റൊട്ടിയുണ്ടാക്കി കൊണ്ടുവന്നിട്ടുണ്ട്! ഇതിൽനിന്ന് രണ്ടെണ്ണം പൊതിഞ്ഞുതരട്ടെ? തിരിച്ചെത്താൻ വൈകിയാലോ?"

"യോഗത്തിൽ പങ്കുചേരാൻ നിങ്ങൾ ഒരുങ്ങീട്ടുതന്നെയാണല്ലോ!" ആലീസ് ചിരിച്ചു. ചിരിക്കാനുള്ള ശ്രമം പരാജയപ്പെട്ടു.

അവർ യെൽസങ്കി കൊണ്ടു വന്ന വണ്ടിയിൽ കയറി. യാത്രയിലുടനീളം യെൽസങ്കി ചിന്താമഗ്നനായി കാണപ്പെട്ടു.

"എന്താണ് ആരും സംസാരിക്കാത്തത്? എന്റെ രോഗം അവിചാരിതമായി വന്ന ഒരു വിപത്തല്ലല്ലോ!"

"മിസ്സ് റോസ്മേരി പഠിച്ചുവന്നാൽ നമുക്കൊരു നല്ല നേഴ്സിനെ കിട്ടുമെന്നു നമ്മൾ പ്രതീക്ഷിരുന്നില്ലേ?"

"അതൊരു കാര്യമല്ല, യെൽസങ്കീ. നേഴ്സിങ് പരിശീലിച്ച എത്രയോ പേരുണ്ട്! നമ്മുടെ സെന്ററിലേക്ക് സമയം വരുമ്പോൾ ഒരുവളെ തെരഞ്ഞെടുക്കാം."

പിന്നീട് യെൽസങ്കി പഴയ മൗനം കൈക്കൊണ്ടു. കുതിരച്ചാണകം പൊടിഞ്ഞുകിടക്കുന്ന വഴിയിലൂടെ അവരുടെ വണ്ടി പട്ടണത്തിലേക്കു

കുതിച്ചു. അവർ മാർഗരറ്റ് ജോലിചെയ്യുന്ന ആശുപത്രി ലക്ഷ്യംവച്ചു. ഏറ്റവും അടുത്തുള്ള മികച്ച ആശുപത്രി അതാണ്.

അവിടെ മാർഗരറ്റ് ഉണ്ടാവും. അഥവാ ഉണ്ടായില്ലെങ്കിലും ആലീസിന് അവിടെ പരിചയക്കാരുണ്ട്. ഒരാഴ്ചയെങ്കിലും ആലീസിനെ അവിടെ നിർബന്ധിച്ചു കിടത്തണം. വിശ്രമമാണ് ആവശ്യം....

ആലീസിനെ പരിശോധിച്ച ഡോക്ടർ പറഞ്ഞു:

"സാരമില്ല, വിശ്രമിക്കണം. ഒരു കോഴ്സ് മരുന്ന് എടുക്കണം. ഇഞ്ചക്ഷൻ ഉത്തമം. ഇവിടെ അഡ്മിറ്റുചെയ്യുകയല്ലേ?"

"അതെ." യെൽസങ്കി പറഞ്ഞു--"വീട്ടിൽ പോയാൽ ഇവർക്കു വിശ്രമം കിട്ടില്ല!"

"നിങ്ങൾ ഇവരുടെ ബന്ധുവാണോ?"

"അതെ."

"നിങ്ങളുടെ പേര് കുറിച്ചു തരണം. വിലാസവും!"

യെൽസങ്കിയുടെ വദനത്തിൽ ആശങ്കയുടെ നിഴലുകൾ വീണു.

"അന്യനാട്ടുകാരി. അഡ്മിറ്റു ചെയ്തു നിങ്ങളങ്ങുപോയാൽ എന്തെങ്കിലും ഒരാവശ്യം....പുറത്തുനിന്ന് ഒരു മരുന്നോ മറ്റോ....."

"ഇവിടെ ജോലി ചെയ്യുന്ന മാർഗരറ്റ് ഇവർക്കു വേണ്ടപ്പെട്ടവരാണ്."

"ഡാക്ടർ ആലീസിന്റെ രോഗം കൂടുതലല്ലല്ലോ?" റോസി ഡാക്ടറുടെ മുമ്പിൽ ചെന്നു നിന്നു ചോദിച്ചു.

"നിങ്ങൾ?"

"ഇവരുടെ സഹോദരി."

"കണ്ടിട്ടു തോന്നിയില്ല. ക്ഷമിക്കണം."

അവൾ ഡാക്ടറെ അനുഗമിച്ചു വരാന്തയിലെത്തി. ഇടത്തോട്ടും വലത്തോട്ടും അന്തമില്ലാതെ നീണ്ടു കിടക്കുന്ന വരാന്തയുടെ വിജനത റോസിയെ ഭയപ്പെടുത്തി. ഒരു തുരങ്കത്തിൽ നിൽക്കുമ്പോലെ. കണ്ണാടി പോലെ മിനുത്ത തറയിൽ നീണ്ട നിഴലുകൾ ഉളവാക്കി ഓരോ ആൾ വന്നും പോയും ഇരുന്നു. തിരക്കുപിടിച്ച ഒരാശുപത്രിയാണ് ഇതെന്നു തോന്നില്ല.....

"നിങ്ങളുടെ സഹോദരിക്കു കുറച്ചു കൂടുതലാണ്. ആസ്ത്മ ആദ്യമേ ഉണ്ട്. ഇപ്പോൾ ന്യൂമോണിയയും. നല്ലപോലെ പനിക്കുന്നു. ചുരുങ്ങിയത് ഒരു മാസം കിടക്കേണ്ടിവരും!"

പുറകെ യെൽസങ്കിയെത്തി. അയാൾ റോസിയുടെ മുഖത്തു നോക്കി. ഇരുവരുംകൂടി ഡിസ്പെൻസറിയുടെ കൗണ്ടറിലേക്കു നടന്നു.

മരുന്നുകൾ മേടിച്ച് റോസ്മേരിയുടെ പക്കൽ കൊടുത്തു യെൽസങ്കി പറഞ്ഞു:

"മേരി, ഞാൻ ആപ്പീസിൽ കടലാസുകൾ കൊണ്ടുപോയി ഏൽപ്പിച്ചിട്ടു തിരിച്ചു വരാം. ആഡിറ്റ് സെക്ഷനിൽ ഇന്നുതന്നെ എത്തേണ്ടിയിരിക്കുന്നു"

"ഉം."

"മേരി എന്തുചെയ്യും?"

"ഞാൻ മാർഗരറ്റിനെ അന്വേഷിക്കട്ടെ. അവർ ഉച്ച കഴിഞ്ഞേ ഡ്യൂട്ടിക്കുവരൂ. അതുവരെ ആലീസിന്റെ അടുത്തിരിക്കാം. പാവം ആലീസ്! അവളുടെ മനസ്സ് ഇപ്പോൾ യോഗസ്ഥലത്താണ്. ഇങ്ങനെ യോഗങ്ങൾ നടത്തുന്നതുകൊണ്ട് എന്തു നേടാനാവും? അതു പറഞ്ഞാൽ ആലീസിനു മനസിലാവില്ല. സമാധാനത്തോടെ കിടക്കാതെ എവിടെ വിശ്രമം കിട്ടും?"

അവർ തിരിച്ചു നടന്ന് ആലീസു കിടക്കുന്ന മുറിയുടെ വാതിൽക്കലെത്തി.

വാതിലിനു പുറകിൽ നിന്ന് യെൽസങ്കി മന്ത്രിച്ചു:

"മേരി, ആലീസിനെപ്പോലെ ഒരു നാൾ ഞാനും അവിടം വിട്ട്...."

"വേണ്ടാ!" മേരി ശക്തിയായി നിഷേധിച്ചു. "യെൽസങ്കിക്കു പിറന്ന ഗ്രാമത്തിൽനിന്നു വേരുകൾ പറിച്ചു പുറത്തേക്കു പോവാൻ പറ്റില്ല! നിങ്ങൾ നിങ്ങളുടെ ഗ്രാമത്തിന്റെ ഒരു ഭാഗമാണ്! മൈനിയിലെ നീരുറവകൾപോലെ, മഹുവാവൃക്ഷങ്ങളുടെ തുടുത്ത തളിരുകൾ പോലെ, ജട്ടിങ്കിയുടെ എണ്ണപോലെ, ഗ്രാമത്തിന്റെ തുടിപ്പുകളാണ് അവിടത്തെ ഓരോ മനുഷ്യനും! ഫോർക്കും സ്പൂണും ഉപയോഗിച്ച് ആഹാരം കഴിച്ചതുകൊണ്ടോ, ബ്രെഡ്ഡും ബട്ടറും ജാമും പ്രാതലിനു സ്വീകരിച്ചതുകൊണ്ടോ നിങ്ങൾക്ക് മൈനിയിലെ ഒരു മനുഷ്യനല്ലാതാവാൻ പറ്റില്ല. നിങ്ങളുടെ ദൈവത്തിന്റെ രൂപം ഏതോ ആവട്ടെ. നിങ്ങളുടെ സിരകളിലെ രക്തത്തിന്റെ താളം എങ്ങനെ മാറ്റിയെടുക്കാൻ പറ്റും?"

നീണ്ട നിശ്ശബ്ദമായ ഇടനാഴിയിൽ, അവരുടെ പതിഞ്ഞ കാലൊച്ച മുഴങ്ങി. റോസ്മേരിയുടെ ആർദ്രത പുരണ്ട വാക്കുകൾ കേട്ട് യെൽസങ്കി നിശ്ശബ്ദം നടന്നു.

യെൽസങ്കിയെന്ന യുവാവിനെ, ഗ്രാമീണനെ, പ്രസാദപൂർണമായ ഒരു ജീവിതം ആഗ്രഹിക്കുന്ന മനുഷ്യനെ, മേരിയുടെ വാക്കുകൾ ഇരുട്ടിന്റെ ആഴങ്ങളിൽനിന്നു പൊക്കിയെടുത്തു. ഉപരിതലത്തിലെ മൂടൽമഞ്ഞ് മാഞ്ഞുപോവുന്നു. ഗംഗാനദിയുടെ ഓളങ്ങൾക്കുമീതെ നിത്യയൗവനമായ പുലർവെയിൽ പുഞ്ചിരിക്കുന്നു.

പക്ഷേ, യെൽസങ്കി ദുഃഖിതനായിരുന്നു. അയാളുടെ ആത്മാവിൽ അനാദികാലം തുടങ്ങി അടിച്ചേൽപ്പിക്കപ്പെട്ട വിശ്വാസത്തിന്റെ ചങ്ങല കിലുങ്ങി. നിലയില്ലാത്ത ആകാശത്തിലും ജലത്തിലും പെട്ട്, കൊടുങ്കാറ്റിലും തിരമാലകളിലും പെട്ട് അലഞ്ഞുതിരിയാതിരിക്കാൻ ആ ചങ്ങല എന്നും കൂടെയുണ്ടായിരുന്നു.

നദിക്കു സമാന്തരമായി നീളുന്ന രാജവീഥിയിലെ ബഹളത്തിലെത്തിയപ്പോൾ യെൽസങ്കി മുഖം കുനിച്ച് അവളുടെ ചെവിട്ടിൽ മന്ത്രിച്ചു:

"ഞാൻ തിരിച്ച് ഈ വഴിതന്നെ വരും."

മുഖമുയർത്താൻ അവൾ ഭയന്നു.

അവളുടെ മിഴികൾ വണ്ടിയുടെ ബോണറ്റിൽ തങ്ങി നിന്നു. അവ ഒരു സമാന്തരത്തിലൂടെ സഞ്ചരിച്ചു വണ്ടിയുടെ ഗതിക്ക് വിപരീതദിശയിൽ, പാതിവഴിക്കെത്തിയപ്പോൾ അവൾ പെട്ടെന്ന് മിഴികളുയർത്തി. വേഗതയാർജിച്ച വണ്ടി പൊടിമണ്ണിന്റെ പുകയിൽ മാഞ്ഞുപോകുന്നു.

അവളുടെ കരൾ തേങ്ങി.

"യെൽസങ്കീ," ഒരനാഥശിശുവിനെപ്പോലെ അവൾ ഇലപൊഴിഞ്ഞു തീർന്ന മരച്ചോട്ടിൽ, പാതയോരത്തു നിന്നു. ഒരു കൈ ചുമലിൽ പതിക്കുന്നു. മാർഗരറ്റ്.

"ഹാരിത്! റോസീ! നീയിവിടെ?"

"ആലീസിനു സുഖമില്ല."

അവർ അതിവേഗം ഗേറ്റു കടന്ന് അകത്തേക്കു പോയി.

പതിനേഴ്

മാർഗരറ്റിന്റെ വാസസ്ഥലത്ത് റോസ്മേരി എത്തി. മുൻപിൽ വിശാലമായ വീഥി. കുണ്ടും കുഴിയും ഇല്ലാത്ത, മനുഷ്യപ്പറ്റില്ലാത്ത ഒരു പെരുവഴി. വഴിയിൽനിന്നുമാറി ഒരു ഊടുനിരത്തിന്റെ ഓരത്ത് ആൾക്കാർ കുറഞ്ഞ ഒരു മാളികവീടിന്റെ മേടയിൽ ഒറ്റ മുറിയിൽ മാർഗരറ്റ് താവളം കണ്ടെത്തിയിരുന്നു. മാർഗരറ്റിന്റെ മുറിയിലേക്കുള്ളത് ഒറ്റപ്പെട്ട ഒരു കോൺക്രീറ്റ് കോണി.

വാതിൽ തുറന്നാൽ ഒരു മീറ്റർ ചതുരത്തിലേക്കു കൊച്ചു മേശ, അതിന്മീതെ ഗ്യാസടുപ്പ്. തൊട്ടു പുറകിൽ മറ്റൊരു വാതിൽ, മാർഗരറ്റിന്റെ കിടപ്പറയും ഇരിപ്പുമുറിയും സ്വീകരണമുറിയും മുഴുലോകവുമായ ഒരു ഒറ്റമുറിയിലേക്കാണ്. പിന്നെ ഉയരത്തിലുള്ള ഭിത്തികൾ. അപ്പുറം ബംഗ്ലാവിന്റെ ശേഷിച്ച അവയവങ്ങളായിരിക്കാം.

ആകെയുള്ള ഒരാശ്വാസം മുറിയിൽ ഒരു വലിയ ജനൽ ഉണ്ടെന്നതാണ്. ജനൽ മറ്റൊരു ലോകം കാണിച്ചു തരുന്നു. ഏതോ കമ്പനിയുടെ ജനനിബിഡമായ ക്വാർട്ടറുകൾ. ഉന്തുവണ്ടിയിൽ നീങ്ങുന്ന ശിശുക്കൾ. സൈക്കിൾ ചവിട്ടുന്ന കുഞ്ഞുങ്ങൾ. സ്കൂട്ടറിലോ കാറിലോ വന്നെത്തുന്ന മാതാപിതാക്കൾ.

നിരത്തും രണ്ടു മതിൽക്കെട്ടുകളും രണ്ടു ലോകം തീർക്കുന്നു. രണ്ടിനും തമ്മിൽ ബന്ധമൊന്നുമില്ല.

ഇവിടെ മാർഗരറ്റില്ലാത്ത വേളയിൽ റോസി തനിച്ചാണ്. രാവിലെ റോസി ആലീസിനെ കാണാൻ പോകും. അവൾക്ക് ഏതെങ്കിലും പുസ്തകം വായിച്ചു കേൾപ്പിക്കും. ചിലപ്പോൾ ബൈബിൾ. അല്ലെങ്കിൽ ദിനപ്പത്രങ്ങൾ. ഒന്നിലധികം ദിനപ്പത്രങ്ങളിൽ വരുന്ന വാർത്തകൾ കേട്ട് മന

സിൽ പുതിയ ചിത്രങ്ങൾ മെനയാൻ ആലീസിന് അതീവ താൽപ്പര്യമായിരുന്നു.

ആലീസ് ആഹാരം കഴിച്ചാൽ റോസി തിരിച്ചു പോരും.

ആശുപത്രിയിലെ ഡ്യൂട്ടിയും ആലീസിന്റെ മേൽനോട്ടവും മാർഗരറ്റ് ഒരേസമയത്ത് നിർവഹിക്കും.

ഒരു നാൾ ആലീസ് പറഞ്ഞു:

"നിങ്ങൾ രണ്ടുപേർ മാറി മാറി എനിക്കു പാറാവ് നിൽക്കേണ്ട."

ഞാനെങ്ങോട്ടും ഓടിപ്പോവില്ല.

"അഥവാ വേണമെന്നു തോന്നിയാൽ, ആരെ അവഗണിച്ചും ആലീസ് ഇറങ്ങിപ്പോവുകയും ചെയ്യും. ഇല്ലേ?" റോസി ചോദിച്ചു. അവർ മനം നിറയെ ചിരിച്ചു. മരുന്നുകൾ പലതും കാവൽ നിൽക്കുന്നതുകൊണ്ട് ഇപ്പോൾ ആലീസിന്റെ ചുമ അങ്ങനെ പുറത്തുവരാറില്ല.

പക്ഷേ, ആലീസിന് ആരോഗ്യം തിരിച്ചു കിട്ടാൻ ഇനിയും എത്രയോ നാളുകൾ കഴിയേണ്ടിവരും.

ഡ്യൂട്ടി കഴിഞ്ഞുവന്ന മാർഗരറ്റ് പറഞ്ഞു:

"റോസീ, ഞാൻ പറയട്ടെ, ആലീസിന്റെ രോഗം അങ്ങനെ മാറുന്നതല്ല. അതു ന്യൂമോണിയ അല്ലെന്ന് അവർ കണ്ടെത്തിയിരിക്കുന്നു. അവളുടെ നിറം കടലാസുപോലെ വിളർത്തുവരുന്നത് നീ ശ്രദ്ധിച്ചിട്ടില്ലേ? അത്.. അത്.. ലുക്കേമിയയാണ്. ഇന്ന് സ്ഥിരീകരിച്ചു."

റോസി ജനലഴികളിൽ മുറുകെപ്പിടിച്ചു. അവളുടെ നോട്ടം കമ്പനി ക്വാർട്ടറുകൾക്കുമീതെ നരച്ച ആകാശത്തിലെ വന്ധ്യമേഘങ്ങൾക്കു താഴെ കറങ്ങുന്ന പരുന്തുകളിൽ തറച്ചുനിന്നു. കണ്ണീർകണങ്ങൾ അഗ്നിഗോളകകൾ പോലെ അവളുടെ മിഴികളിൽ അടർന്ന് വീണു. കിതച്ചെത്തിയ ഒരു തേങ്ങലിനെ അവൾ നിഷ്കരുണം കടിച്ചമർത്തി.

മാർഗരറ്റിന്റെ അംഗുലികൾ റോസിയുടെ ചുമലിൽ തളർന്നുവീണു. അവർ ഒന്നും ഉരിയാടിയില്ല. തെരുവീഥിയിലൂടെ എണ്ണമറ്റ വാഹനങ്ങളും യാത്രക്കാരും കുത്തിയൊഴുകി. ജനലിനു പുറത്തെ ശൂന്യമായ ടെറസ്സിൽ ഒരു ആൺമയിൽ പറന്നെത്തി. അതു പീലി വിടർത്തിയില്ല. വെറുതെ ആകാശത്തിന്റെ ശൂന്യമായ ചില്ലകളിൽ നോക്കിനിന്നു.

മാർഗരറ്റ് പറഞ്ഞു:

"വരൂ"

റോസി ഒരു പാവയെപ്പോലെ മുറിയിലേക്കു കടന്നു. മാർഗരറ്റിന്റെ ചുമലിൽ മുഖം ചേർത്ത് അവൾ ഏങ്ങിക്കരഞ്ഞു. കരഞ്ഞു തീരും വരെ കൂട്ടുകാരി അനങ്ങിയില്ല. അവളുടെ നേർത്തു നീണ്ട വിരലുകൾ റോസിയുടെ പുറത്ത് അഴിഞ്ഞു കിടന്ന നീലത്തഴയിൽ അരുമയോടെ തലോടി.

"എനിക്കു കരയാനും പറ്റാതായി റോസീ. കണ്ടുകണ്ട് എന്റെ മനസു മരവിച്ചുപോയി. എന്റെ സ്വന്തം മരണം മുൻപിൽ വന്നു നിന്നാൽ

പോലും എനിക്കിപ്പോൾ ഭയം തോന്നുകയില്ല. റോസീ, നീ ഒരു നേഴ്സാവാൻ കൂട്ടാക്കാതെ പോന്നതു നന്നായി. ഇങ്ങനെ കരയാനേ നിനക്കു നേരമുണ്ടാവൂ".

"ആലീസ് ഏതെങ്കിലും ഒരു രോഗിയല്ലല്ലോ?"

"അല്ല. ആലീസ് നമ്മുടെ ചേച്ചിയാണ്."

റോസി തലകുലുക്കി.

അകത്തേക്കുമാത്രം തുറക്കുന്ന വാതിലുള്ള ഒരു കെണിയിലാണ് ആലീസിന്റെ ജീവൻ കുടുങ്ങിയിരിക്കുന്നത്.

ഒരു രാത്രി മുഴുവനും തുടർന്നൊരു പകൽ മുഴുവനും റോസി, മാർഗരറ്റിന്റെ മെത്തയിൽ കമിഴ്ന്നു കിടന്നു. ഒരു മുൾചക്രം അവളുടെ ഹൃദയത്തിലൂടെ ഉരുണ്ടുപോകുന്നു. തിരിച്ചുരുളുന്നു. വീണ്ടും വീണ്ടും. ആലീസിന്റെ അടുത്തു പോകണം. എഴുന്നേറ്റു വസ്ത്രം മാറി, ദുഃഖം മായ്ച്ചു കളയണം. എപ്പോഴും ഉല്ലാസവതിയായ ആലീസിന്റെ അടുത്തു ചെല്ലുമ്പോൾ മൗനം മുറിക്കാനുള്ള വാക്കുകൾ കണ്ടെത്തണം. പക്ഷേ, എത്ര നേരമാണ് അഭിനയിക്കുക. മരണത്തെ മുഖത്തോടുമുഖം കണ്ടു നിൽക്കുന്ന ആലീസിനെ ഉല്ലാസവതിയാക്കുക എന്നത് തന്റെ ചുമതലയാണ്. ജീവിതത്തിൽ അന്നാദ്യമായി ചുമതലയുടെ ഗൗരവം അവൾക്കു ബോധ്യമായി. താനെന്നും സ്വാർഥയായിരുന്നു. കടമകളെക്കുറിച്ച് ഒരിക്കലും ചിന്തിച്ചിരുന്നില്ലെന്നും അവൾ ഓർത്തു. ലോകം തന്നോട് അനീതി കാണിക്കുന്നു എന്ന അടിസ്ഥാനചിന്ത അവളെ നയിച്ചു. ആരും ആരെയും നയിക്കുന്നില്ല. സ്വയം കീഴ്പ്പെടുകയോ സ്വയം ഭരിക്കുകയോ ആണ് ചെയ്യുന്നത്. ഈ അറിവ് അവൾക്ക് തന്റേടം നല്കി.

റോസി ആലീസിനു വേണ്ട പൊടിയരിക്കഞ്ഞി പാകമാക്കി. കൊപ്ര ചേർത്തു ചമ്മന്തിയരച്ചു. അലക്കിയ വസ്ത്രങ്ങൾ ബാഗിലാക്കി. എല്ലാം ഒരു വലിയ ബാഗിൽ നിറച്ച് അവൾ പതിയെ കോണിയിറങ്ങി.

ആലീസിന്റെ വീട്ടുകാരെ അറിയിക്കേണ്ടതുണ്ട്. അവളുടെ അമ്മാവന്റെ അഡ്രസ്സ് കണ്ടെടുക്കണം. ഫാദർ ജോണിനെ അറിയിക്കണം. യെൽസങ്കി ഹെഡ്ആപ്പീസിലേക്കു വരുന്നതുവരെ കാത്തിരിക്കാൻ വയ്യ.

സാധനങ്ങൾ ആശുപത്രിയിലെത്തിച്ചു, ആലീസിന്റെ സമീപം കുറെ നേരം ഇരുന്നു. മൈനിയിലെ ബിഷപ്പിന്റെ ആസ്ഥാനത്തുപോകാൻ റോസി തീരുമാനിച്ചു. ഒരു രാത്രിയുടെ ഇടവേള. ബിഷപ്സ് ഹൗസിലെ ഗെസ്റ്റ് റൂമിൽ തങ്ങാം. സൗകര്യപ്പെടുമെങ്കിൽ മൈനിയിലെ കോൺവെന്റിൽ.

റോസിയുടെ നടത്തത്തിനു വേഗത കൂടി. ആദ്യം കിട്ടിയ കുതിരവണ്ടിയിൽ തിക്കിത്തിരക്കി ഞെരുങ്ങിയമർന്നു. ആരുടെയോ പാദങ്ങളിൽ സ്പർശിച്ചു. ഗ്രാമീണയാത്രികർ അവൾക്കുവേണ്ടി ഒതുങ്ങിയിരുന്നു. അവരുടെ മുഖം ദർശിച്ചപ്പോൾ റോസിക്കുതോന്നി എല്ലാവരും ദുഃഖിതർ. ദുഃഖമില്ലാത്ത ഒരു ഹൃദയമില്ല. ദുഃഖമില്ലെങ്കിൽ ഹൃദയമില്ല. സാഹചര്യത്തിനനുസരിച്ച് ഓരോരുത്തരും ഓരോ നിലപാട് സ്വീകരിക്കുന്നു.

ആശുപത്രി ഗേറ്റിൽ മറ്റു പലർക്കുമൊപ്പം വണ്ടിയിറങ്ങുമ്പോൾ റോസിയുടെ ഹൃദയം പിടച്ചു. അവൾ അതിവേഗം നടന്നു. ഗേറ്റ് മലർക്കെ തുറന്നിട്ടിരിക്കുന്നു.

ആകാശം ഇരുളുന്നു. ഭൂമി ഒരു ശീതകാല മഴയേൽക്കാൻ മനക്കരുത്തു നേടുന്നു. തെരുവീഥിയിലെയും മൈതാനത്തെയും പുരാതനമായ പൊടിപടലങ്ങൾ ഒരു ചുഴലിയായുയർന്നു പുതിയൊരു മേഘം രചിക്കുന്നു. കാറ്റു വീശാൻ തുടങ്ങിയപ്പോൾ ഭയന്നുപോയ മഴത്തുള്ളികൾ ഭൂമിക്കു സമാന്തരമായി ഓടിയകലുന്നു.

റോസി ഓടി വരാന്തയിൽ കയറി.

കാൽ വഴുതിയോ? നനഞ്ഞ കണങ്കാലിൽ ചുറ്റിപ്പിടിച്ച സാരി ചതിച്ചുവോ? അവളുടെ നിലതെറ്റി. ബാഗ് അവൾ കൈവിട്ടില്ല. ഏതോ ബലമുള്ള കൈകൾ അവളെ താങ്ങി. ഒരു നിമിഷം ആ കൈകളുടെ സുരക്ഷിതത്വത്തിൽ അബോധമായമർന്ന് അവൾ ആശ്വസിച്ചു.

ലോഹവളയണിഞ്ഞ രോമങ്ങളുള്ള ഒരു കൈത്തണ്ട്. ഒരു പുരുഷന്റെ കൈ. ഈ ലോഹവള ഞാനെവിടെ ഏതു കൈത്തണ്ടയിലാണ് കണ്ടത്?

പരസ്പരം ലയിച്ചു മിടിച്ചുകൊണ്ടിരിക്കുന്ന ഹൃദയങ്ങൾ.

"ആ ബഞ്ചിൽ കിടത്തു."

"ഇല്ല, കുഴപ്പമില്ല."

റോസി സർവശക്തിയും പ്രയോഗിച്ചു നേരെ നിൽക്കാൻ ശ്രമിച്ചു. ഒരു കൈ അപ്പോഴും അപരന്റെ ചുമലിൽ ചേർത്തുവച്ച് അവൾ സാവധാനം തെന്നിമാറി. ദീർഘമായി നിശ്വസിച്ചു.

മന്ദസ്മിതം തൂകുന്ന ഒരു മുഖം. റോസി മിഴികൾ ചിമ്മിത്തുറന്നു.

"മേരീ"

അവൾ ഒരു നടുക്കത്തോടെ യെൽസങ്കിയുടെ ചുമലിൽനിന്നു കൈയെടുത്തു. മെല്ലേ രണ്ടടി പുറകോട്ടുവച്ചു ചുമർ ചാരിനിന്നു. ചുമരിലേക്കു മുഖം തിരിച്ച് അവൾ ആവോളം കരഞ്ഞു. ഉള്ളിൽ കെട്ടിനിൽക്കുകയായിരുന്ന കരച്ചിലാണ് തന്റെ ബാലൻസു തെറ്റിച്ചതെന്ന് അവൾക്കു ബോധ്യമായി.

അവർ ആലീസിന്റെ മുറിയിലേക്കു നടന്നു.

വാതിൽ ചാരിയിരിക്കുന്നു. വരാന്തയിൽ മാർഗരറ്റ് കാത്തു നിൽക്കുന്നു. അവൾ മന്ത്രിച്ചു:

ആലീസിനെ ഡയാലിസിസിന് ഒരുക്കുകയാണ്. വരൂ, നമുക്ക് ഡ്യൂട്ടിറൂമിൽ ചെന്നിരിക്കാം. അവിടെയിപ്പോൾ ആരുമില്ല. തന്റെ ചുമലിലെ ബാഗ് എപ്പോഴാണ് യെൽസങ്കിയുടെ കൈയിലകപ്പെട്ടത്?

അവൾ ബാഗിനു വേണ്ടി കൈ നീട്ടി.

യെൽസങ്കി തലയാട്ടി. അത് ശരീരത്തോടു ചേർത്തു പിടിച്ചു.

ഫാദർ ജോണും മാർഗരറ്റും ആലീസും ഉൾക്കൊള്ളുന്ന വണ്ടിയുടെ ചക്രം ഉരുണ്ടുരുണ്ട് അനന്തതയിൽ മറയുന്നു. റോസി വീണ്ടും

ഒരനാഥയാവുന്നു, അവൾ ആശുപത്രിപ്പടിക്കൽ ഇലകൾ മുഴുക്കെ കൊഴിഞ്ഞുപോയ മരച്ചോട്ടിൽ വെയിലേറ്റു വാടുന്നു. ഇനിയെങ്ങോട്ട്? മാർഗരറ്റ് മുറിയുടെ താക്കോൽ അവളെ ഏൽപ്പിച്ചാണ് പോയത്. ശൂന്യമായ മുറി. ശൂന്യമനസ്സ്. ശൂന്യതയുടെ ഒരു അതിരില്ലാച്ചക്രവാളം. അവൾ യാന്ത്രികമായി ഒരു കുതിരവണ്ടിയിൽ കയറിയിരുന്നു. മുൻപിൽ ഒരു സ്കൂട്ടർ വന്നു നിന്നതാണ്. അവൾ കയറിയില്ല. വേഗം എത്താൻ അവൾക്ക് ആഗ്രഹമില്ല.

മഴകാരണം ശൈത്യം വർധിച്ചിരിക്കുന്നു. പൊടിയടങ്ങി സർവത്ര ചെളിയടിച്ചിരിക്കുന്നു. ചെളിയിൽ വൃത്തികെട്ട ശബ്ദം ഉളവാക്കി കുതിരക്കുളമ്പുകൾ മുന്നോട്ട്.

സമീപം ഇരുന്ന ഒരു ഗ്രാമീണ യുവതി ചോദിച്ചു:

"ആരാ ആശുപത്രിയിൽ രോഗമായിക്കിടക്കുന്നത്?"

ഇല്ലെന്ന് അവൾ തലയാട്ടി.

അവളുടെ മുഖത്തെ ഭാവം യുവതിയെ നിശ്ശബ്ദയാക്കി.

നദിയിൽ നിന്നു ശീതക്കാറ്റടിച്ചുകൊണ്ടിരുന്നു. നദീജലം ഇരുണ്ടിരിക്കുന്നു. ആകാശത്തിന്റെ മുഖത്ത് അലിയുന്ന മേഘങ്ങളുടെ കണ്ണീർപ്പാട്.

ജങ്ഷനിൽ ഇറങ്ങി അവൾ തന്റെ കോൺക്രീറ്റു കോണിയുടെ നേർക്കു നടന്നു. പഴയ പൂപ്പൽ കുതിർന്നു വഴുക്കുന്ന കോണി. മഴവെള്ളം കുടിച്ചു കരയുന്ന പൂട്ട്. താഴ് പതിവിലുമധികം ശബ്ദത്തോടെ കരഞ്ഞു. അവൾ വാതിൽ തള്ളിത്തുറന്ന് അകത്തു കടന്നു. പുറകെ വാതിൽ ചാരിയില്ല. കാറ്റു വരട്ടെ. പാതി തുറന്നിട്ടു. മെത്തയിൽ ചെന്നു വീണു. മാർഗരറ്റ് അവളുടെ വസ്ത്രങ്ങളെല്ലാം വാരിവലിച്ച് ഒരു മൂലയ്ക്ക് തള്ളിയിരിക്കുന്നു. അഴയിൽ റോസിയുടെ വസ്ത്രങ്ങൾ മാത്രം. ഒരു നനഞ്ഞ തോർത്തും. റോസിയുടെ മിഴികൾ ശൂന്യതയിലൂടെ ഒരിടം തേടി പാറി നടന്നു.

അവൾ ഭക്ഷണം പാകം ചെയ്തില്ല. കുളിച്ചില്ല. ഫുൾസ്റ്റോപ്പില്ലാതെ നടന്നു പോകുന്ന സമയം. സന്ധ്യ. രാത്രി. പ്രഭാതം. ഉച്ച. മേശമേലുള്ള കൂജയിലെ ഐസുപോലെ തണുത്ത ജലം കുപ്പിച്ചില്ലു പോലെ അവളുടെ തൊണ്ടിയിലൂടെ ഊർന്നിറങ്ങി. കൂജ കാലിയായി. അവളുടെ മനസിലേക്കു ദുഃഖചിന്തകൾ ഊർന്നിറങ്ങാൻ തുടങ്ങി. ഒരു ശാഠ്യത്തിലൂടെ ഒറ്റപ്പെട്ടുപോയ തന്റെ ജീവിതത്തെക്കുറിച്ച് അവളോർത്തു. മറുപടി എഴുതപ്പെടാത്ത കത്തുകൾ. സമാധാനം പറയപ്പെടാത്ത ചോദ്യങ്ങൾ. ഉത്തരം നൽകപ്പെടാത്ത അന്വേഷണങ്ങൾ.

രണ്ടാം ദിവസം വൈകുന്നേരം കോണിപ്പടിമേൽ പോസ്റ്റുമാൻ കൊണ്ടുവന്നിട്ട രണ്ടെഴുത്തുകളുമായി യെൽസങ്കി അകത്തെത്തി.

"മാർഗരറ്റിനുള്ള കത്തുകൾ" അയാൾ പറഞ്ഞു. കത്തുകൾ മൂലയിലെ മേശമേൽ വച്ച് യെൽസങ്കി മുറിയാകെ കണ്ണോടിച്ചു.

അയാൾ ചോദിച്ചു.

"പട്ടിണി ദുഃഖത്തിനു പരിശാന്തിയാണോ?"

അവൾ മിണ്ടിയില്ല.

യെൽസങ്കി ടാപ്പു തുറന്ന് പാത്രങ്ങൾ കഴുകി. സ്റ്റൗവ് കത്തിച്ചു. വെള്ളം തിളയ്ക്കുന്ന ശബ്ദം മാത്രം മുറിയിൽ നിറഞ്ഞു നിന്നു.

"അവർ നാട്ടിലെത്തി. വിളിച്ചിരുന്നു!" യെൽസങ്കി പറഞ്ഞു.

യെൽസങ്കി ചായയുണ്ടാക്കി രണ്ടു കപ്പുകളിൽ പകർന്നു. കപ്പുകൾ ദീർഘമായി നിശ്വസിച്ചുകൊണ്ട് അവർക്കിടയിൽ ഇരുന്നു.

ടെറസിൽ പതിവായി വന്നിരിക്കാറുള്ള മയിൽ ശബ്ദിച്ചപ്പോൾ അവൾ ചില്ലുകൾക്കിടയിലൂടെ നോക്കി. ജനൽ മുഴുക്കെ തുറന്നാൽ അതു പറന്നുപോകും. മയിൽ സാവധാനം പീലി വിടർത്തി. ഒരു വലിയ ഹരിത-നീല വൃത്തം അതിനു പ്രതീക്ഷകളുടെ പരിവേഷം നൽകുന്നു.

മയിൽ സാവധാനത്തിൽ നൃത്തം ചെയ്യാൻ തുടങ്ങുന്നു. അടുത്ത കെട്ടിടത്തിന്റെ ടെറസിലെ പെൺമയിൽ അനങ്ങുന്നില്ല.

അവരുടെ മിഴികൾ ഇടഞ്ഞു.

"ചായ തണുക്കുന്നു." യെൽസങ്കി മന്ത്രിച്ചു.

റോസി കൈ നീട്ടി.

ചായ കൈയിൽ വച്ചു. അവൾ തേങ്ങി. മടിയിലും കോപ്പയിലുമായി കണ്ണീർ ഇറ്റു വീണു. യെൽസങ്കി എണീറ്റു ചെന്ന് അവളുടെ പക്കലുള്ള കപ്പു മേടിച്ചു. ഇടതുകൈ അവളുടെ ചുമലിലൂടെ ചുറ്റി അയാൾ പറഞ്ഞു.

"ഇതു കുടിക്കൂ." അവൾ അയാളുടെ നെഞ്ചിൽ മുഖം ചേർത്തു കരഞ്ഞു.

www.ingramcontent.com/pod-product-compliance
Lightning Source LLC
LaVergne TN
LVHW090416051026
849518LV00006B/2351
* 9 7 8 8 1 2 6 2 0 6 2 2 3 *